नोकरी करणाऱ्या प्रत्येक स्त्रीसाठी अत्यावश्यक पुस्तक

# वुमन ऑन टॉप

सीमा गोस्वामी

अनुवाद
शोभना शिकनीस

मेहता पब्लिशिंग हाऊस

All rights reserved along with e-books & layout. No part of this publication may be reproduced, stored in a retrieval system or transmitted, in any form or by any means, without the prior written consent of the Publisher and the licence holder. Please contact us at **Mehta Publishing House,** 1941, Madiwale Colony, Sadashiv Peth, Pune 411030.

© +91 020-24476924 / 24460313

Email : info@mehtapublishinghouse.com
production@mehtapublishinghouse.com
sales@mehtapublishinghouse.com

Website : www.mehtapublishinghouse.com

◆ या पुस्तकातील लेखकाची मते, घटना, वर्णने ही त्या लेखकाची असून त्याच्याशी प्रकाशक सहमत असतीलच असे नाही.

**WOMAN ON TOP** by SEEMA GOSWAMI

© Seema Goswami 2007

First Published in English by :
Random House Publishers India Pvt. Ltd. New Delhi

Translated in Marathi Language by Shobhana Shiknis

वुमन ऑन टॉप / व्यक्तिमत्त्व विकसन

अनुवाद : शोभना शिकनीस
लेन नं. ७, क्लोव्हरडेल, एफ २०८/२०९,
कोरेगाव पार्क, पुणे - ४११००१.
E-mail : shobhana_shiknis@yahoo.com

मराठी अनुवादाचे व प्रकाशनाचे हक्क मेहता पब्लिशिंग हाऊस, पुणे ३०.

प्रकाशक : सुनील अनिल मेहता, मेहता पब्लिशिंग हाऊस,
१९४१ सदाशिव पेठ, माडीवाले कॉलनी, पुणे - ४११०३०.

मुखपृष्ठ : चंद्रमोहन कुलकर्णी

प्रथमावृत्ती : जानेवारी, २०११ / पुनर्मुद्रण : डिसेंबर, २०१२

ISBN 978-81-8498-189-6

माझ्या पहिल्या बॉसला....

जगाशी प्रामाणिक राहण्यापेक्षा आधी स्वत:शी प्रामाणिक रहा.

# प्रस्तावना

मी जेव्हा माझ्या व्यावसायिक जीवनातल्या प्रथम प्रवेशाकडे मागे वळून बघते, तेव्हा माझं ते वीस वर्षांचं बावळट व्यक्तिमत्त्व आठवून मला खरंच आश्चर्य वाटतं. माझी पहिलीच मुलाखत शिकाऊ वार्ताहराच्या जागेसाठी होती, त्या काळात नावाजलेल्या एका साप्ताहिक नियतकालिकाच्या कार्यालयात काम करण्यासाठी. स्पर्धा चांगलीच तीव्र असेल याची कल्पना असूनदेखील मी फारशी चिंताग्रस्त झालेली नव्हते.

कॉलेजात मी वादविवाद स्पर्धेत भाग घ्यायची. तो सगळा अनुभव ताजा असल्याने, माझं प्रसंगावधान त्या मुलाखतीतून मला तारून नेईल ह्याबद्दल मला विश्वास होता. माझं शैक्षणिक कर्तृत्व चांगलं होतं, इंग्रजी भाषेवर बऱ्यापैकी प्रभुत्व होतं, चालू घडामोडींची आवश्यक तेवढी माहिती होती आणि आधुनिक संस्कृतीची नसही मी बरोबर पकडली होती. आणखी कशाची गरज होती मला? मला खात्री होती, सगळं व्यवस्थित होईल.

त्यामुळे त्या कंपनीत नोकरी मिळवण्याची इच्छा असूनदेखील मी मुलाखतीसाठी जेव्हा त्या खोलीत प्रवेश केला, तेव्हा त्या कंपनीबद्दल मला पुसटशीदेखील कल्पना नव्हती. मला काय प्रश्न विचारण्यात येणार आहेत, आणि मी सर्वांत चांगली उत्तरं कशी देऊ शकेन, ह्याचाही मी काही विचार केला नव्हता.

मग कसा काय झाला तो इंटरव्ह्यू?

मला वाटतं मुलाखत छान झाली. मी त्या मुलाखतीची नंतर माझ्या डोक्यात पुन्हा उजळणी केली, तेव्हा मी सगळं हुशारीने हाताळलं होतं, ह्याची मला खात्री होती. माझी छाप नक्कीच पडली होती. मी चलाखपणे, आत्मविश्वासाने, आकर्षकपणे, मनमोकळं, चटपटीतपणे आणि तरतरीतपणे वागले होते.

*'ह्यात न आवडण्यासारखं काय आहे?'* मी विचार केला आणि ती घटना माझ्या डोक्याच्या बाहेर काढली. गाजराची पुंगी, वाजली तर वाजली, नाहीतर मोडून खाल्ली, असा विचार मी केला.

शेवटी मला ती नोकरी मिळाली आणि चुकूनमाकून का होईना, पत्रकारितेमधलं करिअरदेखील.

पण हे सगळं कदाचित अगदीच चुकलं देखील असतं. मी नोकरीवर रुजू झाल्यानंतरच्या पहिल्या आठवड्यात मला ते उमगलं. मला दु:खद रीतीने समजून आलं की चालू घडामोडींबद्दलची माझी माहिती, मला वाटत होती तितकी अद्ययावत नव्हती. ज्या प्रकाशनासाठी मी काम करत होते, त्याचा संपादक काही महिन्यांपूर्वीच बदलला होता, पण माझ्याच वेळेच्या गुंतागुंतीत अडकल्याने मी त्या सत्याविषयी अनभिज्ञ होते.

त्यामुळे माझी मुलाखत घेणाऱ्या लोकांत, जरी तो नवीनच संपादक त्या जागेवर आला होता, तरी मला अर्थातच त्याचं नावदेखील माहीत नव्हतं. त्यामुळे एका टेलेक्स मेसेजच्या शेवटी जेव्हा त्याचं नाव मला एकदा आढळलं, तेव्हा मी अडाण्यासारखा प्रश्न केला, *'हे कोण बुवा?'*

माझ्या आजूबाजूला चकित झालेल्या लोकांत जीवघेणी शांतता पसरली आणि नंतर कोणालातरी माझी दया आल्यावर त्याने खुलासा केला.

'बापरे, थोडक्यात वाचले.' मी विचार केला. नशीब, मुलाखतीच्या वेळी मी त्याला 'सर' म्हणून संबोधत होते, जे नाव त्याचं आहे असं मला वाटत होतं, त्या नावाने नव्हे. तसं झालं असतं, तर सगळंच मुसळ केरात गेलं असतं!

पण ह्यापेक्षाही वाईट म्हणजे, काही महिन्यांनंतर जेव्हा मी माझा धीर एकवटून माझ्या नवीन बॉसला असं विचारलं, की इंटरव्ह्यू पॅनेलने मला घ्यायचं का ठरवलं, तेव्हा तो विचारपूर्वक म्हणाला, 'वेल, तुम्ही जरा चढेल आणि शिष्ट वाटलात खऱ्या, पण तुम्ही लिहिलेला निबंध खरंच चांगला होता, म्हणून मग आम्ही विचार केला की तुम्हाला एक संधी द्यायला हरकत नाही.'

ओ डिअर!

वरवर मी जरी कितीही 'बिनधास्त' दिसत होते, तरी नवीन ऑफिसात प्रवेश करताना मला दबल्यासारखं किंबहुना घाबरल्यासारखंच झालं होतं. कधीकधी तर माझा शाळेतला पहिला दिवस मी पुन्हा जगतेय असं वाटे. सगळं काही वेगळं आणि भांबावून टाकणारं... मला तर वाटलं त्या तणावामुळे मला उलटीच होणार.

प्रत्येकजण सहजासहजी फेकत असलेले जडजड तांत्रिक शब्द माझ्या डोक्यावरून जात होते, आजूबाजूला हास्याचे फवारे उडवणारे विनोद मला कळत नव्हते. माझ्याबरोबर माझा लंच बॉक्स 'शेअर' करायला देखील कोणी नव्हतं; म्हणून मी एका कोपऱ्यात बसून माझी पोळी-भाजी जेवढी चटकन खाता येईल, तेवढी खाऊन टाकली.

मला प्रौढ वयातील माझी पहिली नोकरी मिळाली होती हे खरं, पण माझ्यात दडलेली छोटी मुलगी अजून तेवढीच होती, आणि तिला वाटत होतं की मी दुसरीकडे कुठेतरी असते, तर बरं झालं असतं!

मी जेव्हा सिंहावलोकन करते, तेव्हा मला हे कबूल करावंच लागतं, की कॉर्पोरेट सेक्टर जॉईन करणाऱ्या माझ्या इतर काही सहकाऱ्यांपेक्षा, माझी नोकरी जरा सोपीच होती. आज स्त्रिया ज्या प्रमाणात माध्यमांच्या क्षेत्रात वावरतात, तेवढ्या त्यावेळी नव्हत्या, पण त्या अगदीच तुरळकही नव्हत्या. म्हणून काही रोल मॉडेल्स डोळ्यांपुढे ठेवून त्यांच्याप्रमाणे वेशभूषा करणं किंवा वागणं, हे प्रचलित होतं.

साडी नेसणं हा त्या वेळेस एक आदर्श होता, सलवार-कमीझचा वापर देखील प्रचलित होता. ट्राऊझर्स घालणं ठीक होतं, पण स्कर्ट घातले तर मात्र भुवया उंचावल्या जायच्या आणि बर्म्युडा घालून आलेल्या एका ट्रेनीला तर अपमानित करून घरी पाठवण्यात आलं.

ज्यावेळेला एक सहज अशी अनौपचारिकता वातावरणात होती. त्याच वेळेला एक आचारसंहितादेखील अस्तित्वात होती. वरिष्ठांना त्यांच्या एकेरी नावाने संबोधण्यात येत नव्हतं. कनिष्ठ कर्मचारी फक्त काम करताना दिसत, त्यांचा आवाज ऐकू येता कामा नये. वरिष्ठ अधिकाऱ्यांना केव्हाही कुठेही जाण्याची मुभा होती. कनिष्ठ कर्मचाऱ्यांनी कामाला सर्वांच्या आधी यायचं आणि सर्वांच्या शेवटी ऑफिसातून निघायचं. वरिष्ठांना त्यांचं काम निवडायला परवानगी होती. कनिष्ठांना त्यांच्या टेबलावरचा पसारा आवरून मग निघावं लागत होतं.

हे सगळं 'ट्रायल अॅन्ड एरर' पद्धतीने काम करत पुढे जात असताना शिकावं लागायचं. तुमच्याआधी शिकून शहाणं झालेल्या कोणा 'गूढ' भगिनींकडून मदत मिळण्याची सोय नव्हती. त्यामुळे माझ्या पिढीच्या इतर बऱ्याच स्त्रियांप्रमाणे मी पण ते माझ्या पंखांवर झेललं, अंतःप्रेरणेवर भर दिला आणि 'माझं सगळं बरोबर असेल', अशी तळमळीची प्रार्थना करत राहिले.

माझ्या काही महिला सहकारी, त्यांचा अनुभव माझ्याबरोबर वाटून घ्यायला तयार होत्या. ह्या बाबतीत मी नशीबवान होते आणि मला विश्वास आहे की मी त्यांच्याकडून बरंच काही शिकले. माझ्या काही मैत्रिणी एवढ्या नशीबवान नव्हत्या. त्यांच्या अनुभवाला असं आलं की पुरुषांचं वर्चस्व असलेल्या ऑफिसात ज्यांनी स्वतःची जागा निर्माण केली होती अशा वयस्कर स्त्रियांना, तरुण स्त्रिया ऑफिसात आल्यानंतर आनंद होण्याऐवजी धडकीच भरल्यासारखं होई.

मतितार्थ असा की, आम्हाला सगळं करायचं होतं. जेवढी जास्त पुढे मुसंडी मारायची तेवढी मारण्याचा सर्वाधिक चांगला प्रयत्न करायचा होता. बहुतेकजणी

आम्हाला फेकण्यात आलेल्या खोल पाण्यात गटांगळ्या खात होत्या. फक्त ज्यांचं नशीब बलवत्तर होतं, तेवढ्याच कडू-गोड प्रकारे शेवटापर्यंत टिकून राहू शकल्या. गेल्या दोन दशकांत गोष्टी काही चांगल्याप्रकारे बदलल्या आहेत का?

आजच्या स्त्रीला, तिच्यापेक्षा तरुण स्त्री-सहकाऱ्यांना पूर्वीपेक्षा काहीसं चांगलं वागवावं इतका आत्मविश्वास वाटतो का? तिने तिच्या काळात ज्या रस्त्यांवरून आंधळेपणाने प्रवास केला होता, त्या रस्त्यांवरून जायला ती त्या तरुण स्त्रियांना मदत करेल का? स्त्रियांमध्ये सौहार्दाची भावना अद्याप शिल्लक आहे का?

तशी भावना जर असेल, तर ती ठळकपणे लक्षात येण्याइतपत प्रत्यक्षात दिसत नाही. तरुण स्त्रिया जेव्हा त्यांच्या व्यावसायिक जीवनात प्रवेश करतात, तेव्हा त्यांना अजूनही असुरक्षितच वाटत असतं. त्यांच्या हातात एवढंच असतं की स्वत:च्याच चलाखीवर अवलंबून मार्ग शोधून काढत पुढे पुढे जात राहायचं, देवाकडे प्रार्थना करत राहायची की निस्तरता येणार नाहीत असे घोटाळे उद्भवू नयेत आणि सगळं काही ठीक व्हावं.

आजूबाजूला नजर टाकल्यावर मला तरी मी काम करायला सुरुवात केल्यापासून परिस्थितीत काहीही बदल झाल्याचा आढळून आला नाही, आणि माझी तशी खात्रीच पटली आहे. मी जशी एकेकाळी अनभिज्ञ होते, तशाच प्रकारे हल्लीच्या तरुण स्त्रिया कामाला सुरुवात करतात आणि त्यांनाही कोणती मदत नसते.

पण खरं म्हणजे त्यांना मदतीची नितांत आवश्यकता असते. आजकालचं नोकरीच्या ठिकाणचं वातावरण दसपटीने अधिक व्यावसायिक आणि कट-थ्रोट झालेलं आहे. तुम्हाला यशस्वी व्हायचं असेल तर - सुस्तपणाने वागून काम भागणार नाही! मुलाखतीपासूनच सुरुवात करू या. सिंहावलोकन केल्यावर मी माझी मुलाखत कशी काय पार पाडली, त्याचंच मला आश्चर्य वाटतं. पण माझ्या बाबतीत जरी ते खपून गेलं असलं, तरी आत्ताच्या घडीला वर्क-फोर्समध्ये प्रवेश करणाऱ्या कोणालाही मी तशा प्रकारच्या मुलाखतीची शिफारस करणार नाही. पूर्वीपेक्षा स्पर्धा अधिकाधिक तीव्र बनत चालल्याने तुम्हाला तुमच्या जिभेवर सगळी माहिती आणि नावं तयार ठेवता यायला पाहिजेत.

असं समजू की तुम्हाला नोकरी मिळाली; तरीही तुमच्या कटकटी संपत नाहीत.

अजूनही लाखो गोष्टी अशा असतील, ज्या चुकू शकतील. माझी एक मैत्रीण ॲडव्हर्टायझिंग एजन्सीमध्ये कामाला आहे. ती जेव्हा जीन्स आणि एक साधासा टी-शर्ट घालून कामाला गेली, तेव्हा बाकीच्या एकूण स्त्रिया अतिशय चोख पोशाख करून आलेल्या तिला आढळल्या. ती नंतर माझ्याकडे रडकुंडीला येऊन विव्हळलेल्या आवाजात म्हणाली, 'मला वाटलं ॲडव्हर्टायझिंग एजन्सीमध्ये

अधिक कॅज्युअल पोशाख करत असतील,' पण अधिकाधिक नोकरी करणाऱ्या स्त्रिया तुम्हाला हेच सांगतील, की कॅज्युअल-कॅज्युअलमध्ये देखील फरक असतो.

तुमचा वॉर्डरोब ठीक नसेल तर एकदा-दोनदा शॉपिंगसाठी जाऊन तुम्ही तो व्यवस्थित करू शकता. पण तुम्हाला जर काहीसं कमकुवत आणि उथळ वाटत असेल, तर एका ट्रीपमध्ये ते दुरुस्त होणार नाही. ऑफिसमधल्या शिष्टाचारांचा विचार त्याहूनही गांभीर्याने करावा लागेल.

ऑफिस मीटिंग्ज हा एक चक्रावून टाकणारा भाग ठरू शकतो. शांत आणि संयमित राहायचं, की तडफदार, मुद्दे ठासून मांडणारी भूमिका घ्यायची? आत्मविश्वास आणि आगाऊपणा ह्यातली सीमारेषा कोणती? (ह्या प्रश्नाचं उत्तर मला स्वत:लाच जाणून घ्यायचंय!)

कामाच्या ठिकाणचे वैयक्तिक संबंध... कितपत पुढे जायचं? लंच-डिनरची आमंत्रणं तेवढ्यापुरतीच मर्यादित असतात, की लैंगिक छळवादाची ती सुरुवात असते? पुरुषांबरोबर ड्रिंक्स घेतल्यावर पुन्हा एकदा ड्रिंक्ससाठी तुम्ही 'होय' म्हणता? त्यामुळे तुमच्यावर 'फास्ट ॲन्ड इझी' असा शिक्का तर बसत नाही? अकाऊंटिंगमधल्या त्या चिकण्या पुरुषाबरोबर तुम्ही सांकेतिक भेटीगाठींना जावं का? पण त्यामुळे ऑफिसातले सत्ताधारी लोक ऑफिस-रोमान्सकडे वक्र दृष्टीने तर बघणार नाहीत? प्रत्येक दिवशी एखादा नवीनच त्रासदायक प्रश्न सामोरा येतो आणि त्यातल्या कोणत्याही प्रश्नाचं उत्तर सोपं नसतं.

पण जेव्हा तुम्ही तुमच्या सहकाऱ्यांना जोखण्याचा प्रयत्न करत असता, त्यावेळी ते देखील तुमचं सतत परीक्षण करत असतात, हे लक्षात ठेवा. तुम्ही त्या ठिकाणी नवीनच आला आहात आणि सगळ्यांच्या नजरा तुमच्यावर खिळलेल्या असतील, तुम्ही कुठे चुकता आहात हे त्यांना बघायचं असेल. म्हणून सावधगिरीने पावलं टाका. तुम्ही ऑफिसच्या वातावरणात स्थिरावलात तरीदेखील अजून तुम्हाला लढाई जिंकायचीच आहे, हे लक्षात ठेवा.

ह्याचा अर्थ तुम्हाला पूर्णपणे नवीन अशी कौशल्यं शिकून घ्यावी लागतील. सगळ्यांच्या नजरेत भरावं म्हणून तुम्ही नवीन असताना जो प्रयत्न केला असेल, तो तुम्हाला नंतर त्या व्यवस्थेचा एक भाग होऊन राहण्यासाठी अधिकच नेटाने करावा लागेल. तुमच्या गुणविशेषांची जाणीव फक्त तुम्हालाच असून भागणार नाही, ते इतरांच्याही लक्षात आणून द्यावे लागतील. पण तुम्ही पुढे पुढे करणाऱ्या आणि अंगावर येणाऱ्या अशा न वाटता, लक्ष केंद्रित करणाऱ्या आणि कामात गढून जाणाऱ्या आहात, अशा लोकांना दिसाव्यात म्हणून कसं वागावं लागेल?

एकदा ते जमायला लागलं, की तेवढ्यावरच न भागवता तुम्हाला प्रत्येक दिवशी हमाली करावी लागेल. तुम्ही इतरांपेक्षा एक वेगळा नावीन्यपूर्ण विचार

करणाऱ्या आहात, निर्णायक प्रसंगांत तुमची शांती ढळत नाही, आणि तुम्ही टीमचं नेतृत्व करण्यासाठी तिला प्रभावित करणं, पुढे नेणं, हे करू शकणाऱ्या एक परिपूर्ण व्यवस्थापक आहात, अशी तुमची प्रतिमा तयार झाली पाहिजे. ह्या सगळ्या विषयावर आरूढ होऊन तुम्ही ते कथित 'ग्लास सीलिंग' भेदण्यासाठी तुमचा वैयक्तिक लढा देऊ शकता.

भीतिदायक क्षेत्रात न भरकटता हे कसं काय साध्य करायचं? 'कर्कश आवाजात बोलणाऱ्या आणि वर्चस्व गाजवणाऱ्या' अशा न वाटता परिस्थितीवर नियंत्रण असलेली आणि संतुलित अशी तुमची प्रतिमा कशी काय साकारायची? तुमचा तोल जर एक-दोनदा जरी ढळला, तरी लोक तुम्हाला 'इमोशनल' ही संज्ञा (ते सभ्य असतील तर,) किंवा 'हिस्टेरिकल' असं बिरुद (सभ्य नसतील तर) बहाल करतील. तुमचा आवाज जरा देखील चढला तरी तुमच्या मानसिक आरोग्याबद्दल तुमचे सहकारी प्रश्नार्थक भूमिका घेतील, किंवा मग 'रॉंग टाईम ऑफ द मन्थ' असं ऐकू येईल अशा आवाजात तुम्ही त्यांच्या अंगावरून जाताना पुटपुटतील.

आणखीही काही द्विधा करणाऱ्या वैयक्तिक 'गोष्टी' असतील. उच्च पदावर पोहोचण्यासाठी तुम्ही जेवढं अधिकाधिक नेटाने काम कराल, तेवढाच तुमच्या प्रियजनांसाठी तुमच्याकडे कमीतकमी वेळ उरेल. प्रत्येक दिवशी तुम्ही जर थकून भागून घरी परतणार असाल, तर तुमच्या वैयक्तिक संबंधांतील भावुकता तुम्ही तेवढीच तीव्र कशी काय राखू शकाल? तुमचा अधिकाधिक वेळ मागणाऱ्या चिडखोर मुलांना तुम्ही कसं काय सांभाळू शकाल?

ह्या सगळ्या डोकं फिरवणाऱ्या भाऊगर्दीत तुम्ही स्वतःचा डौलदारपणा अबाधित राखण्याकडे कानाडोळा करूच शकत नाही. तुम्ही कशा दिसता हे कामाच्या ठिकाणी महत्त्वाचं असतं. गबाळेपणाने पोशाख केलात आणि अव्यवस्थित दिसलात, तर तेच अवगुण तुमच्या कामात देखील उतरलेले असणार असं लोक गृहीत धरतील. वाढलेलं वजन आणि सुस्तावलेपणा म्हणजे बेशिस्त, अनागोंदी कारभार असा अर्थ काढला जाईल; पण सडपातळ आणि नीटनेटक्या असलात, तर बरोबर विरोधी अर्थ निघेल. तुम्ही कितीही निषेध नोंदवलात, तरी कामाच्या ठिकाणचं वातावरण दिवसेंदिवस बाह्यरूपाला अधिकाधिक महत्त्व देणारं होत चाललंय. तुम्ही स्वतःला वळण लावलं नाहीत, तर एक दिवस तुमची उचलबांगडी करण्यात आली आहे, असं तुम्हाला कळेल.

अर्थात, हा काही फक्त सौंदर्यशास्त्राचा भाग नव्हे. कामाचे दीर्घ तास, ताणतणाव ह्या सगळ्यांतून निभावून जाताना, नोकरीच्या आधुनिक ठिकाणी तुम्ही उत्तम स्थितीत असलं पाहिजे. म्हणून तुम्हाला अगदी असं जरी वाटत असेल की, श्वासोच्छ्वास करायला देखील माझ्याकडे वेळ नाही, तरीही व्यायाम करण्यासाठी

तुम्हाला वेळ शोधायलाच पाहिजे. तुमच्या आहाराबद्दलही शिस्त बाणवा, विशेषत: त्या ऑफिस अकाऊंटमध्ये खर्च टाकण्याच्या लंचबाबत!

एवढ्या सगळ्या ढीगभर गोष्टींवर आणि तपशिलांवर लक्ष केंद्रित करत असताना, जी काही मदत मिळेल, ती तुम्हाला लागेलच, म्हणून हा पुस्तक प्रपंच. कामाच्या ठिकाणच्या खवळलेल्या पाण्यातून पुढे वाटचाल करायला मदत व्हावी यासाठी तुम्हाला ज्याची गरज लागू शकेल, अशा प्रत्येक छोट्यामोठ्या माहितीचं आणि सल्ल्याचं संकलन करण्याचा हा एक प्रयत्न आहे. आणि हा प्रयत्न खऱ्याखुऱ्या, नोकरी करणाऱ्या स्त्रियांच्या अनुभवांवर आधारित आहे. तुम्ही तुमच्या करिअरमध्ये यश मिळवावं म्हणून. तुमच्या नोकरीच्या ठिकाणी असलेली अशा मदत करणाऱ्या स्त्रियांची उणीव, हे पुस्तक सहजपणे भरून काढू शकेल.

जाता जाता, सहज माहिती आणि सल्ल्यासाठी – हे पुस्तक म्हणजे काही एखादा 'जादूचा मंत्र' नव्हे, जो एखादा चमत्कार घडावा तसं तुमचं आयुष्य बदलून टाकेल; ह्या पुस्तकाचा वापर तुम्ही कितपत सूज्ञपणे करता, ह्यावर तुमच्या करिअरची जडणघडण कशी होते, हे अवलंबून राहील.

आणि सर्वांत महत्त्वाचं, तुम्ही कितपत व्यावसायिकतेने काम करता ह्यावर देखील ते अवलंबून असेल. ह्या पुस्तकाच्या पानांमध्ये दिलेली माहिती ही तुम्ही मार्ग आक्रमताना फक्त पथनिदर्शक म्हणूनच उपयोगी पडू शकेल. पण शेवटी, तुमच्या यशाच्या शिल्पकार तुम्ही स्वत:च असाल.

# अनुवादिकेचं मनोगत

एक कादंबरीकार, आणि पत्रकारितेत यशस्वी 'करिअर' असणाऱ्या सीमा गोस्वामी या 'वुमन ऑन टॉप' पुस्तकाच्या लेखिकेचं नाव, टी.व्ही.च्या तसेच हिंदुस्तान टाईम्सच्या 'ब्रंच' ह्या सनडे मॅगॅझिनमधील तिच्या 'स्पेक्टॅटर' स्तंभलेखनामुळे परिचित होतं. हिंदुस्तान टाइम्सच्या 'बेस्ट सेलिंग' साप्ताहिकातून तिने 'लाइफ ॲन्ड स्टाईल' विषयावर तिच्या हलक्याफुलक्या शैलीत लिहिलेले लेखही वाचले होते.

मला जेव्हा 'वुमन ऑन टॉप' पुस्तकाचा अनुवाद करण्याची जबाबदारी देण्यात आली, तेव्हा पुस्तकाचं वाचन करताना गोस्वामीने 'करिअर घडवण्यासाठी' आणि 'टॉप'ला पोहोचण्यासाठी एका स्त्रीला कोणकोणत्या दिव्यांतून जावं लागतं, याचा किती वेगवेगळ्या अंगांनी विचार केला आहे, तसंच एका पुरुषापेक्षा स्त्रीला नोकरीच्या ठिकाणी प्रगति करण्यासाठी पूर्णपणे वेगळी कार्यप्रणाली कशी अवलंबावी लागते, याच्या तिने अगदी बारकाव्यांनिशी केलेल्या वर्णनाने मी प्रभावित झाले.

अविवाहित, किंवा विवाहित स्त्रियांना नोकरी करताना जी तारेवरची कसरत करावी लागते त्यावर लिहिले जाणारे लेख आपण नेहेमीच वाचत असतो; पण त्या प्रश्नांची उत्तरं शोधण्याचं काम मात्र वाचकांवरच सोपवण्यात येतं! या अनुत्तरित प्रश्नांना पूर्णपणे व्यावसायिक, तरीही वाचकाला आकलनासाठी सुलभ ठरेल, अशा पद्धतीने लेखिकेने पुस्तकाची मांडणी केली आहे.

सीमा गोस्वामीला असलेलं फॅशन जगताचं सखोल ज्ञान, नोकरी करणाऱ्या स्त्रीसाठी 'टिप्स' देताना तिने हातचं काही न राखता वापरलं आहे.

मुलाखतीला जाताना 'फर्स्ट इम्प्रेशन' किती महत्त्वाचं असतं, ह्या विषयाने सुरुवात करून तिने पद्धतशीरपणे वाचकाला 'लैंगिक छळवादा'सारख्या गुंतागुंतीच्या विषयाकडे वळवलं आहे. छळवादाची शिकार होऊ नये, म्हणून मुळातच नोकरी करणाऱ्या स्त्रीने कोणती पथ्यं पाळावीत, याचं मौलिक मार्गदर्शन तिने वेगवेगळी उदाहरणं देऊन केलं आहे.

'टॉप'ला पोहोचण्यासाठी त्या 'कथित' ग्लास सिलिंगच्या 'मिथका'चा भेद करण्यासाठी जाणीवपूर्वक प्रयत्न करणं किती आवश्यक आहे, हे वाचकांच्या मनावर बिंबवण्यात ती यशस्वी झाली आहे. असं म्हणावं लागेल.

'प्रत्येक नोकरदार स्त्रीला तिच्या पर्समध्ये बाळगावंसं वाटेल' असं ह्या पुस्तकाचं वर्णन करण्यात आलं आहे; तरीही लेखिकेने विनम्रपणे प्रस्तावनेत सुचवलं आहे, की, 'तुमचा मार्ग आक्रमताना एक 'पथनिदर्शक' म्हणूनच हे पुस्तक उपयोगी पडू शकेल, कारण शेवटी तुमच्या यशाच्या शिल्पकार तुम्ही स्वत:तच असाल..'

वेगवेगळ्या क्षेत्रांत 'यशस्वी करिअर' केलेल्या स्त्रियांनी पुस्तकांवर उधळलेल्या स्तुतिसुमनांत सूर मिसळून, मला ही अनुवाद पूर्ण झाल्यावर असंच म्हणावंसं वाटलं, की 'इतकं मार्मिक, तळमळीने लिहिलेलं पुस्तक, मी माझ्या पहिल्या नोकरीच्या आधी वाचलं असतं तर...'

'वुमन ऑन टॉप' ह्या वैशिष्ट्यपूर्ण पुस्तकाचा अनुवाद करण्याची संधी मला दिल्याबद्दल मेहता पब्लिशिंग हाऊसच्या श्री.सुनील मेहतांचे मी मन:पूर्वक आभार मानते. तसंच पुस्तकाला आकर्षक मुखपृष्ठांने सजविणारे श्री.चंद्रमोहन कुलकर्णी, ते उत्कृष्ट आणि दर्जेदार व्हावं, यासाठी घ्याव्या लागणाऱ्या मेहनतीत कोणतीही कसर बाकी न ठेवणाऱ्या आणि आवश्यक समन्वय कौशल्याने साधणाऱ्या राजश्री देशमुख तसंच प्रकाशन-प्रक्रियेत हातभार लावणाऱ्या इतरांचेही मनापासून आभार.

*– शोभना शिकनीस*

## अनुक्रम

फर्स्ट इम्प्रेशन / १
सुरुवात करताना / १०
छान दिसणं / २४
    (तुम्हाला वाटतंय तेवढंच ते महत्त्वाचं आहे)
बॉसला खूष कसं ठेवाल? / ४०
घरापासून दूर... / ५८
बेडरूम की बोर्डरूम? / ७४
'लैंगिक छळ' (आपण जेव्हा तो बघतो, तेव्हाच कळतं) / ८७
निरोगी राहणं / १०४
वेगवान आयुष्य / ११८
    (किंवा नोकरीच्या ठिकाणी मुसंडी कशी मारायची?)
आय ॲम द बॉस– फायनली! / १३६

## फर्स्ट इम्प्रेशन

फर्स्ट इम्प्रेशन्सबद्दल धडकी भरवणारी गोष्ट ही आहे की, अनेक वेळा इम्प्रेशन बनवण्याची तुम्हाला ती एकच संधी असते. तुमच्या नोकरीच्या मुलाखतीच्या पहिल्या पाच मिनिटांत घोटाळा करा आणि शक्यता हीच आहे की तुम्हाला एखाद्या बेडकासारख्या उड्या मारत तिथून त्वरेने बाहेर काढलं जाईल, म्हणजे पुढच्या उमेदवाराच्या मुलाखतीचा मार्ग मोकळा! अन्याय वाटतो? अर्थातच, पण जगाची रीतच अशी आहे आणि तुम्हाला त्याचा संताप येतो म्हणून ते बदलण्याची शक्यता नाही. आणि म्हणूनच तुम्हाला पूर्णपणे तयारी करून आणि परिस्थितीवर संपूर्ण नियंत्रण ठेवूनच मुलाखतीला जावं लागेल, म्हणजे 'गो' शब्दापासूनच तुम्ही लोकांना 'वॉव' म्हणायला लावाल.

'मी त्यांना 'हॅलो' म्हणून जिंकलं!'

तुमचं अपॉईंटमेंट लेटर तयार होऊन तुमच्या हातात पडेपर्यंत तुम्हाला तसं म्हणायला पाहिजे.

जर तुम्ही तुमची रणनीती आधीच चांगली तयार करून, सगळ्या तपशिलांचा विचार करून ठेवला असेल, तर तुम्हाला वाटतंय तेवढं हे कठीण नाही.

ठीक आहे, तुम्ही नर्व्हस आहात. मुलाखतीच्या वेळी प्रत्येकजण असतो. पण यश-अपयशामधला फरक यात आहे की, तुमची अधीरता झाकून टाकून एका आदर्श पातळीवर काम करणं तुम्हाला कितपत जमतं. तुमचे गुडघे एकमेकांवर आपटत असतील आणि तुमचं हृदय प्रत्येकाला ऐकू जाईल एवढ्या जोरात धडधडत असेल, तरीही इंटरव्ह्यूरूममध्ये आत्मविश्वासाने हसत प्रवेश करा. तोंडावर हास्य आणता आलं नाही, तरी निदान ऐश्वर्या रायसारखं खुदुखुदू हसत तुमचा तणाव लपवण्याचा प्रयत्न करू नका. तुम्ही चक्रम आणि उथळ आहात, असा तुमच्याबद्दल ग्रह होईल.

लक्षात ठेवा, आत्मविश्वासाचं गमक तुमची तयारी कितपत चांगली आहे, यातच आहे. इंटरव्ह्यूरूममध्ये प्रवेश करताना जर तुमची प्राथमिक तयारीच नसेल, तर तुम्हाला नोकरी मिळण्याची काहीच शक्यता नाही. आणखी काय, वेटिंग रूममधल्या इतर उमेदवारांशी जर तुम्ही बोललात, तर तुम्हालाही ते कळून येईल.

रूममध्ये प्रवेश करण्याच्या आधीच जर तुम्हाला अपयशाची चुणूक मिळाली, तर तुम्ही यशस्वी होऊ शकाल असं तुम्हाला दर्शवता येणार नाही. दुसऱ्या बाजूला तुम्ही जर तुमचं होमवर्क नीट केलं असेल, तर इतरांच्या तुलनेत तुम्ही स्वत:ला मजबूत, स्मार्ट आणि आत्मविश्वासाने युक्त अशा दाखवू शकाल. हे म्हणजे अर्धीअधिक लढाई जिंकल्यासारखंच आहे.

आत्मविश्वास आणि गिर्रेबाजपणा ह्याच्यात एक तरल रेषा आहे, ती न ओलांडण्याचं भान तुम्ही नेहमीच बाळगलं पाहिजे. बुद्धिमान दिसत असताना अतिहुशार असल्याचं दर्शवू नका. तुम्हाला जर लोकांवर छाप पाडायची असेल, तर त्यांचा 'मूड' घालवू नका.

सर्वांत चीड आणणारी गोष्ट हीच असेल की, नोकरीसाठी आलेली उमेदवार जणू काही तिला सगळी उत्तरं, अगदी न विचारलेल्या प्रश्नांची देखील माहीत आहेत, अशा पद्धतीने वागते.

आता येणारे प्रश्न! ज्या उमेदवाराने एखाद्या नोकरीच्या इंटरव्ह्यूची जेव्हा तयारी केली असेल, तेव्हा त्याने कोणत्या प्रकारचे प्रश्न विचारले जातील, ह्याबद्दल रात्र रात्र जागून विचार केला असेल. ते तांत्रिक आणि उद्योगधंद्यासंबंधी असतील? की सध्याच्या घडामोडी आणि सामान्यज्ञानाबद्दल देखील असतील? छंदासंबंधी चर्चा होईल का? तुम्ही नोकरी का बदलू इच्छिता, असं जर कोणी विचारलं तर योग्य उत्तर काय द्यावं? प्रश्नांची जंत्री न संपणारी आहे आणि शक्यता घाबरवून टाकणाऱ्या! तेव्हा तुमची तयारी कुठे सुरू व्हावी आणि कुठे संपावी?

सोपं आहे. प्रथम तुमच्या विशेष क्षेत्राबद्दलची माहिती चोख ठेवा. क्षेत्र कोणतंही असो, ॲडव्हर्टायझिंग, अकाऊंटिंग किंवा ॲस्ट्रॉनॉमी; तुमची उत्तरं जिभेच्या टोकावर असली पाहिजेत. कोणत्याही तांत्रिक प्रश्नांची उत्तरं देताना ती माहितीपूर्ण आणि थोडक्यात द्या. उत्तर माहीत नसेल, तर सरळ सांगा. तुम्हाला माहीत नसलेली उत्तरं माहीत असल्याचा देखावा करू नका. कारण तसे प्रश्न विचारण्याचा क्रम जर पुढे तसाच चालू राहिला, तर तुम्ही अधिकच अडचणीत याल आणि पैजेवर सांगता येईल की ते तसंच होईल. पण तुम्हाला माहीत नसल्याचं सरळ सांगितलंत तर निदान प्रामाणिकपणाचे काही चिल्लर गुण मिळण्याची तरी शक्यता आहे. 'मूर्ख आहात' असा त्यांनी विचार केलेला एकवेळ पत्करेल, पण खरोखरच मूर्खासारखी उत्तरं देताना सापडू नका.

शक्य असेल तर तुमच्या व्यवसायामधल्या इतर लोकांशी बोला आणि मुलाखतीच्या वेळेला कोणत्या प्रश्नांची अपेक्षा ठेवावी, ह्याचा शोध घ्या. त्यांच्या सल्ल्याने तयारी करा, पण हेही लक्षात ठेवा की अचानकपणे पोतडीतून बाहेर निघावेत, तसे प्रश्न विचारले जाण्याचीही शक्यता असते.

संभाव्य प्रश्नांची एक सूची तयार करा आणि त्या सगळ्यांची उत्तरं तुमच्याकडे आहेत का ह्याची खात्री करा. कंपनीची वेबसाईट असेल तर ती अभ्यासून कंपनीच्या उद्दिष्टांची, कार्यक्षेत्राची चांगली माहिती करून घ्या. कंपनी विस्तार करण्याच्या अवस्थेत आहे का, कंपनीत वेगवेगळ्या स्तरावर महत्त्वाचे लोक कोण आहेत आणि विशेष म्हणजे तुमचं काम कोणत्या प्रकारचं असणार आहे, ह्याची चाचपणी करा. ही तयारी केल्यामुळे तुम्हाला बेसावधपणे अशा एखाद्या अडचणीत टाकणाऱ्या प्रश्नाला तोंड द्यावं लागणार नाही, की ह्या नोकरीकडून तुमच्या काय अपेक्षा आहेत?

उदाहरणार्थ तुम्ही जर पत्रकारिता किंवा ॲडव्हर्टायझिंगसारख्या निर्मितिक्षम क्षेत्रात नोकरीसाठी अर्ज करत असाल, तर वेगवेगळ्या कल्पनांनी सज्ज होऊन जाणं सयुक्तिक ठरतं. 'पुढची कव्हर स्टोरी काय असावी?' असं जर विचारण्यात आलं, तर 'अं...' करण्यापेक्षा, किंवा 'अलीकडे कोणत्या ॲड कॅम्पेनमुळे तुम्ही प्रभावित झालात?' असं विचारलं गेलं तर चुळबुळत बसण्यापेक्षा, तुमच्या कल्पना तुम्ही मांडू शकता. तसंच ह्या क्षेत्रातले मुख्य खेळाडू कोण आहेत, हे माहीत असणं देखील फायद्याचं ठरतं. 'साची ॲण्ड साची' कोण आहेत ह्याचा गंध नसणं, किंवा 'व्होग' कोणत्या गटाचं आहे ह्याची खबरबात नसणं, ह्या गोष्टींमुळे तुमचा माहितीचा अभाव वेगळेपणामुळे लक्षात येईल. तुम्ही जर कॉर्पोरेट सेक्टरमध्ये सामील होण्याचा विचार करत असाल, तर व्यवसायातले काही शब्दप्रयोग तुम्हाला अचूक माहीत असले पाहिजेत आणि त्यांचा नेमका प्रयोगही विषयाच्या संदर्भात करता आला पाहिजे. अझीम प्रेमजी आणि नंदन नीलेकणी कोण आहेत हे देखील माहीत असल्यास उत्तम.

तुम्हाला जर मुलाखतीत खरोखरच चमकायचं असेल, तर थोडा अधिक प्रयत्न करण्याची तयारी ठेवा. जगात काय चाललंय ह्याची अद्ययावत माहिती असण्यासाठी वर्तमानपत्र वाचा, टेलिव्हिजनवरच्या बातम्या बघा, देशात आणि जगात राजकीय घडामोडी काय चालल्या आहेत, ह्याचं भान असू द्या. देशातली आणि विदेशातली अर्थव्यवस्था कशी आहे, ह्याची बऱ्यापैकी माहिती मिळवत चला. सेन्सेक्सवर जवळून लक्ष ठेवा. गॉसिप कॉलम्सदेखील वाचत जा, म्हणजे लोकप्रिय संस्कृतीचीदेखील माहिती होईल. मुलाखतकारांनी तुम्हाला विचारलेल्या कोणत्याही प्रश्नाचं उत्तर देण्याची तुमची तयारी होईल.

त्याच्या मतदारसंघाच्या कार्यालयात मुस्लीम महिलांची भेट घेताना, त्यांनी चेहऱ्यावरचे बुरखे बाजूला करावे, असं जॅक स्ट्रॉने जे सुचवलं, ते योग्य होतं काय? हिजाब वादग्रस्त मुद्द्यामध्ये तुमची भूमिका काय असेल? प्रणव मुखर्जी एक चांगले परराष्ट्र मंत्री होऊ शकतील काय? की त्यांचे ते जड शब्दोच्चार

जागतिक स्तरावर समजावून घेण्यास अवघड होतील? इंडियन स्टॉक मार्केट कृत्रिमरित्या फुगवण्यात आलं आहे काय? टॉम क्रूज आणि केटी होम्सबद्दलच्या, तिच्या त्या गरोदरपणाचा खोटा देखावा करण्याच्या कथांबद्दल तुमचं काय मत आहे? क्रूझचा संयम पूर्णपणे ढळला आहे का? (ऑप्रा शोमध्ये त्याचं काऊचवर नाचणं बघा!)

तुम्ही अर्ज करत असलेल्या नोकरीशी ह्या प्रश्नांचा कदाचित अर्थाअर्थी काही संबंधदेखील नसेल. पण बहुतेक मुलाखतकार तुमचा जागतिक संपर्क कितपत आहे, ह्याचा अंदाज त्यावरून घेतील. एखाद्या डबक्यातल्या बेडकाप्रमाणे नव्हे तर, सभोवताली काय घडतंय, ह्याचं ज्ञान असलेल्या म्हणून तुमची प्रतिमा ठसायला हवी. तसंच, कोणत्याही मुलाखतीला नीट सुरुवात होण्यापूर्वी, थोडंसं अवांतर बोलणं नेहमीच होतं आणि संभाषणाची तुमची बाजू तुम्ही नीट सांभाळायला हवी.

मुलाखतीतल्या संभाषणाला वेगळ्याच वाटा फुटताहेत, असं वाटलं तर तुम्ही ते योग्य मार्गावर आणा. ते देखील अशा विषयांवर, ज्यात तुम्ही चमकून दिसाल. नोकरीबद्दल काही प्रश्न असतील, तर ते आत्ताच विचारा त्यामुळे तुम्हाला विषयाला वेगळं वळण लावण्याची संधीदेखील मिळेल.

**तुमच्याबद्दलची आदर्श माहिती**

* *अटळ असलं तरी बरेच उमेदवार ह्या गोष्टीकडे कानाडोळा करतात, याचं आश्चर्य वाटतं. तुमची माहिती व्यवस्थित आणि वाचायला सहज अशा पद्धतीने टाइप केलेली असावी.*
* *ग्राफिक डिझायनर म्हणून अर्ज करत असाल, तरच रेझ्युमे आकर्षक दिसेल असा नटवण्याचा प्रयत्न करा. आणि त्या परिस्थितीत ती तुमची प्रारंभिक परीक्षा आहे असे समजून उत्तम काम करा.*
* *सगळे मुद्दे सुस्पष्टपणे, मुद्देसूदपणे नमूद करा : शिक्षण, वैवाहिक पात्रता, इतर गुणविशेष, छंद इ.*
* *दहाव्या इयत्तेत तुम्ही स्पेलिंग कॉम्पिटिशन जिंकली होती किंवा काय, हे जाणून घेण्यात कोणाला रस नसेल. तुमच्या भावी नोकरीच्या अनुषंगाने आवश्यक असलेलीच माहिती द्या.*
* *कोणाच्या लक्षात येणार नाही ह्या समजुतीने तुमच्याकडे नसलेली गुणवैशिष्ट्यं नमूद करू नका. तुमचं नशीब चांगलं नसेल आणि फ्रेंच ही तुम्हाला अवगत असलेल्या भाषांपैकी एक आहे अस तुम्ही म्हटलं असेल, तर नेमका तुमच्या इंटरव्ह्यू पॅनेलमध्ये एखादा फ्रेंच भाषातज्ज्ञ असू शकेल*

*आणि तो तुम्हाला उघडं पाडेल.*

तुम्ही कशा दिसता हे देखील महत्त्वाचं आहे.

'दिसण्यात काय आहे?' अशासारख्या विचारांनी गोंधळून जाऊ नका. मार्केटमध्ये जॉब शोधण्यासाठी गेल्यावर तुम्ही कशा दिसता हे निश्चितच महत्त्वाचं आहे. मुलाखतीच्या वेळी त्यांच्यासमोर एखादी सुपर मॉडेल येईल अशी जरी मुलाखतकारांची अपेक्षा नसली, तरी निदान नीटनेटकं आणि प्रसन्न दिसणं आवश्यक आहे. पण योग्य कपड्यांची निवड किंवा हलकासा मेकअप, एवढ्यापुरतंच ते मर्यादित नाही. तुमची योग्य ती प्रतिमा तयार झाली पाहिजे. 'कूल', तरतरीत, आत्मविश्वासपूर्ण आणि संयमी. अर्थात, तुम्ही तशा दिसलात आणि एकदा का तोंड उघडल्यावर पूर्णपणे मूर्ख ठरलात, तर त्याचा काय उपयोग? पण जर तुम्ही निश्चितपणे चुकीच्या दिसत असाल, गबाळग्रंथी, अव्यवस्थित, कॅज्युअल... तर तुम्ही त्या नोकरीसाठी योग्य आहात असं सिद्ध करण्याची संधीदेखील तुम्हाला मिळणार नाही.

मग, मुलाखतीसाठी योग्य पेहराव? तुम्ही ज्या क्षेत्रात नोकरी मिळवू इच्छिता, त्याच्यावर ते अवलंबून आहे. माध्यम क्षेत्रात प्रयत्न करत असाल, तर थोडा अधिक 'कॅज्युअल' पेहराव चालेल. अर्थात जीन्स आणि टी-शर्ट घालणं म्हणजे जरा अधिकच झालं. फॅशन्सच्या क्षेत्रात नोकरीसाठी मुलाखतीला जात असाल, तर उठावदार, डेअरिंगबाज वेशभूषा चालू शकेल. प्रकाशन किंवा तत्सम क्षेत्रात प्रवेश करायचा असेल, तर थोडी हटके वेशभूषा केली तर काही बिघडणार नाही. एखाद्या 'एनजीओ'त अर्ज केला असेल, तर हॅन्डलूमचा सलवार-कमीझ किंवा साडी अधिक योग्य ठरेल. अरुंधती रॉय किंवा वृंदा करात यांना डोळ्यांपुढे आणा. एनजीओसाठी ते अधिक सयुक्तिक ठरेल. उद्यम क्षेत्रासाठी मात्र तिथल्या वातावरणाला योग्य असा प्रभावी पोशाखच लागेल.

तुम्ही कोणतेही कपडे घातलेत, तरी त्यामुळे तुम्ही आरामशीर असणं आवश्यक आहे. म्हणून तुम्ही पूर्वी कधी साडी जर नेसली नसेल, तर प्रयोग करत बसण्याची ही वेळ नाही. कारण मुलाखतीच्या वेळी प्रश्नांवर लक्ष केंद्रित होणं महत्त्वाचं आहे. तुम्ही उठून उभ्या राहिल्यावर साडीच्या निऱ्या सुटून खाली येणार नाहीत ना, ह्याची काळजी वाटत असेल, तर लक्ष केंद्रित कसं होईल? मुलाखतीच्या खोलीमध्ये प्रवेश करताना साडीच्या घोळात पाय अडकून पडायची तर तुमची नक्कीच इच्छा नसेल? म्हणून डौलदार आणि प्रौढ दिसेल असं काहीतरी जरूर परिधान करा, पण ते सावरता येईल आणि आरामदायीही असेल, ह्याची खात्री करा.

उद्यम क्षेत्रात सध्याचा आवडीच वेष म्हणजे ट्राऊझर-सूट. तो तुम्ही समजता

तितका कंटाळवाणा दिसत नाही. एकतर नेहमीचा गडद काळा रंग निवडण्यापेक्षा तुम्ही हलका निळा किंवा कोनमळी किंवा चमकता लाल नाहीतर जांभळा रंगदेखील निवडू शकता. त्याच्याबरोबर तुम्ही स्वच्छ सफेद शर्ट घालू शकता, नाहीतर गळ्याभोवती चुण्या असलेला हलक्या रंगाचा शर्ट पण निवडू शकता. त्यामुळे तुम्ही चुणचुणीत दिसण्याबरोबरच लोभसदेखील दिसू शकता. पण कृपा करून तो प्रिंटेड स्कार्फ मात्र पूर्ण वगळा. तो इतका ठरावीक झाला आहे आणि एखाद्या एअर होस्टेससारखा 'चिकणा' वाटतो, असं तुम्हाला वाटलं, तरी एअर होस्टेसही त्यामुळे लोभस दिसत नाहीत, हे सत्य आहे.

ट्राऊझर-सूट जर फारच औपचारिक आणि चढेलपणाचा वाटत असेल, तर छानपैकी बेतून शिवलेला स्कर्ट आणि जॅकेट घाला. त्यामुळे डोळ्यांत खुपणारा 'लूक' न येताही तुम्ही औपचारिक दिसू शकता. पण एक पथ्य पाळा आणि ते म्हणजे स्कर्टची हेमलाईन गुडघ्यांच्या खाली पोहोचणारी असू द्या, त्यापेक्षा थोडी तोकडी असेल तर तुम्हाला एक 'फटाकडी' म्हणून बाद केलं जाण्याचा धोका आहे. तसंच तुमच्या ब्लाऊजचा गळादेखील फार खोल नसावा. तुमची शरीरसंपदा लोकांच्या डोळ्यांत भरवण्याची, मुलाखत ही वेळ नाही.

अलीकडे सलवार कमीझ हा ड्रेस 'बहेनजी' लूक अशी वाईट प्रसिद्धी मिळवायला लागला आहे. पण तुम्ही जर योग्य ती स्टाईल निवडलीत, तर चालेल. साधा, हॅन्ड ब्लॉक प्रिंट किंवा तथाकथित इंडो-वेस्टर्न लूक चालेल. रुढीप्रिय ऑफिसात त्या 'लूक'ला वाव आहे. आणि साडी नेसून चालणे जमत असेल, तर मग प्रश्नच नाही. फक्त ब्लाऊज 'सेक्सी' असण्यापेक्षा साधासा असावा आणि पदर पिना लावून नीट सुरक्षितपणे जागच्याजागी असावा, कारण तुमच्या वक्षस्थळांची घळ चुकून-माकून देखील दृग्गोचर होऊन उपयोग नाही.

आयुष्यात इतर ठिकाणी करावा लागतो, तसा मुलाखतीमध्येदेखील तपशिलांचा विचार आवश्यक आहे. यामुळे परिपूर्ण प्रतिमा निर्माण करायची असेल, तर नुसतंच कपड्यांकडे लक्ष ठेवून भागणार नाही, तर त्यांना सुसंगत अशा तत्सम छोट्या गोष्टींचा देखील विचार करावा लागेल. त्या जर तुम्ही योग्य निवडल्यात, तर प्रभाव चांगला पडेल; पण चुकीच्या असतील, तर मात्र तुमच्याबद्दलचं मत बिघडू शकतं.

वेशभूषेशी संगती साधणाऱ्या वस्तू काळजीपूर्वक निवडा आणि तुमच्या तरतरीतपणात आणि चुणचुणीतपणात त्यांची भर पडू द्या. उंच टाचांचे अति फॅशनेबल शूज घालण्यापेक्षा साधेच, मध्यम उंचीच्या टाचांचे शूज घाला, बरोबर ठेवायची बॅग ताठ फ्रेमची असू द्या, कशीतरी गबाळी नको. दागदागिने मोजके आणि डोळ्यांना फार खटकणार नाहीत असे वापरा. कानांत डूल घालण्याऐवजी खडे घाला, किणकिणाऱ्या बांगड्या नकोत एखादी दिसेल न दिसेल अशा पदकाची

साखळी घाला, ठसठशीत नेकलेस घालू नका. चमचमणाऱ्या अंगठ्या पार्टीसाठी राखून ठेवा.

सांगायचं म्हणजे की नीटनेटक्या आणि व्यवस्थित दिसा. म्हणूनच तुमची केशभूषा स्मार्ट पण साधी असू द्या. तुमचे केस फार लांब आणि जागच्याजागी बसवायला कठीण असतील, तर ते पिना लावून नीट उंचावर बांधा. केस तोकडे असतील, तर हेअर ड्रायरने वाळवून त्यांना व्यवस्थित आकार द्या. लक्षात ठेवा, तुमचे केस तुमच्या ताब्यात नाहीत आणि अस्ताव्यस्त विखुरलेले आहेत अशा दिसू नका.

मेकअपच्या बाबतीत देखील हेच नियम लागू होतात. कमीतकमी मेकअप केलेला चांगला. फाउंडेशनचे जाडजूड थर देऊ नका. त्याऐवजी थोडासा रंगीत छटेचा मॉयश्चरायझर वापरा. ऐनवेळी घामाने चमकणारं नाक आणि कपाळ टिपण्यासाठी तुमच्याबरोबर पावडर कॉम्पॅक्ट असू द्या. डोळ्यांचा मेकअप बेताचा करा. थोडासा आयलायनर, मस्कारा वापरायला हरकत नाही. आय शॅडो? मुळीच नाही! लिपस्टिक फिक्कट आणि हलकेच लावलेली असावी. उदाहरणार्थ फिक्कट गुलाबी किंवा हलक्या बदामी रंगाची, ब्राऊनदेखील चालेल. भडक लाल आणि गडद मरून रंग टाळा. चमकणारा ओलसर लिप ग्लॉसही टाळलेलाच बरा. तुम्हाला मल्लिका शेरावतसारखं थोडंच दिसायचंय? तुम्हाला एखाद्या होतकरू पॉर्न स्टारसारखं नव्हे, तर एखाद्या व्यावसायिकासारखं दिसायचंय.

फक्त चेहऱ्यावरच लक्ष केंद्रित करून तुमचे हात आणि पावलं ह्यांच्याकडे दुर्लक्ष करण्याची चूक करू नका. पायाचे अंगठे उघडे टाकणारे सँडल्स वापरत असाल, तर पायांची निगा राखा. हात तर दिसणारच, त्यामुळे नखांची काळजी घेणंही आवश्यक आहे. तुमची नखं तुम्ही नीट कापलेली आणि रंगविहीन ठेवू शकता, किंवा मग फ्रेंच मॅनिक्युअरदेखील करून घेऊ शकता. हे जर फारच खर्चिक वाटत असेल, तर एखाद्या साध्या शेडमध्ये नखांना रंगवा. निर्मितीक्षम व्यवसायात जात असाल, तर नखांना लालचुटुक रंग लावलात, तरीही ते शोभून दिसेल.

### डेथ बाय इंटरव्ह्यू – काही सर्वसाधारण, आगाऊपणाच्या चुका

* जोपर्यंत मुलाखतकार त्याचा हात पुढे करत नाही, तोपर्यंत तुमचा हात हस्तांदोलनासाठी पुढे करू नका. तो हवेतच लटकत राहण्याची शक्यता आहे.
* पूर्वग्रहदूषित मनाने जाऊ नका. मुलाखतकाराचा कल पाहून त्याप्रमाणे

वागा. तो जर विनोद करत असेल, हलकंफुलकं वागत असेल, तर त्याला साथ द्या, पण तो जर गंभीर प्रवृत्तीचा, कडक असेल तर तुम्हीही तशाच वागा.
* मुलाखतकार कशाबद्दल बोलतोय हे कळत नसेल, तर ते समजत असल्याचं नाटक करू नका. तुम्हीच उघड्या पडाल.
* बडबड करत राहू नका. तुमची उत्तरं संक्षिप्त आणि नेमकी द्या नाहीतर ती उत्तरंच हरवून जाण्याचा धोका आहे.

### अतिशय वाईट मुलाखतीलादेखील तोंड द्या

तुमचा मुलाखतकार हल्ला करणारा आणि उद्धट होता का? त्याने तुमच्यावर प्रश्नांची सरबत्ती केली का? आणि मग तुमच्या उत्तरांत रस नसल्याचं दाखवलं का? किंवा त्याहूनही वाईट म्हणजे तो छद्मीपणे हसला का?

वरील सगळ्या किंवा कोणत्याही प्रश्नाचं उत्तर होकारार्थी असेल, तर तुम्हाला एका वाईट मुलाखतकाराला तोंड द्यावं लागलं होतं. अशा व्यक्ती मुलाखत म्हणजे एक अटीतटीचा सामना समजतात. तुम्हाला अस्वस्थ बनवण्यासाठी ते त्यांच्या पोतडीतील प्रत्येक ट्रिक वापरतील, तुमच्यावर दबाव आणण्यासाठी आणि त्या दबावाखाली तुम्ही कशा वागता हे बघण्यासाठी ते तसं करतील. तुमच्यावर कुरघोडी करण्याचा ते पावलोपावली प्रयत्न करतील. पण पुन्हा अशा प्रकारचा सामना होण्याची भीती मनात बाळगू नका. त्यापेक्षा पुढल्या वेळेला विजयी होण्यासाठी काही रामबाण तंत्रं शिकून घ्या.

पहिली लक्षात ठेवण्याची गोष्ट म्हणजे कोणतीही बाब स्वत:ला चिकटवून घ्यायची नाही. असं करणं खरोखरच कठीण आहे; विशेषत: मुलाखतकार जर तुमच्याकडे अशाप्रकारे बघत असेल की तुम्ही म्हणजे खोलीत शिरकाव केलेली एखादी दुर्गंधीच आहे! तरीही प्रयत्न करा, तुमचा पाणउतारा करण्याच्या प्रयत्नात तो यशस्वी झाल्याचं समाधान त्याला मिळू देऊ नका. त्याच्यासाठी हे एक नेहमीचंच मुलाखत तंत्र आहे, जे तो प्रत्येक उमेदवाराच्या बाबतीत वापरतो; ते तुमच्या किंवा तुमच्या नोकरीच्या शक्यतेशी संबंधित नाही.

कितीही अपमानास्पद किंवा उद्धटपणाचं वाटलं तरी प्रसन्न, मैत्रीपूर्ण भाव ठेवा. नजरेला नजर देऊनच बोला, त्याला दाखवून द्या की तुम्हाला त्याची भीती वाटत नाही. तुम्ही स्वत:च उद्धट आणि आक्रमक होऊन मुलाखतकाराच्या गळाला अडकू नका; कारण तीच प्रतिक्रिया तुम्ही द्यावी अशी त्याला अपेक्षा आहे. सभ्यपणे वागा, त्याच वेळी तुमचा मुद्दा मांडताना ठाम राहा. आणि सर्वांत महत्त्वाचं म्हणजे

शांत असा. ह्या सगळ्या प्रयत्नांमुळे जर तुमचे हात थरथरायला लागले, तर ते टेबलाखाली दडवा.

तुमची माहिती वाचताना मुलाखतकाराच्या चेहऱ्यावर उमटलेले त्रासदायक भाव ती माहिती ठीक नसल्याने उमटत नसतात; जर ती माहिती योग्य नसती, तर तुम्ही मुलाखतीपर्यंत मजल मारलीच नसती. म्हणून मुलाखतकार तुमची माहिती वाचत असताना अस्वस्थपणे त्याच्याकडे बघत राहण्याऐवजी चेहऱ्यावर एक स्मित झळकू द्या.

जीवघेणी शांतता संपवण्याच्या सापळ्यात अडकू नका. मुलाखतकार तो आहे, तेव्हा संभाषण पुढे नेणं त्याच्यावर अवलंबून आहे. तुमचं काम आहे ते तुम्ही त्या नोकरीसाठी लायक आहात हे सिद्ध करणं, अवांतर बोलणं नव्हे. म्हणून जर तो थोडा वेळ थांबला आणि काहीही बोलला नाही, तर संभाषणातील मोकळा वेळ भरून काढण्याची जबाबदारी तुमच्या अंगावर घेऊ नका.

दुसऱ्या बाजूला, एक प्रकारची कठोर, थंड शांतता तुमच्या नोकरीसाठी योग्य ठरवण्याच्या प्रयत्नाच्या आड येऊ देऊ नका. बहुतेक ती एक खेळी असेल, दबावाला तुम्ही कितपत तोंड देता, हे जोखण्याची; तुम्हाला जे मुद्दे मांडायचे आहेत, ते मांडा, जे काही प्रश्न विचारायचे असतील, ते विचारा आणि नंतर शांतपणे आरामात बसा.

सर्वांत महत्त्वाचं म्हणजे, जर तुम्हाला नोकरीसाठी बोलावणं आलं नाही तर मनाला लावून घेऊ नका. बहुतेक त्यांनी दुसऱ्या मार्गाने जायचं ठरवलं असावं, तुमच्या मुलाखतीमध्ये तसं घडलं नाही. तुमच्या पुढच्या मुलाखतीला जाताना ही गोष्ट लक्षात असू द्या आणि तुम्ही सकारात्मक राहाल, ह्याची खात्री करा.

# सुरुवात करताना

नोकरीच्या ठिकाणी प्रथमच जाताना, तुम्ही तीन गोष्टी लक्षात ठेवणं गरजेचं आहे. पहिली गोष्ट, देखावा करू नका. दुसरी, इतर लोकांचे दोष दाखवू नका; आणि तिसरी, वेळेवर पोहोचा. जर तुम्ही ह्या मूलभूत गोष्टी लक्षात ठेवाल, तर नोकरीत रुळताना हळूहळू बाकीच्या गोष्टीही तुम्ही आत्मसात करू शकाल. जय-पराजय, टोले-प्रतिटोले, हिट ॲन्ड मिस, उत्साह आणि उदासीनता हे सगळं काही होत राहील. नोकरीच्या ठिकाणी प्रत्येकाला ह्या गोष्टींनी भरलेली एक थैलीच जणू काही मिळत असते. पण ह्या बऱ्या वाईट किंवा तटस्थ गोष्टींतून अनुभवाने शिकत त्यांचा स्वतःच्या फायद्यासाठी कसा उपयोग करून घ्यायचा, हे तुम्हालाच ठरवावं लागेल.

**कोण आहे ती मुलगी?**

पहिली गोष्ट जी तुम्हाला शिकावी लागेल ती आहे, कोणालाही अतिचलाख व्यक्ती आवडत नाही, विशेषतः अशी व्यक्ती, जिला कामावर येऊन फक्त दोनच दिवस झाले आहेत. एखादी पुढेपुढे करणारी, प्रत्येक बाबतीत (मग तिला त्याचं ज्ञान असो वा नसो) स्वतःची मतं मांडणारी आणि तिच्या कामामुळे कंपनीला मोठा फायदा झालाय असं दाखवणाऱ्या मुलीची कोणाला चीड आल्याशिवाय राहाणार नाही?

अशा वेळी स्वतःचं घोडं पुढे पुढे दामटण्याची गरज नाही. तशाही तुम्ही कामावर नवीन असल्यामुळे तुमच्यावर सगळ्यांचंच बारीक लक्ष असतं. तुम्हाला तोलून मापून पाहण्यासाठी लोक तुमच्या प्रत्येक कृतीची छाननी करत असतात. तुम्ही सुष्मिता सेनच्या मुशीत घडला आहात का? स्ट्रॉंग, स्वतंत्र आणि आकर्षक? की राणी मुखर्जीसारख्या 'गर्ल-नेक्स्ट डोअर' टाइप सर्वसाधारण?

तुम्ही तुमच्या डेस्कच्या मागे नाजूकपणे, काहीशा नर्व्हसपणे स्थिर होताना आणि तुमच्या नवीन वातावरणाचं निरीक्षण करत असताना, लोक तुमच्या बाबतीत अंदाज वर्तवत असतात. ह्या वेळेचा हुशारीने उपयोग करा. लोकांना प्रभावित करण्याचा उगाचच निकराचा प्रयत्न न करता शांतपणे बसा आणि फक्त निरीक्षण करा.

नोकरीच्या ठिकाणचे पहिले काही महिने तुम्ही आजूबाजूच्या परिस्थितीचा

अंदाज घेण्यात आणि तुमच्या सहकाऱ्यांचं नीट निरीक्षण करण्यात घालवायला हवेत, म्हणजे ते सहकारी कशामुळे खुलतात हे तुम्हाला कळून येईल.

भिंतीवर बसलेल्या एखाद्या माशीसारखी भूमिका जरी तुम्ही घेतलीत, तरी तुम्हाला बरंच काही शिकता येईल. पहिल्या काही आठवड्यानंतर तुमचं नावीन्य आपोआप कमी होईल आणि कोणीही तुमची फारशी दखल देखील घेणार नाहीत. पण तुम्ही जर सभोवतालची बारीक दखल घेत रहाल, तर त्यामुळे पुढील काळात तुमचा मात्र नक्कीच फायदा होईल.

### नोकरीचा पहिला दिवस

* तुमचा दोष असो वा नसो, कामावर येताना पंधरा मिनिटंदेखील उशीर करू नका. लेटकमर कोणालाही आवडत नाही, विशेषत: कामावर नवीनच लागलेली व्यक्ती. अशा व्यक्तीने उलट अधिक प्रयत्नशील राहाण्याची इतरांची अपेक्षा असते.
* तयार होताना बराच वेळ खर्च करा. केस आणि नखं व्यवस्थित असल्याची खात्री करा. घरातून लवकर निघा. ऑफिसात पोहोचता तेव्हा तुम्ही शांत आणि आत्मविश्वासपूर्ण दिसलं पाहिजे, धाप लागल्यासारख्या आणि 'आऊट ऑफ कंट्रोल' नव्हे.
* पहिल्या आठवड्यात किंवा पहिल्या महिन्यातदेखील, तुमच्याकडे बहुतेक विशेष काम नसेल. पण नुसत्याच बसून राहू नका किंवा लांबलचक वैयक्तिक फोन कॉल्स करू नका, उगीचच कॉम्प्युटर गेम्सही खेळू नका. कामात व्यग्र असल्याचं आणि लक्ष केंद्रित असल्यासारखं दाखवा, तुम्ही कितीही कंटाळलेल्या असाल, तरी तसं दाखवू नका. टॉयलेट किंवा कॉफी मशिनकडे जाताना दमदारपणे चालत जा. तुम्ही कुठेतरी जात आहात असं दाखवलंत, तर लोकही तसंच गृहीत धरतील.
* तुमच्या नोकरीच्या ठिकाणाचं मूल्यमापन करण्यासाठी पहिल्या महिन्यातल्या वेळेचा सदुपयोग करा. ते एक सौहार्दपूर्ण वातावरणाचं, कौटुंबिक भावना असलेलं ठिकाण आहे का? किंवा मग एक असं कोरडं ठिकाण, जिथे अगदी गरज असल्याखेरीज लोक एकमेकांशी संभाषणच करत नाहीत? ते एक शांततापूर्ण ठिकाण आहे का, जिथे लोक एकमेकांबरोबर मिळून मिसळून वागतात? किंवा मग वातावरण तणावग्रस्त आहे का, जिथे लोक एकमेकांशी फटकून वागतात? कामावरून सुटल्यावर लोक एकमेकांशी सामाजिक संबंधाने वागतात, की आपापल्या मार्गाने चालायला लागतात?

* जे लोक त्रासदायक ठरू शकतील, अशांवर बारीक लक्ष ठेवा. ज्या व्यक्ती मित्र किंवा मदतनीस होऊ शकतील, अशांची चाचपणी करा. तुमच्या निकटच्या बॉसचे काळजीपूर्वक निरीक्षण करा. तो कडक पण चांगला आहे की पूर्णपणे एखाद्या खलनायकासारखा आहे? तुमचे प्रश्न घेऊन तुम्ही त्याच्याकडे गेलात तर तो आधार देणारा ठरेल, की 'एक रडकथा सांगणारी' म्हणून तुमची बोळवण करेल?
* कोणत्याही वेळेला एक व्यावसायिक प्रतिमा धारण करा; जोपर्यंत तुम्ही ऑफिसमध्ये रुळत नाही, तोपर्यंत व्यावसायिकतेने ऑफिसच्या वातावरणात वागणं योग्य ठरेल. बॉसलाही त्रास देऊ नका, 'शांत आणि मोकळेपणाने वावरा. सगळं काही नीट होईल.'

## डोळे उघडे ठेवा

### तुम्ही कशाचा शोध घेतला पाहिजे?

ऑफिसमधील वेगवेगळ्या व्यक्तींच्या संबंधांची समीकरणं समजून घेणं ही सगळ्यात उपयुक्त बाब असते. कोणाकडे अधिकार आहेत? कोणत्या व्यक्तीवर बाकीचे लोक अवलंबून आहेत? तुमच्या निकटच्या वरिष्ठाला किंवा 'बिग बॉस'ला माहिती पुरवणारा कोण आहे? कोणावर बॉसची खूप मर्जी आहे? कोणाबद्दल सर्वाधिक तक्रारी होतात? तुम्ही त्याचं कारण चाणाक्षपणाने शोधून काढू शकाल का? बॉसची मर्जी संपादन करण्याची कला कोणाला अवगत झालेली आहे? सर्वांत उत्साहाने खळखळणारी व्यक्ती कोण आहे? कोणत्या व्यक्तीवर प्रत्येकजण मनापासून प्रेम करतो?

एकदा का तुम्ही ही समीकरणं शोधलीत, की तुमची वागण्याची पद्धत तुम्हाला नक्की ठरवता येईल. तुम्ही कोणत्या जागेवर 'फिट' होता, हे तुम्हाला ठरवता येईल. काम करताना कशी फळी उभारायची, कोणत्या भूमिकेत शिरायचं, कोणाबरोबर संबंध दृढ करायचे, कोणापासून दूर राहायचं, कोणाच्या चांगल्या मताला सर्वाधिक महत्त्व आहे? तुमचं करिअर अपयशाच्या छायेने झाकोळलं जाऊ नये म्हणून कोणत्या व्यक्तीला एखाद्या प्लेगसारखं टाळायचं? हे सगळं नीट अभ्यासा.

तुम्ही गोळा केलेल्या माहितीवर लगेच कृती करण्याची मात्र घाई करू नका. सगळ्या वस्तुस्थितीचा नीट अंदाज घ्या. तुमच्या मेंदूत ती माहिती साठवा. त्या माहितीचा भविष्यात उपयोग करण्यासाठी ती डोक्यात जतन करा. जेव्हा वेळ येईल तेव्हा तिचा उपयोग करा. सद्यःस्थितीत प्रसन्न आणि मित्रत्वपूर्ण व्यवहार करा.

कोणाच्याही अंगावर जाऊ नका. तुम्हाला ते कसा प्रतिसाद देतात ते अभ्यासा. कोणी जर तुमच्याशी चांगल्या पद्धतीने वागत असेल, तर त्यांना प्रोत्साहन द्या. दुसरं कोणी जर शिष्टासारखं आणि नीट वागत नसेल, तर जेवढं लवकर त्या व्यक्तीपासून दूर जाता येईल, तेवढं जा.

शाळेत, कॉलेजमध्ये, ऑफिसात किंवा तुमच्या सामाजिक वर्तुळात असो, जे लोक सर्वसाधारणपणे आकर्षकपणाच्या आणि यशाच्या एका विशिष्ट पातळीपर्यंत पोहोचलेले असतात, तेच एकमेकांकडे आकर्षित होतात. अल्फा इतर अल्फा फिगर्सकडे खेचल्या जातात आणि बीटाज् त्यांच्यासारख्या इतरांच्या सहवासात अधिक आरामशीर असतात.

त्यामुळे देखण्या पुरुषांना साधारण रूपाच्या मैत्रिणी नसतात (पण ह्याच्या उलट मात्र होऊ शकतं, जर अशा सर्वसाधारण दिसणाऱ्या पुरुषाचं पैशाचं पाकीट नोटांनी गच्च भरलेलं असेल तर!) त्यामुळेच ह्या जगातल्या जेमिमा खान, ह्यू ग्रँटबरोबर सूत जमवताना दिसतात, कुणा ऐऱ्यागैऱ्याबरोबर नाही.

बहुतेक म्हणूनच केट विन्सलेटचं, विशेष परिचित नसलेल्या जामी थ्रीपल्टनबरोबरचं लग्न अयशस्वी ठरलं. 'टायटॅनिक' चित्रपटाची ही स्टार आता तिच्या फेलो आल्फाबरोबर, गुणवान सॅम मेंडेझबरोबर लग्न करून नांदते आहे.

हे किस्से नीट ध्यानात ठेवा. पुढे पुढे मुसंडी मारण्यामुळे तुम्ही प्रत्येक क्षेत्रात जाऊ शकाल असं नव्हे. त्यामुळे अल्फा ग्रुपमध्ये घुसण्याचा प्रयत्न करू नका. लोकांना तुमची कीव येऊन त्यांनी तुमच्याकडे तुच्छतेने बघावं, असं होऊ नये. तेव्हा आहात त्याच गटात राहा, पण तुम्ही भासता त्यापेक्षा अधिक वरच्या दर्जाचं काम करून उतरंडीच्या वरच्या स्तरावर पोहोचा.

ह्या गोष्टीला कदाचित वेळ लागेल, पण एक अल्फा म्हणून जर तुम्ही स्वत:ला प्रस्थापित केलंत, तर इतरांनाही ते शेवटी पटेल आणि ते तुम्हाला त्यांच्यापैकी एक समजतील. पण कसलीही घाई करू नका. त्यामुळे ते तुमच्याकडे पाठ फिरवतील. आणि एकदा का त्यांना तुमच्याबद्दल नावड निर्माण झाली, मग ती चुकीच्या माहितीमुळे का असेना, तुम्ही त्यांच्या 'गुड बुक्स'मध्ये कधीच शिरू शकणार नाही.

तेव्हा कामाच्या ठिकाणी मित्र बनवताना फार महत्त्वाकांक्षी होऊ नका. तुम्ही कोणत्या जागेत 'फिट' होता हे बघून त्याप्रमाणे तुमच्यासाठी एक विशिष्ट स्थान निर्माण करा. एकदा का तुम्ही सुरक्षितपणे त्या स्थानात स्थिर झालात, की इतर गटांमध्ये जाण्याचा देखील विचार करू शकाल. तशी परिस्थिती निर्माण होईपर्यंत ज्या लोकांचं तुमच्याशी चांगलं पटतं, त्यांच्याशी मैत्री करा. तुमचं ध्येय जर फार उच्च असेल, तर तुमच्या पदरी निराशाच पडेल. एक 'फार पुढे पुढे करणारी' अशी

तुमची प्रतिमा तयार होईल.

तुमच्या हुद्द्याच्या सिनिऑरिटीला धरून रहा. एखाद्या ज्येष्ठ व्यक्तीने जर तुम्हाला कॉम्प्युटर सिस्टिम कशी वापरायची हे दाखवण्याचं सौजन्य दाखवलं, तर त्या व्यक्तीला लंचसाठी बाहेर बोलावून धन्यवाद देऊ नका. तुम्ही एकंदर उतरंडीमध्ये तिच्यापेक्षा खूपच खाली आहात आणि अशा प्रकारच्या वर्तनाने तुम्ही ज्या आहात त्यापेक्षा अधिक भासवण्याचा प्रयत्नात आहात, असं वाटेल. तुम्हाला जी काही मदत मिळेल, त्याबद्दल धन्यवाद व्यक्त करा. त्या व्यक्तीला जर कामाचा ताण अधिक वाटत असेल, तर ते काम उरकण्यासाठी मदत करा. तिच्याशी मित्रत्वाने वागा, पण एक प्रकारचं अंतर ठेवा. तिला जर मैत्री करायची असेल, तर तो निर्णय तिच्यावर सोडा. तुमच्यात एक प्रकारची सुंदर, निखळ मैत्री निर्माण होईल अशी तुम्हाला खात्री पटलेली असेल तरी त्याची सुरुवात तुम्ही करायची गरज नाही.

तुम्ही फार उत्सुक आहात असं न दाखवता तुमच्या बरोबरीच्या सहकाऱ्यांशी तुम्ही जवळीक साधू शकता. जर प्रत्येक अडचणीच्या वेळी मदत करायला तुम्ही धावून जात असाल, मित्रमैत्रिणी बनविण्यासाठी पुढेपुढे करत असाल, गाल दुखेपर्यंत रुंद हास्य करत असाल, जरा अधिकच खळखळून हसत असाल, तर तुम्हीच जास्त गरजू आहात असं वाटेल. तुम्ही जर जास्त प्रयत्नशील असाल, तर लोक संशयी होतात आणि मागे हटतात. तुम्हाला जर लोकांनी पुढाकार घ्यावा असं वाटत असेल, तर मित्रत्वपूर्ण वागणं ठेवा, पण मैत्री यशस्वी होण्यासाठी पहिलं पाऊल त्यांना उचलू द्या. ही त्यांचीच कल्पना होती असा त्यांचा ग्रह झाला तर त्या मैत्रीला ते अधिक महत्त्व देतील, त्या मैत्रीत त्यांना ढकललं गेलं होतं, असं त्यांना वाटणार नाही.

कोणत्याही परिस्थितीत नोकरीच्या ठिकाणी मैत्री प्रस्थापित करण्याची घाई करू नका. अशी नाती सावकाश विकसित होतात आणि नैसर्गिकरीत्या स्थिरावतात. एखाद्याबरोबर काम करताना त्याचं साहचर्य सतत लाभल्याने हे घडतं. ह्या गोष्टींना वेळ लागतो. एका रात्रीत मैत्री आकार घेत नाही. सर्वसाधारण परिस्थितीतच ती फलद्रूप होते, तिला फसव्या जवळिकीने खतपाणी घालून फुलवता येत नाही.

लोकांशी परिचय झाल्यावर पहिल्याच आठवड्यात त्यांना तुमची पूर्वपीठिका सांगू नका. तसंच त्यांनाही त्यांच्या आयुष्यात दखल देणारे वैयक्तिक प्रश्न विचारू नका. तुमची जवळीक त्यांच्यावर लादू नका. विशेषतः नोकरीच्या ठिकाणी तसं वागू नका. ते जर घडणार असेल, तर ते योग्य वेळीच घडेल. ते लवकर व्हावं याची घाई करू नका. एखाद्या संबंधात तुम्हीच धावपळ करत असाल तर तुम्ही नेहेमीच कनिष्ठ भागीदार ठराल. इतर लोकांनाही थोडा प्रयत्न करायची तुम्ही सवलत द्याल, तर असे संबंध अधिक संतुलित ठरतील.

मित्र बनवणं, कामाच्या ठिकाणी संबंध प्रस्थापित करणं, लोकांवर छाप पाडणं हे सगळं करायला सुरुवात करण्यापूर्वी तुमच्या वरिष्ठांवर कसा प्रभाव पाडायचा, ह्याची कार्यप्रणाली ठरविण्यासाठी वेळ खर्च करा.

ते इतरांशी कसे वागतात ह्याकडे नीट लक्ष द्या. त्यांना कोणत्या प्रकारची वागणूक आवडते? कशामुळे त्यांचा मूड जातो? कोणाबद्दल ते विशेष आवड दर्शवतात? त्या व्यक्तीत असे काही खास गुण आहेत का, जे तुम्हीही तुमच्या अंगी बाणवू शकाल? एक अवघड जागचं दुखणं ठरण्याऐवजी, तुम्ही त्या महिन्याची विशेष व्यक्ती कशी होऊ शकाल? हे प्रश्न स्वत:लाच विचारा, सखोल आणि दूरगामी विचार करा आणि तुमचं कामावरचं व्यक्तिमत्त्व त्याप्रकारे घडवा.

हे करत असतानाच स्वत:चं विश्लेषण करण्यातही वेळ खर्च करा. तुमच्यात असे कोणते अंगभूत गुण आहेत, ज्याच्या बळावर तुम्ही तुमचं स्थान पक्कं करू शकाल? काम करताना स्वत:चं स्वत:च तटस्थपणे निरीक्षण करा. कोणत्या बाबतीत तुम्ही अधिक गुण मिळवता? कोणत्या गोष्टीत तुम्ही मागे पडता? तुमच्या कार्यप्रणालीवर नीट विचार करून मगच त्या कृतीत आणा.

कदाचित तुम्हाला हा सर्व वेळेचा प्रचंड अपव्यय वाटेल. तुम्हाला वाटेल की मनाला येईल तसं वागून; तुम्ही किती बुद्धिमान आहात, तुमचा ऑफिसला किती उपयोग आहे आणि एकंदरच, तुम्ही त्या ऑफिसात आहात हे सगळ्यांचं मोठं नशीब आहे, हे दाखवून देता आलं असतं. पण माझ्यावर विश्वास ठेवा, हीच शांत वेळ तुम्हाला सभोवताली नजर टाकून निरीक्षण करायला, आत्मसात करायला योग्य ठरेल, तुमच्या कल्पनेपेक्षाही.

कोणत्याही मोहिमेला सुरुवात करण्यापूर्वी भोवतालच्या परिस्थितीचा नीट अभ्यास करणं गरजेचं आहे, हे कोणीही सैनिकी धोरणं आखणारा तुम्हाला सांगू शकेल. आधुनिक नोकरीच्या ठिकाणी युद्ध पातळीवरची तत्त्वं चुकीची ठरणार नाहीत, ह्याची खात्री बाळगा.

### व्यक्तिमत्त्वाची परीक्षा

### तुम्ही कोणत्या प्रकारात मोडता?

* **मिस समर्थ** — काहीही, अगदी काहीदेखील तुम्हाला नाउमेद करू शकणार नाही. प्रश्न कितीही गुंतागुंतीचा असला, तरीही तुम्ही तो सोडवू शकता.
* **मिस 'असहाय'** — आम्हाला माहीत आहे, तुम्ही खरं म्हणजे असहाय नाही. ती फक्त नोकरीच्या ठिकाणी वागण्याची तुमची एक निवडलेली

भूमिका आहे, गेल्या कित्येक वर्षांच्या अनुभवातून तुम्ही ते शिकला आहात. तुम्हाला फक्त लोभसपणे गोंधळलेलं दिसत तुमच्या पापण्या फडफडवायच्या आहेत, म्हणजे सगळे पुरुष दौडत दौडत तुमच्या मदतीला येतील. ते जमलं तर छानच!

* **मिस 'फ्लेकी'** — तुमचा उद्देश चांगला आहे, तरी तुम्ही थोडंसं बावळटासारखं वागता, पण तुमचा नाइलाज आहे. तुमच्या जगात तुम्ही हरवून जाता, तुम्हाला नेहमीच उशीर होतो, कामाच्या बाबतीतदेखील तुम्ही न चुकता मागेच असता, तुमच्या वस्तू नेहमीच हरवत असतात आणि तुमच्या टेबलावर नेहमी पसारा असतो. पण तुम्ही एवढ्या मोहकपणे 'सॉरी' म्हणता, की तुम्हाला कोण क्षमा करणार नाही?

* **मिस 'गॉसिप'** — प्रत्येकाची काळी गुपितं जाणून घेण्यात तुम्हाला आनंद वाटतो आणि ती इतरांपर्यंत पोहोचवण्यातही तुम्हाला भीती वाटत नाही. कोण कोणाबरोबर झोपतो, कोणाचं वैवाहिक जीवन धोक्यात आहे, कोणाच्या प्रमोशनला भीती निर्माण झाली आहे, कोणावर लैंगिक छळवादाचा आरोप ठेवण्यात येणार आहे, वगैरे माहिती म्हणजे शक्ती आणि तुम्ही त्याचा व्यवहारी वापर करता.

* **मिस 'हुतात्मा'** — तुम्ही नेहमीच उदास आणि बापुडवाण्या दिसता. पण तुम्ही तशा का दिसणार नाही? सगळ्या जगाच्या चिंता तुमच्या झुकलेल्या खांद्यावर असताना? तुम्हाला झटकून टाकण्यात सर्वांना आनंद मिळतो, सर्वांत वाईट कामं तुमच्यावर लादली जातात आणि तुम्ही घेत असलेल्या मेहनतीची कोणी तारीफही करत नाही. का, का देवा असं का?

## ह्या भागात नवीनच आलेली छोकरी

ठीक तर, तुम्ही तुमचा वेळ निरीक्षण थांब्यावर घालवलाच, तुमची कामाच्या ठिकाणी काय प्रतिमा आहे ह्याबद्दल थोडाफार विचार केलाय आणि नशिबाने, काम करण्याच्या रणनीतीबद्दल काही निर्णयाप्रत पोहोचला आहात. पण जे तुम्ही आत्मसात केलंय, किंवा काही शिकून घेतलंय, त्याचा सर्वांत चांगला फायदा कसा करून घ्याल?

सर्वप्रथम, कामाच्या वातावरणात चपखल बसण्यासाठी तुम्ही तुमच्या व्यक्तिमत्त्वाला पैलू पाडायला हवेत. ऑफिस तुम्हाला जसं पाहिजे तसं तुमच्यासाठी बदलेल, ही धारणा मूर्खपणाची आणि चुकीची आहे. पटायला अवघड वाटेल, पण कामावर नवीन लागलेले उमेदवार ही प्राथमिक चूक करतात. आपल्या व्यक्तिमत्त्वाच्या निव्वळ प्रभावाने आपण ऑफिसचं वातावरण बदलू शकू, असा त्यांना मनापासून

विश्वास असतो. आशावादाच्या ह्या फुग्याला टाचणी लावल्याबद्दल क्षमस्व, पण ते तसं अजिबात घडणार नाही.

ऑफिसमधल्या प्रत्येकाने तुम्ही तिथे कामाला लागण्यापूर्वी, फार पूर्वीच स्वत:चा 'कम्फर्ट झोन' तयार करून ठेवलाय आणि ते सुरक्षितपणे त्याच्या आत गुरफटून राहतील. तुम्ही कितीही प्रयत्न केलात, कितीही कोलांट्या उड्या मारल्यात, किंवा एखाद्या विदूषकासारख्या इथेतिथे फिरलात, तरीही सभोवताली आनंदी वातावरण पसरवा, पण बदल घडण्याची अपेक्षा करू नका.

तुमचं ऑफिस जर अदबशीर, औपचारिक ठिकाण असेल, तर ते तसंच राहील. आरामशीर, अनौपचारिक असेल, तरीही ते तसंच राहील. लोक जर मित्रत्वाच्या भावनेने वागणारे, 'सोशल' असतील तर तुमच्याशीही ते तसेच वागतील. तुम्ही खुलवण्याचा कितीही प्रयत्न केलात, तरी ऑफिसातले लोक जर दूरत्वाच्या भावनेने वागणारे आणि त्यांच्यापुरते मर्यादित राहणारे असतील, तर तुम्ही आनंदी वातावरण निर्माण करण्याचा कितीही प्रयत्न केलात, तरी त्यांचा दृष्टिकोन बदलणार नाही.

तुम्ही अशा एका गटात नव्यानेच येताय, ज्या गटाने स्वत:ची समीकरणं आधीच मांडली आहेत आणि 'कम्फर्ट लेव्हल्स' पण निश्चित केल्या आहेत. तुमचं स्वत:चं स्थान निर्माण करण्यासाठी तुम्हाला त्या गटात घुसण्याचे नवे मार्ग शोधावे लागतील. प्रत्येकाचा विरोध स्वीकारून आणि तुमचे फार घनिष्ट संबंध आहेत असं दाखवून तुम्ही तुमचा प्रवेश त्यांच्यावर लादू शकणार नाही. तुम्हाला हळुवारपणे, अंदाज घेत घेत चालावं लागेल आणि असं करतानाच तुमचा मार्ग शोधावा लागेल. काळ पुढे जाईल तसतशी तुमची ताकद आणि गटाचं समीकरण बदलण्याची संधी तुमच्याकडे चालून येईल, अर्थात तुमची तशी इच्छा असेल तर; पण मध्यंतरी बराच वेळ जावा लागेल.

म्हणून तुमच्या करिअरला वेढून टाकतील अशा लाटा निर्माण करू नका. तुमचं डोकं कुंपणाच्या खालीच राहू द्या, नाहीतर ते उडवलं जाईल. ह्याचा अर्थ बॉसचं नाक खाली करण्याचा प्रयत्न करू नका, वरिष्ठांची चमचेगिरी करू नका, सहकाऱ्यांबरोबर वॉटर-कूलरच्या जवळ तासन्तास गप्पा मारत बसू नका, शेजारच्या क्युबिकलमधल्या देखण्या पुरुषाशी नजरेचे खेळ खेळू नका, तुमच्या मोबाईल फोनवर लांबलचक कॉल्स करू नका आणि कृपा करून, त्या कॉम्प्युटर गेम्सपासून दूर राहा. तुमच्या पुढ्यात बरंच काही वाढून आलेलं नसेल, पण ही गोष्ट साऱ्या ऑफिसाला कळू द्यायची गरज नाही.

ही वेळ लोकांशी उगाचच घनिष्ट मैत्री वाढवण्याची नसून, सबुरीने आणि दूरदृष्टीने वागून तुमच्या आधीपासून तिथे काम करत असलेल्यांशी परिचय करून

घेण्याची आहे.

एखादं सँडविच तुम्ही तुमच्या सहकाऱ्याशी शेअर कराल आणि नंतर तुमच्या लक्षात येईल की तो ऑफिसमध्ये पोरी गटवण्यासाठी प्रसिद्ध आहे, ही गोष्ट तुमच्या दृष्टीने अगदी वाईट ठरेल. कारण प्रत्येकाने ह्या गोष्टीवर पैज लावलेली असेल की तो तुमच्याबरोबर केव्हा झोपणार आहे? ह्याहूनही वाईट म्हणजे तुमच्या बॉसला एखाद्या बाईशी जोडा आणि नंतर तुमच्या लक्षात येईल की ती बाई तुमच्या बॉसच्या बायकोची जवळची मैत्रीण आहे.

तुम्हाला जरी कितीही मोह झाला, तरी आसपासच्या पुरुषांबरोबर 'फ्लर्ट' करू नका, ती व्यक्ती अगदी श्वास रोखायला लावण्याइतकी देखणी असली तरीही. आणि कितीही मोह झाला तरी कुणा पुरुष सहकाऱ्याशी घसट वाढवू नका. एखादा रिकामा तास अशा प्रकारे फुकट घालवणं तुम्हाला निरुपद्रवी वाटलं, तरी तुमच्या लक्षात येण्याआधीच ऑफिसातल्या बायका तुमचा तिरस्कार करतील आणि पुरुष असं ठरवतील की तुम्ही 'चालू' आहात. म्हणून पावलं सांभाळून टाका आणि काळजीपूर्वक चाला.

ह्याचा अर्थ असा नव्हे की तुम्ही कोणाशी मैत्री करू नये किंवा एकाच जागी खोळंबून राहावं. पण सद्य:परिस्थितीत तुम्ही तुमचे ऑफिसातील लोकांशी असणारे संबंध पूर्णपणे व्यावसायिकतेपुरतेच मर्यादित ठेवावेत हे उत्तम. अधिक काम मागायला काचकूच करू नका, मदतीसाठी स्वत:हून पुढे जा आणि शिकण्यासाठी उत्सुक आहात असं दर्शवा. पण एक सुरेख समतोल सांभाळा. ह्या सगळ्या गोष्टींचा अतिरेक केलात तर शेवटी तुमच्या नावाला 'नाकखुपशी' असं लेबल लावण्यात येईल आणि तुम्ही ऑफिसमध्ये एक जोक ठराल. स्वत:च म्हणणं ठामपणे मांडणं आणि एक मित्रत्वपूर्ण पण खंबीर अशी प्रतिमा निर्माण करणं, ह्याचं एक योग्य मिश्रण बनवा.

ऑफिसमध्ये वागण्याची कोणती प्रस्थापित नियमावली प्रचलित आहे, ह्याचा अभ्यास करून त्याप्रमाणे वागणं हितावह आहे, त्यामुळे तुमच्याकडे नको तितकं लक्ष वेधलं जाणार नाही. पण पूर्णपणे अदृश्यदेखील होऊ नका. तुम्हाला वर चढायचं असेल, तर तुमच्या अस्तित्वाची जाणीवदेखील झाली पाहिजे. अधिक वाटचाल करायची तुमची तयारी आहे हे लोकांना कळू द्या. तुमच्यामुळे फरक पडू शकतो अस वाटत असेल तर तुमची सेवा उपलब्ध करा. तुमची काही मदत होऊ शकेल असं वाटत असेल, पण तसं पुढे होऊन सांगायला लाज वाटत असेल, तर संबंधित व्यक्तीला सरळ एक ई-मेल पाठवून द्या. तुमचे प्रस्ताव पुढे मांडा, तुमच्या कल्पना स्पष्ट करा आणि गोष्टींना चालना देण्याची तुमची तयारी दर्शवा.

कष्ट करायची तुमची तयारी आहे, हे तुमच्या शब्दातून आणि कृतीतून सूचित

करा. मित्रांबरोबर एखादा वीकएंड घालवणं प्रोजेक्टच्या कामामुळे शक्य होणार नसेल, तर व्यथित होऊ नका. अधिक थांबून काम करावं लागणं हा तुम्हाला मिळालेला एक मान आहे. अंगावर ढकललेलं ओझं नाही, असंच समजून वागा. कामासाठी काहीही करावं लागलं तरी तुमची तयारी असल्याचं स्पष्ट दर्शवा.

'संघ सदस्य' म्हणून तुमची भूमिका प्रस्थापित करण्याची हीच वेळ आहे. तुमची मदत जेव्हा लागेल, तेव्हा ती लगेच करा. तुमच्याकडे मदत मागण्यात आली नाही तरी पुढे होऊन ती करा. त्या गटात तुमचं वजन वाढवा, अधिक जबाबदारी घेण्याची अनुकूलता दाखवा, तुम्ही कामात स्वत:हून रस घेत असल्याचं इतरांना कळू द्या आणि इतरांशीही सक्रिय राहा. स्वत:च्या हिताआधी गटाचं हित बघा. सांघिक भावना दाखवा आणि त्या गटाचा एक अविभाज्य घटक व्हा.

तुमच्या बॉसने किंवा एखाद्या वरिष्ठ अधिकाऱ्याने तुमच्या कामाचं श्रेय लाटलं, तरी 'आपल्याला फसवलं गेलंय' असं वाटून मनाची चलबिचल होऊ देऊ नका. तुम्हाला तुमचं श्रेय द्यायला खुर्चीतले लोक टाळाटाळदेखील करतील. त्यांच्या तेलकट चेहऱ्यावर गुद्दे लगावून द्यावेसे वाटले, तरी मनाला आवर घालून चेहऱ्यावर हसू आणून मान हलवा.

एक दिवस तुमचाही उजाडेल आणि तोपर्यंत हसतमुखाने अनुकूलता दर्शवीत राहाणेच अधिक श्रेयस्कर. तुमचं आत्ताचं शहाणपण तुम्हाला भविष्यात फार मोठ्या फायद्याचं ठरेल.

### खूप काम करताय?

### ते कसं दर्शवायचं?

* कामाला येताना तुम्ही सर्वांत प्रथम कामाला लागलाय ह्याची खात्री करा. कॉफी मशिनजवळ रेंगाळू नका, तुमच्या टेबलापाशी बसा. कॉम्प्युटर चालू करा आणि कामाला सुरुवात होऊ द्या – निदान तसा देखावा तरी करा.
* प्रत्येक वेळी तुमच्या मोबाइलची रिंग वाजेल, तेव्हा 'हॅलो' म्हणण्याऐवजी 'येस?' म्हणा, म्हणजे काहीतरी महत्त्वाचं काम करत असताना मध्येच व्यत्यय आल्यासारखं तुम्हाला वाटतंय, हे इतरांना कळेल.
  नंतर 'सॉरी, आता नाही बोलता येणार...' असं म्हणत संभाषणाला आवर घाला.
* जेवणात वेळ घालवू नका, त्याऐवजी कॉम्प्युटरवर झुकून काम करत राहा. स्क्रीनकडे एकटक बघत राहा. विशेष लक्ष न देता एखादं सँडविच खा, तुमची चहा-कॉफी चांगली गार होऊ द्या.

* बॉसकडे बारीक लक्ष ठेवा. ती किंवा तो दिसताच जोरजोराने टायपिंगला सुरुवात करा, फोनवर बिझिनेससंबंधी बोलणी करा, किंवा मुद्दाम झेरॉक्स मशीनकडे चालत जा, हातात कागदांचा एक गठ्ठा ठेवून द्या.
* सर्वांच्या नंतर निघा. तुमच्याआधी निघालेल्या सर्वांना आनंदाने गुडबाय करा. त्याचं सर्वाधिक भांडवल करा. बॉस इमारतीच्या बाहेर पडत असताना तुम्हाला राबताना बघतोय, ह्याची खातरजमा करा.

### 'प्राईड अॅन्ड प्रेज्युडिस'

नोकरीचे फायदे मिळवण्यापूर्वी प्रत्येकाला काही काळ झटावं लागतं. तुम्ही सर्वांत नवीन असल्यामुळे तुम्हाला न चुकता हरकाम्याच्या भूमिकेसाठी बोलावण्यात येईल. प्रत्येकाच्या आयुष्यात अशी फालतू कामं करण्याची वेळ येते. नोकरीच्या ठिकाणी नियम असा असतो की नवीन आलेल्या व्यक्तीने एखाद्या कुत्र्यासारखं आज्ञाधारक असलं पाहिजे. सर्वांत अधिक दमवणारी कामं तुमच्यावर लादली जातील. तुमचे वरिष्ठ हुशार वाटावेत म्हणून, कुठलंही कौतुक न होता तुम्हाला प्रचंड शोधाशोध करण्याचं काम दिलं जाईल. ऑफिस मीटिंग्जच्या वेळेला तुम्हाला सर्वांसाठी कॉफी घेऊन येण्याचं आणि कुकीज फिरवण्याचं काम देण्यात येईल.

दिसेल त्या प्रत्येकासाठी हमाली करण्याची तुम्हाला बहुतेक सवय नसेल, पण ही गोष्ट मनावर घेऊ नका. ऑफिसात नव्याने सुरुवात करताना सगळ्यांनाच असं वागवलं जातं. तुम्हाला काही घरात राहणारी मोलकरीण म्हणून वागवण्यात येत नाही. नव्याने रुजू झालेल्या इतर अनेक लोकांप्रमाणेच तुम्हाला कराव्या लागणाऱ्या कामाचं हे वर्णन आहे आणि तुमचा विश्वास बसणार नाही, पण तुम्ही स्वत:देखील लौकरच तुमच्या हाताखालच्या नव्यांना असंच वागवणार आहात. कार्यालयातील जीवनाचं हे चक्र आहे आणि आपण कोणीही त्यातून निसटू शकत नाही. फक्त ऑफिसमधला 'हरकाम्या' होण्यात तुम्ही धन्यता मानताय, अशी वर्तणूक करू नका. तुम्ही तशा वागलात, तर लवकरच तुम्हाला तुमच्या सहकाऱ्यांसाठी ऑफिसच्या कॅन्टिनमधून सँडविचेस आणि ड्रिंक्स आणण्याचं कामदेखील करण्याची पाळी येईल. आणि तुम्हाला बाकी सगळेदेखील एखाद्या मोलकरणीसारखं वागवतील. ह्याबाबतीत मग कोणाकडेही तक्रार करायला तुम्हाला वाव राहणार नाही, कारण ही परिस्थिती तुमची तुम्हीच स्वत:वर ओढवून घेतली आहे. एखाद्या पायपुसण्यासारखं वागवायला तुम्हाला कोणी सांगितलं नव्हतं, पण आता तुम्ही तशा झाला असाल, तर प्रत्येकजण तुमच्यावरून चालत जाईलच.

कथेचं तात्पर्य... स्वत:ची किंमत कमी करून घेऊ नका. बऱ्याच स्त्रियांना

अशी समजूत करून देऊन वाढवण्यात आलेलं असतं, की त्यांचा जन्म हालअपेष्टा सोसण्यासाठी झालेला आहे. त्यांना जे काही मिळतंय, तो एक दुर्मिळ अधिकार आहे आणि त्यांनी त्याबद्दल कृतज्ञ असावं. अशा प्रकारच्या मानसिकतेत वाढल्यावर त्यापेक्षा वेगळा विचार करणं कठीण आहे. पण हा सगळा मूर्खपणा पदरात घेऊ नका. नोकरीच्या ठिकाणी असण्याचा अधिकार तुमचा तुम्ही मिळवलाय, कर्तृत्व आणि गुणविशेष ह्या बाबतीत तुम्ही कोणाहीपेक्षा डाव्या नाही आणि ह्या गोष्टीवर ठाम विश्वास असल्यासारखं तुम्ही वागलं पाहिजे.

एक अलिखित नियम असा आहे, की जसं वागवलं जावं अशी तुमची अपेक्षा असते, तसंच तुम्हाला वागवण्यात येतं. 'आदर मिळवण्याची तुमची पात्रता नसल्यासारख्या तुम्ही वागलात, तर तुम्हाला आदर कसा मिळेल? आदराची मागणी करा आणि कुरकुरत का होईना, तो तुम्हाला देण्यात येईल.' मला ठाऊक आहे, हे जाहिरातीतलं एक गुळगुळीत वाक्य आहे. पण शेवटी तुम्ही पात्र आहात ह्या गोष्टीवर तुम्हालाच विश्वास ठेवावा लागेल, तरच बाकीचेही त्याच्यावर विश्वास ठेवतील. तुमच्या शस्त्रास्त्रांच्या साठ्यात 'स्वाभिमान' हे सर्वांत प्रभावी हत्यार आहे, त्याचा वापर करा.

अर्थात काही क्षण असेही येतील, जेव्हा तुम्ही स्वतःवरच अविश्वास दाखवाल. काही वेळेला तुम्ही फार मोठी गफलत कराल. प्रासंगिक संकटांमुळे तुम्ही खचून जाल. काही दिवस असेही येतील, जेव्हा तुम्हाला पूर्णपणे अपयशी झाल्यासारखं वाटेल. अशा प्रसंगी खचून जाऊ नका. प्रत्येकाला नोकरी करत असताना वाईट दिवस येतात, पण मध्यंतरीच्या काळात तुम्ही काहीतरी बरोबर देखील करत असणारच. त्या गोष्टी कोणत्या आहेत, ते शोधून काढा. नेहमीच त्या गोष्टी तुम्ही बरोबर कराल, ह्याची काळजी घ्या. तुमच्या काही गोष्टी वरचेवर चुकतात असं तुम्हाला वाटत असेल तर त्या का चुकतात ह्याचं परीक्षण करा. अपयश येण्याच्या शक्यता टाळायच्या असतील, तर त्या शोधणं, ही त्याची पहिली पायरी आहे.

सहकारी आणि वरिष्ठ ह्यांच्याकडून सल्ला घेण्याची भीती बाळगू नका. तुमच्या भावना नेमक्या व्यक्त करायला देखील घाबरू नका. संवाद साधणं ही नोकरीच्या ठिकाणी यश मिळवण्याची गुरुकिल्ली आहे. एखादा वरिष्ठ अधिकारी जर उगाचच तुमच्या खोड्या काढत असेल, तर शांतपणे नखं चावत बसू नका. तुमच्या कामगिरीबद्दल तो असमाधानी असल्याचं तुम्हाला वाटतंय, तर तसं का ते त्यालाच विचारा, संशयग्रस्त होऊन बळी पडल्यासारख्या वागू नका. त्याऐवजी स्पष्टवक्तेपणा धारण करून तुमच्या मनातल्या शंका उघडपणे व्यक्त करा. तुम्हाला अधिक चांगली कामगिरी करायचीय हे स्पष्ट करा आणि तुमचं कुठे चुकतंय हे जाणून घेण्याची इच्छा प्रकट करा.

तुमचा एखादा सहकारी तुमच्या बॉसकडे तुमच्या चुगल्या करतोय असं तुम्हाला वाटलं, तर तुम्हीही तसंच वागू नका. त्यामुळे तुम्हीही छोट्या आणि संकुचित प्रवृत्तीच्या ठराल. त्याचा चुगलखोरपणा चव्हाट्यावर आणणं देखील उपयोगाचं नाही. तुम्ही तुमच्या मनावरचा ताण हलका करू पाहाल, पण तो मात्र ते नाकारतच राहील आणि तुम्हीच अतिरेक करत असल्याचा आरोप करेल. त्यापेक्षा तुमच्या बॉसशी बोला, तुमची बाजू मांडा. ते कष्टदायक वाटत असेल, तर एखाद्या वरिष्ठाला तुमच्या वतीने मध्यस्थी करायला सांगा आणि शेवटी गोष्टी कागदोपत्री करण्याची भीती वाटत नसेल, तर घटनांची तुमची बाजू सांगणारी ई-मेल पाठवा.

तुम्हाला एखाद्या गोष्टीत बळीचा बकरा बनवलं जातंय, असं वाटेल, तेव्हा त्वरित कृती करणं फार महत्त्वाचं आहे. त्वरीत आणि कठोर कृती केली नाहीत, तर लोक तुम्हाला 'सहज भक्ष्यस्थानी पडणारं सावज' समजतील. तुम्ही जर त्वरेने आणि निर्णायक पद्धतीने हालचाल केलीत, तर पुढच्या वेळेला तुमच्या वाटेला जाण्यापूर्वी ते दहा वेळा विचार करतील. म्हणून, तो सहकारी असो, बॉस असो किंवा पर्यवेक्षक अथवा वरिष्ठ, तुमच्यावर चाल करून जाण्याची कोणालाही संधी देऊ नका. स्वत:च्या मुद्द्यांवर ठाम रहा, म्हणजे प्रत्येकाच्या नजरेत तुमचं मोठेपण भरेल.

नोकरीच्या ठिकाणी यशस्वी होण्यासाठी स्वत:चं असं एक स्थान निर्माण करणं ही एक महत्त्वाची गोष्ट आहे. जे लोक महत्त्वाचे आहेत, त्यांच्यासाठी तुम्ही एक आवश्यक घटक बना. संघाचे एक विश्वासार्ह सभासद व्हा. काही करायचं असेल तर जिच्याकडे लोक विश्वासाने वळतील, अशी व्यक्ती व्हा. कोणत्याही वेळेला उपलब्ध असा. ज्यांच्याकडे सूत्रे आहेत, त्यांना तुमच्या कल्पना कळू द्या आणि महत्त्वाचं म्हणजे, शिकायला उत्सुक आणि खुल्या रहा.

पोतडीतून एखादी नवीनच चीज काढावी, तशा नवीन कल्पना काढण्याची क्षमता विकसित करा. प्रत्येक प्रसंगी ताजातवाना विचार करा, दुसऱ्याला काय म्हणायचंय ह्या विचाराने डगमगून जाऊ नका. प्रत्येक प्रश्नावर तुमचा अतुलनीय दृष्टिकोन पुढे करा. तुमच्या बॉसेसचं जरी दरवेळी तुमच्याशी एकमत झालं नाही, तरी त्यांना निदान हे तरी कळून चुकेल की तुम्हाला स्वत:ची बुद्धी आहे आणि ती वापरण्याची तुम्हाला भीती वाटत नाही.

सर्वांत महत्त्वाचं, समस्यांनी डगमगून जाऊ नका. त्यापेक्षा त्या समस्या म्हणजे नोकरीच्या ठिकाणी स्वत:ची पात्रता सिद्ध करण्याची संधी आहे, असं समजा. अटीतटीच्या प्रसंगी तुम्हाला तुमचे गुण दाखवण्याची सर्वांत उत्तम संधी असते. अशा प्रसंगी बाकीचे लोक जरी विरघळून गेल्यासारखे झाले, तरी तुम्ही मात्र जर शांत आणि संयमी राहिलात, तर इतरांना तुम्ही दाखवून देऊ शकाल की तुमच्यात अधिक कर्तव्यकठोरपणा आहे.

इतरांपेक्षा चांगलं असून भागत नाही, तुम्ही तसे दिसाल ह्याची खात्री पटवणं अधिक आवश्यक आहे. हीच यशाची गुरुकिल्ली आहे.

### तुमची ऑफिसातली पहिली 'चकमक'

त्यातूनही एखाद्या गुलाबाच्या फुलासारखं ताजंतवानं, सुगंधी होत बाहेर कसं पडायचं?

ऑफिसमध्ये केव्हातरी तुमचे मतभेद होणं, वादावादी होणं अटळ आहे. तुम्ही जर नशीबवान असाल, तर ते तुमच्या एखाद्या वरिष्ठ पातळीवरच्या सहकाऱ्याबरोबर घडेल आणि त्यामध्ये सत्तेचं कोणतंही राजकारण नसेल. पण तुमचं नशीब खोटं असेल तर मात्र तुमचं ज्या वरिष्ठाशी कधीही पटलं नसेल आणि जो तुमची त्या ठिकाणाहून उचलबांगडी करण्याचा प्रयत्न करत असेल, त्याच्याबरोबर होईल. नशीब त्याहूनही वाईट असेल तर तुमच्या निकटच्या बॉसबरोबर ते घडू शकतं. त्या बॉसच्या हातात अमर्याद सत्ता असते आणि तुमच्या करिअरला तो गंभीर नुकसान पोहोचवू शकतो. पण तुमची गाठ कोणाशीही पडणार असेल, तरी तुम्ही ज्यांना शिरोधार्य मानावं असे काही सोनेरी नियम आहेत–

* कितीही चिडवलं गेलं तरी तुमचा तोल ढळू देऊ नका. स्त्रियांचा आवाज जरा देखील चढला, तरी लोक त्यांना 'हिस्टेरिकल आणि हार्मोनल' संबोधतात. असलेल्या परिस्थितीत तुमचे मुद्दे तर्कशुद्धपणे मांडा.
* ही सगळी गोष्ट स्वत:शी वैयक्तिक जोडू नका. मतभेद झालेच तर ते कामाच्या पातळीवर ठेवा. व्यावसायिक क्षेत्रातून भरकटू नका. तुम्हाला असं वाटेल की तुमचा प्रतिस्पर्धी सुरुवातीपासूनच तुमच्या विरोधात आहे, पण त्या गोष्टीचा उल्लेख करण्याची ही वेळ नव्हे. त्यामुळे लोकांचा असा ग्रह होईल की ह्या भांडणाला काहीतरी वेगळाच रंग आहे आणि तसं त्यांना वाटावं अशी तुमची इच्छा नसली, तरीही ते तसंच होईल.
* तुम्ही भक्कम भूमीवर उभ्या आहात, ह्याची खातरजमा करा. एखाद्या गोष्टीबद्दल तुम्ही तमाशा केलात आणि नंतर तुम्हाला समजलं की चूक तुमचीच होती, तर तुम्ही फारच मूर्ख दिसाल.
* मनात आकस ठेवू नका. तुमच्या विरोधकाने तुम्हाला जरी कितीही त्रास दिलेला असला, तरी तुमचा पराभव खिलाडूपणे स्वीकारा. बालिशपणे फुगून बसण्याऐवजी जुळतं घेण्याच्या दृष्टीने पहिलं पाऊल टाका आणि पुढची वाटचाल करा.

## छान दिसणं

### (तुम्हाला वाटतंय तेवढंच ते महत्त्वाचं आहे)

तुम्ही कशा दिसता हे नोकरीच्या ठिकाणी महत्त्वाचं आहे, असं म्हटल्यावर बऱ्याचशा स्त्रिया फिस्कारतात; पण सत्य हेच आहे की बाह्यरूपाला महत्त्व आहे. एकाच प्रकारची गुणवत्ता आणि कामाची तडफ असलेल्या दोन उमेदवारांतून निवड करायला सांगितली, तर बहुतेक कंपन्या त्यातल्या अधिक चांगल्या दिसणाऱ्या स्त्रीलाच निवडतील. ही काही कुरूपतेच्या विरोधातली मोठी खेळी नव्हे. सत्य एवढंच की जे लोक दिसायला उमदे असतात, त्यांच्या बाजूने नकळत आपण आपला कौल देत असतो. लोकही व्यक्तीच्या दिसण्यावरून निष्कर्ष काढत असतात आणि कामाच्या ठिकाणचे नियमही याहून काही वेगळे नाहीत. तुम्ही जर निष्काळजीपणाने वेशभूषा करणाऱ्या असाल तर कामातही तुम्ही निष्काळजी आहात, असं समजलं जाईल. अगदी सौंदर्य स्पर्धा नसली तरी लक्षात ठेवा, छान दिसण्याचे फायदे असतात.

### आतमध्ये काय दडलंय?

लहान बाळांवर केलेल्या संशोधनाने असं दाखवून दिलंय, की त्यांना जेव्हा वेगवेगळ्या प्रकारच्या लोकांचे फोटो दाखवण्यात आले, तेव्हा त्यांनी चांगलं दिसणाऱ्या व्यक्तींना अधिक सकारात्मक प्रतिसाद दिला. शाळेतदेखील छान दिसणाऱ्या मुली आणि चांगले दिसणारे मुलगे सर्वाधिक लोकप्रिय असतात. एखादी व्यक्ती आकर्षक असेल, तर अनाकर्षक लोकांबरोबर वेळ घालवण्यापेक्षा तिच्याबरोबर वेळ घालवायला आपल्याला जास्त आवडतं. हाच नियम नोकरीच्या ठिकाणी देखील लागू होतो. छान दिसण्यामुळे तुमच्या यश मिळवण्याच्या शक्यता खूपच वाढतात.

ह्याचा अर्थ असा तर नाही, की आपल्यापैकी बरेचजण एवढे उथळ असतात आणि प्रत्येकाचे मूल्यमापन त्याच्या आत दडलेल्या गुणांपेक्षा बाह्यरूपावरून करत असतात? अर्थात, आपण तसंच करत असतो. विचार करा, शक्य असल्यास, तुम्ही कोणाबरोबर बाहेर जाल. जॉनी लिव्हरबरोबर, की जॉन अब्राहमबरोबर? ही काही चढाओढ नव्हे, बरोबर? तेव्हा आपण हे सत्य स्वीकारूया की लोक

दिसायला जसे असतात, त्यावरून आपण त्यांना कोणत्या दृष्टिकोनातून बघतो आणि त्यांच्याबद्दलची आपली प्रतिक्रिया काय असते, हे ठरतं. तुमचं कामाचं क्षेत्र कोणतंही असो, शारीरिक आकर्षकता ही एक जमेची बाजू असते.

ह्या मुद्द्यावर सगळ्या सुंदर, किंवा जेमतेम आकर्षक असणाऱ्या स्त्रिया वैतागाने, आग्रहाने प्रतिपादन करतील की त्यांना त्यांच्या रूपाचं गळ्याभोवती एक जोखड असल्यासारखंच झालंय. त्या असं म्हणतात की, "मी दिसायला छान आहे, ह्याचा अर्थ लोक मी एक 'छम्मकछल्लो' आहे, असा काहीसा काढतात. मी सुंदर आहे, म्हणून लोक माझा गांभीर्याने विचार करत नाहीत. 'एक सुंदर चेहरा' एवढ्यावरच माझी किंमत ठरवून माझा कोणी खोलवर विचार करतच नाही. मला कधीकधी असं वाटतं की मी कुरूप असते तर बरं झालं असतं, त्यामुळे लोकांनी माझ्या रूपाने आंधळं होऊन माझ्या बुद्धिमत्तेकडे डोळेझाक केली नसती..."

तर, ह्या स्त्रियांना मला फक्त एकच गोष्ट सांगायचीय– वटवट बंद करा.

सत्य हे आहे की चांगल्या रूपामुळे नशीब खुलतं. एकदा का त्या जोरावर तुम्ही कुठेही प्रवेश मिळवलात, मग तुम्हाला त्या सौंदर्यामागे बुद्धीही आहे, हे सिद्ध करण्याची योग्य ती संधी मिळेल.

तुम्ही जर आकर्षक असाल, तर दिवसाचा अधिक वेळ तुम्हाला द्यायला लोक तयार असतील. त्याचा फायदा कसा करून घ्यायचा हे तुमच्या हातात आहे. पुरुष सुंदर चेहऱ्यामागे पागल होतात, ह्याबद्दल कोणाचाही मतभेद नसेल आणि नोकरीच्या बहुतेक ठिकाणी पुरुषांचाच वरचष्मा असतो, हे एकदा मान्य केल्यावर छान दिसण्याचा काही तोटा नक्कीच नसणार.

अर्थात, चांगलं दिसणं ही काही ठिकाणी नोकरीची गरज असते, तर दुसऱ्या ठिकाणी तो एक सकारात्मक 'बोनस' असतो. मॉडेलिंग आणि चित्रपट हे पहिल्या प्रकारात मोडतात, तर टेलिव्हिजनमध्ये नेत्रसुखद असल्याने काही तोटा नाही, कारण तेही एक दृक्श्राव्य माध्यम आहे.

ह्याचा अर्थ असाही नव्हे की बातम्या सांगणाऱ्या आणि कार्यक्रमाचे सूत्रसंचालन करणाऱ्या स्त्रियांनी 'ब्युटी क्वीन'सारखं दिसायला पाहिजे; आणि नशिबाने तसं नसतं देखील; पण अशा लोकांना कामावर घेताना किमान सौंदर्यदृष्टीच्या विचारानेच त्यांची निवड केली जाते; ह्याबद्दल कोण वाद घालेल? आपल्याला मान्य करावंच लागेल की बातम्या ऐकत असताना जर बातम्या देणारीने हलकासा मेकअप केलेला असेल आणि तिच्या चेहऱ्यावर जर स्मितहास्य खेळत असेल, तर सोन्याहून पिवळंच. आणि प्रणव रॉय जर तसा राहत असेल, तर इतर स्त्रियांना त्याहीपेक्षा अधिक प्रयत्नशील राहावं लागेल.

पण फक्त टेलिव्हिजनवरच लक्ष केंद्रित का करा? छापील माध्यमांच्या

क्षेत्रातदेखील सुंदर चेहऱ्यालाच एखाद्या साधारण चेहऱ्याच्या तुलनेत लवकर शिरकाव मिळतो. अशा सुंदर पत्रकारांसाठी चित्रपटतारेही त्यांचा छाप पाडण्याचा प्रयत्न अटीतटीने करतात, मंत्री त्यांचा अधिक वेळ तुम्हाला देतात, उद्योगपती जेवणासाठी बाहेर बोलावतात, सरकारी उच्चपदस्थ अधिकारी त्यांच्या पार्टीची शोभा वाढवण्यासाठी आमंत्रित करतात. हे सर्व लोक एखाद्या चुरगळलेल्या कपड्यातल्या पुरुष पत्रकाराशी जेवढं मोकळेपणाने बोलणार नाहीत, तेवढ्या अघळपघळ गप्पा एखाद्या सुंदर स्त्री पत्रकाराशी नक्कीच मारत असतील! ह्यापेक्षा अधिक अपेक्षा तुम्ही काय कराल?

अशा कोणत्याही व्यवसायात, ज्यामध्ये अशिलांशी संवाद साधण्याची नेहमीच गरज आहे, त्यात चांगलं रूप हा एक कळीचा मुद्दा ठरतो. एखाद्या हवाईसुंदरी इतकीच, पंचतारांकित हॉटेलमध्ये स्वागतकक्षात काम करणारी तरुणीदेखील आरस्पानी सुंदर असावी लागते. साधारण रूपाच्या मुलीला स्वागतकक्षात काम करताना तुम्ही कधी बघितलंय का? ह्या सिंहकटी ललना त्यांचं काम चोख बजावत असतात. अगदी जनसंपर्क किंवा कॉर्पोरेट कम्युनिकेशन्सच्या क्षेत्रातदेखील तुम्ही कमनीय आणि दिसायला छान असाल तर त्याचा फायदाच होतो.

कामाच्या ठिकाणी जिथे कुठे तुम्ही नजर टाकाल, तिथे तुम्हाला हेच आढळून येईल की तुम्ही कशा दिसता ह्याला निश्चितच महत्त्व आहे. ही खबर जरी विशेष चांगली नसली, तरी पण थांबा, सुंदर होण्यासाठी प्रसाधनांच्या मागे धाव घेण्याआधी एक चांगली बातमीदेखील ऐका.

तुमचा चेहरामोहरा अगदी आखीवरेखीव असण्याची काहीएक आवश्यकता नाही, विशेषत: तुमच्या कामाच्या संदर्भात. अगदी निष्कलंक त्वचा आणि 'कमनीय बांधा' नसला तरीदेखील चालेल. चांगलं दिसण्यासाठी, देवाने जे रूप तुम्हाला बहाल केलंय, त्याचा चांगला उपयोग करून घेणं, असा त्याचा अर्थ आहे. तुमच्याकडे मुळातच छाप पाडण्याइतका प्रभावी मुद्देमाल नसेल, तरी तुम्ही तुमची एक आकर्षक छबी तयार करू शकता आणि त्यासाठी आवश्यकता आहे ती स्वत:ची अशी एक स्टाईल निर्माण करण्याची, नीटनेटकं राहून व्यवस्थित दिसण्याची आणि मुख्य म्हणजे एक असं व्यक्तिमत्त्व घडवण्याची ज्यामुळे लोक तुमच्यापासून दूर पळण्याऐवजी तुमच्याकडे खेचले जातील. एक लक्षात ठेवा, सौंदर्य अस्ताला जातं, पण मोहक व्यक्तिमत्त्व मात्र कायम टिकून रहातं.

### माझ्याकडे घालण्यासाठी कपडेच नाहीत!

सगळ्या जगात प्रत्येक सकाळी काय ओरडा होत असेल तर तो हाच!

ओसंडून वाहणाऱ्या तिच्या वॉर्डरोबमध्ये कितीही विविध कपडे कोंबून भरलेले का असेनात, शू रॅकवर कितीही बुटांचे जोड विखुरलेले का असेनात आणि गेल्या काही वर्षांत तिने अगणित बॅगा खरेदी केलेल्या का असेनात, एका बाईला असं कधीच वाटत नाही की तिच्याकडे घालायला पुरेसे कपडे आहेत!

ती तिचं सगळं कपाट रिकामं करेल, वेगवेगळ्या रंगसंगती साधणाऱ्या पर्यायांवर खोलवर विचार करेल, त्यातून कधी एखादं साधंसं 'कॉम्बिनेशन' पसंत करेल, किंवा मग धीट आणि प्रयोगशील दिसण्याचा विचार करेल. पण तिने काहीही केलं, तरी ती कशी दिसते ह्याबद्दल तिला कधीच समाधान वाटणार नाही.

आपल्या देशात ते आणखीनच कठीण आहे, कारण अद्याप कामावर जाताना घालयच्या पोषाखाची कल्पना आपण निर्माण करू शकलेलो नाही. विशेषत: ज्या व्यवसायात आपण असतो, त्यावर ते अवलंबून असतं.

म्हणून तुम्ही जर एखाद्या कॉर्पोरेट ऑफिसमध्ये काम करत असाल, तर तुम्हाला ट्राऊझर्स सूट किंवा स्कर्ट-जॅकेट अशा प्रकारचे कपडे शोभून दिसतील. शर्ट निवडण्याच्या बाबतीत तुम्हाला थोडंसं स्वातंत्र्य घेता येईल किंवा मग बुटांच्या बाबतीत. तुम्ही जर मीडियाच्या क्षेत्रात काम करत असाल, तर थोडंसं अनौपचारिक परिधान कामाच्या ठिकाणच्या कॉलेजसारख्या वातावरणाशी सुसंगत ठरेल. जाहिरातीच्या क्षेत्रात काहीशी चाकोरीच्या बाहेर जाऊन केलेली वेषभूषा अधिक प्रचलित असते. कारण ह्या क्षेत्रातले लोक त्यांच्या 'कॉपी' प्रमाणेच त्यांची वेशभूषाही तेवढीच 'ओरिजिनल' असल्याचं सिद्ध करू पाहतात. फॅशनच्या क्षेत्रात तर काहीही चालतं.

स्थूलमानाने पाडलेल्या ह्या प्रकारात, स्त्रिया आरामशीर वाटेल अशा प्रकारचा 'ड्रेस कोड' विकसित करतात. तो विकसित करताना बरेचदा टोला लगावला नाही तर हुकला, अशीच ती प्रक्रिया असते.

भारतात नोकरीच्या ठिकाणी कोणती वेशभूषा करावी ह्याबद्दल काही साचेबंद ठोकताळे नसल्याने गोष्टी जरा कठीण ठरतात. जसं सुचेल तसं करण्याकडेच अधिक कल असतो आणि त्यामुळे बरेच वेळा शरमेचे प्रसंग उद्‌भवतात. निवड करण्यासारखे एवढे अमर्याद पर्याय उपलब्ध असल्याने तुम्हाला कधीकधी असं वाटतं की जेव्हा साडी नेसण्याची प्रथा अधिक प्रचलित होती, ते दिवस पुन्हा आले तर किती छान होईल. आठवडाभर रोज एक साडी अंगावर गुंडाळणं कदाचित कंटाळवाणं असेल, पण त्या सहावारी कापडाच्या निऱ्यांत निदान सुरक्षितता तरी होती. तुमचं वय, आकार किंवा मापं काहीही असोत, साडी नेसताना काही चुकण्याची शक्यता नव्हती.

पण आपण जसे एकविसाव्या शतकात प्रवेश करतोय, तसं हे सुरक्षिततेचं कवच आपल्या अंगावरून ओढून काढलं जातंय आणि त्यामुळे सकाळी उठल्यावर

वेशभूषेबद्दलची जी एक निश्चिती होती ती आपल्यापाशी उरलेली नाही. ते खूप सोपं होतं. साडी नेसताना फक्त तुम्हाला त्या ऋतूला योग्य असा कपडा आणि रंग निवडायचा होता, दहा मिनिटांनंतर तुम्ही मग कुठेही जायला तयार होता.

ब्लाऊजच्या निवडीतून तुमची कलात्मकता आणि चोखंदळपणा व्यक्त करायला तुम्हाला वाव होता. पूर्वापार पद्धतीचा आणि बटणं लावलेला, की बिनबाह्यांचा आणि सेक्सी? तीच गोष्ट तुमच्या बिंदीच्या आकाराची देखील. बुटांचा काही विशेष प्रश्न नव्हता, कारण साडीच्या निऱ्यात नाहीतरी ते लपले जायचे. हँडबॅग्जदेखील हल्लीच्या स्टाइल स्टेटमेंटपेक्षा कामचलाऊ पोत्यांसारख्याच अधिक असायच्या.

गोष्टी आता बदलल्या आहेत आणि संमिश्रदेखील झाल्या आहेत. एका नोकरी करणाऱ्या स्त्रीपुढे असावेत ते सगळे स्टाइलचे विविध पर्याय तुमच्यापुढे प्रत्येक सकाळी उपलब्ध असतात.

कधीकधी कोणत्या पद्धतीने ड्रेस करायचा, ह्यावर डोकेफोड करण्यात वेळ घालवल्याने, घरातून बाहेर पडण्यापूर्वीच तुम्ही थकून गेलेल्या असता आणि कामाला गेल्यावर तुम्हाला नेहमीप्रमाणेच गर्तेत बुडाल्यासारखी भावना ग्रासून टाकते की तुमचं पूर्णपणे चुकलंय.

हे टाळायचं असेल तर निदान सुरुवातीला तरी थोडंसं सबुरीचं धोरण स्वीकारा. तुम्हाला अद्याप तुमचे पत्ते उघड करायचे नसतात. तेव्हा जोपर्यंत तुम्ही ऑफिसमधला अलिखित ड्रेस कोड काय आहे ते शोधून काढत नाही, तोपर्यंत तुम्ही त्याच्यात बसणार नाहीत असे कपडे कितपत घालू शकता, त्याचा विचार करा आणि जेवढं शक्य होईल तेवढं चाकोरीच्या आत राहण्याचा प्रयत्न करा.

तुम्ही जेव्हा छानपैकी तयार व्हाल, तेव्हा एक मस्तपैकी चहाचा कप हातात घेऊन दीर्घ श्वास घ्या आणि शांतपणे बसून तुम्हाला नोकरीच्या ठिकाणी तुमची प्रतिमा काय असली पाहिजे असं वाटतं, त्याचा नीट विचार करा. तुम्हाला नव्वदच्या दशकातला पॉवरफुल ड्रेस करायचा आहे का? अर्थात ती खांद्यावरची कुरूप दिसणारी शोल्डर पॅड्स वगळून? अशा प्रकारच्या संयमित, कठोर दिसण्याने पुरुष दोनशे यार्डावरच थबकतील. तुमच्या कपड्यांच्या कपाटाने तुम्हाला निःसंदिग्ध शब्दांत ठासून सांगायला पाहिजे का, ''माझ्याशी छक्के-पंजे खेळू नका, नाहीतर फुकट पस्तावाल!'' मग तुम्हाला आवश्यकता आहे ती एकदम काटेकोरपणे शिवलेल्या, प्रमाणबद्ध स्वरूपाच्या, प्लास्टिक बाहुलीप्रमाणे दिसणाऱ्या व्यक्तिमत्त्वाची.

अर्थात ह्याचा अर्थ असा नव्हे की तुमची निवड फक्त स्वच्छ सफेद शर्ट, काळे ट्राऊझर्स आणि गळ्याभोवती अडकवलेल्या चमकदार मोत्यांच्या माळेपुरतीच मर्यादित असावी. ह्याच शैलीमध्ये थोडाफार फरक करून तुम्ही ती स्वतःची एक वेगळी ओळख म्हणून निर्माण करू शकता. थोडा हळुवार परिणाम साधण्यासाठी

तुमच्या कपड्यांत फुलांच्या पाकळ्यांसारख्या फिक्कट निळ्या किंवा हलक्या जांभळ्या रंगाच्या कपड्यांचाही समावेश करा. तुमच्या शर्टच्या कॉलरभोवती जर थोड्या चुण्या असतील, तर त्यामुळे तुमच्या सूटला प्रत्येक दिवशी एक वेगळाच उठाव मिळेल.

स्वत:चा वेगळा ठसा उमटवण्याच्या प्रयत्नांना घाबरू नका. तुम्ही जे कपडे परिधान करता, त्यावरून लोकांना तुम्ही काय विचार करता ह्याबद्दल अधिक कळतं. तुमचे कपडेच जर कंटाळवाणे आणि चाकोरीबद्ध असतील, तर लोकांनाही तुम्ही तशाच आहात असं वाटेल. तुमच्या चटपटीत, स्वतंत्र व्यक्तिमत्त्वाची चुणूक जर त्यांना दाखवलीत, तर तेही तुमच्याकडे त्या दृष्टीने बघतील.

मग हा असा खास 'लूक' कसा घडवायचा? त्याचे मार्ग मी सांगते. तुम्हाला जर साडीत अधिक आरामशीर वाटत असेल, तर मग ते सोपं आहे. झुळझुळीत शिफॉनपेक्षा स्टार्च केलेल्या चुरचुरीत कॉटन साड्या वापरा. फुलाफुलांच्या डिझाईनपेक्षा भूमितीच्या आकृत्या असलेल्या साड्या निवडा.

स्वप्नात तरंगत असल्याप्रमाणे साडी स्वत:भोवती कशीही गुंडाळण्यापेक्षा ती व्यवस्थित चापूनचोपून नेसण्यावर अधिक भर द्या. साडीवरचे ब्लाऊज पारंपारिक पद्धतीनेच शिवलेले असूद्यात. साडी नेसताना ती बेंबीच्या वरच असू द्या, म्हणजे उघड्या देहाचं जास्त प्रदर्शन होणार नाही. दागिन्यांचा वापर कमीत कमी करा. एखादं 'बिझिनेस लाइक' घड्याळ वापरा, म्हणजे तुमच्या एकंदरीत 'बिझिनेस लेडी' व्यक्तिमत्त्वाला उठाव मिळेल.

साड्या घेण्यामध्ये गुंतवणूक करणं ही नेहमीच एक चांगली कल्पना ठरते, कारण तोच ड्रेस तुम्ही संध्याकाळच्या वेळेलादेखील थोड्याशा उठावदार ब्लाऊज आणि चांगल्या दागिन्यांबरोबर घालण्याचा पर्याय खुला ठेवू शकता.

'आऊट ऑफ फॅशन' न होणाऱ्या अशा चंदेरी, पोचमपल्ली किंवा ढाकाई साड्या जर तुमच्या संग्रही असतील, तर सोन्याहून पिवळंच.

तुम्हाला जर पाश्चिमात्य धर्तीचा पोशाख करायला अधिक आवडत असेल, तर अर्थातच ट्राऊझर-सूट ही एक सरळसरळ निवड आहे. पण कामावरचे गणवेष हे गणवेष असावेत असं कोणी सांगितलंय? वेशभूषेत एक प्रकारचा ताजेपणा असण्याची गरज आहे, म्हणजे कामावर जाताना कपडे करण्यात आनंद मिळेल आणि ते एक नकोसं वाटणारं काम होणार नाही. त्यामुळे स्थूलमानाने आखण्यात आलेल्या रूपरेषांच्या परिघात तुम्ही तुमची वैयक्तिक आवड व्यक्त करण्यासाठी काही प्रयोग करू शकता. अँटिक सिल्व्हरचा एखादा उठावदार नेकलेस तुमच्या व्यक्तिमत्त्वाला उठाव आणू शकतो. तुमच्या नेव्ही ट्राऊझर्सबरोबर तुम्ही लालभडक रंगाचे उंच टाचांचे बूट घालून लोकांना आश्चर्यचकित करू शकता. तुमच्या राखाडी

रंगाच्या सूटबरोबर तुम्ही एखादा हलका गुलाबी रंगाचा रेशमी टॉप परिधान करू शकता.

अशा प्रकारचा पर्याय निवडल्यामुळे तुम्ही थोड्याश्याच कपड्यांत गुंतवणूक करून सर्वाधिक चांगला परिणाम साधण्यासाठी, 'मिक्स अॅन्ड मॅच' प्रयोग करून हळूहळू तुमचा एक नवीन 'लूक' निर्माण करू शकाल. फक्त थोड्या साहसाची आणि कल्पकतेची गरज आहे. जोपर्यंत तुम्ही तुमची मूलभूत तत्त्वं मजबूत आणि ताब्यात ठेवाल, तोपर्यंत लोक तुमच्या वाटेला जाण्याचं टाळतील.

तुमची स्टाइल म्हणजे जर पौर्वात्य आणि पाश्चिमात्त्य फॅशनचा मिलाफ असेल, तर तुम्ही अलीकडे ज्याचा उल्लेख 'फ्यूजन ड्रेसिंग' असा केला जातो, तशा प्रकारचे कपडे घालू शकता. ज्यांचा फॅशनच्या परिभाषेशी विशेष संबंध नाही, अशांसाठी ह्याचा अर्थ असतो तुम्ही अलीकडे गोळा केलेल्या तुमच्या पोटाच्या वळ्या लपवण्यासाठी अशा दोन्ही पद्धतींचा संगम असलेली वेशभूषा करणं. त्यामुळे सिगारेट पॅन्ट्स आणि ट्राऊझर्सच्याऐवजी तुम्ही पलाझो स्टाईल पॅन्ट्स आणि घट्ट तोकड्या टॉप्सऐवजी लूझर, लांब कुर्ती, स्कार्फच्या ऐवजी पूर्ण लांबीचे दुप्पटे, असा ड्रेस करणं योग्य ठरेल. ज्या लोकांना पाश्चिमात्त्य धर्तीच्या वेशभूषेत पूर्णपणे आरामशीर वाटत नाही, त्यांच्यासाठी आधुनिक दिसण्यासाठी हा एक चांगला पर्याय आहे.

अर्थात ज्या स्त्रिया कॉर्पोरेट सेक्टरमध्ये काम करतात त्यांना ऑफिसमध्ये जाताना अधिक कडक ड्रेस कोडप्रमाणे वागावं लागतं आणि इतर काही फेरफार करण्यासाठी फारसा वाव नसतो. मल्टिनॅशनल कंपन्या भारतीय कंपन्यांपेक्षा ह्या बाबतीत अधिक कडक असतात आणि फक्त शुक्रवारीच स्टाफला थोडासा अनौपचारिक ड्रेस घालून येण्याची मुभा असते. पण त्या दिवशीदेखील शॉर्ट्स आणि हवाईयन शर्ट घालून जाण्याचा विचार करू नका. तुमची अनौपचारिक वेशभूषादेखील संयमितच असावी लागेल, तुमच्या 'वर्कलूक'पेक्षा थोडीशी सैलावलेली एवढंच. म्हणजे कोणीही त्यावर टीका करणार नाही.

ज्या स्त्रिया अशा कंपन्यांत काम करतात, जिथे लोकांनी कामावर जाताना कोणते कपडे घालावेत, ह्याबद्दल तौलनिकदृष्ट्या काहीसं मवाळ धोरण असतं, तसंच फॅशनच्या बाबतीतही उदारमतवादी दृष्टिकोन असतो, अशा ठिकाणी लोक त्यांची स्वत:ची वैयक्तिक स्टाइल निर्माण करताना निरनिराळे प्रयोग करून बघू शकतात.

कदाचित त्यामुळे सकाळच्या वेळी काय कपडे घालावेत ह्यासंबंधी निर्णय घेणं कठीणदेखील होऊ शकेल. पण ते सोपं असतं, असं कोणी कधी सांगितलंय? आता तुमच्या अभिरुचीचाच हा प्रश्न आहे आणि जर तुम्ही त्याबाबतीत चूक

केलीत, तर सगळा दोष तुमचाच ठरेल.

काही प्रकारचे 'लूक्स' एका क्षेत्रामध्ये दुसऱ्या कंपन्यांपेक्षा अधिक चांगले ठरतील. तुम्ही जर टेलिमार्केटिंगमध्ये असाल, तर सगळी मदार तुमच्या आवाजावर असल्याने तुम्ही कशा दिसता ह्या गोष्टीला तुलनात्मक दृष्ट्या कमी महत्त्व असेल. पण जर तुम्ही एखाद्या सेवा देणाऱ्या व्यवसायात काम करत असाल, तर मात्र तुम्हाला चांगलं दिसण्याचा अधिक प्रयत्न करावा लागेल, कारण तुमचा ग्राहकांशी सतत संपर्क येत राहील. त्यामुळे टेलिमार्केटिंगमधल्या स्त्रियांनी थोडेफार ढगळ सलवार-कमीझ घातले तरी चालण्यासारखं आहे. सर्व्हिस-इंडस्ट्रीजमध्ये काम करताना तुम्हाला त्या कंपनीची प्रतिनिधी म्हणून बघण्यात येईल. त्यामुळे जर तुम्हीच गबाळग्रंथी असाल, तर 'शितावरून भाताची परीक्षा' तसं कंपनीच्या बाबतीतही लोक ठोकताळे बांधतील.

सृजनशीलतेने वेशभूषा करायची असेल, तर माध्यमं, जाहिरात आणि संपादन ह्या तीन क्षेत्रात तुम्हाला अधिक सूट मिळेल. तुम्ही 'बोहेमियन चिक' स्टाईलमध्ये चुण्यांच्या जमिनीवर लोळणाऱ्या स्कर्ट्स आणि फुलाफुलांच्या टॉप्समध्ये त्या ड्रेसशी संगती साधणारी खांद्यावरची झोळी आणि कोल्हापुरी चपला असा ड्रेस करू शकता. तुमच्या स्थानिक कलाकौशल्याची झलक दाखवण्यासाठी व्हेजिटेबल-डायच्या-ब्लॉक प्रिंटेड साड्या किंवा चुडीदार कुर्ता हा ड्रेसदेखील शोभून दिसेल आणि खरं म्हणजे ही वेशभूषा बऱ्याच एनजीओ संस्थात काम करणाऱ्या स्त्रियांनी, भल्यामोठ्या लाल बिंदीसह स्वीकारली आहे. जीन्सबरोबर तुम्ही अंगाला फिट बसणारा शर्ट घालू शकता, तसेच 'स्टायलिश' दिसण्यासाठी एखादं लेदर जॅकेट घालू शकता.

तुमच्या कल्पनाशक्तीला ताण देऊन हे सगळं कसं स्वीकारायचं, हे तुमच्यावर अवलंबून आहे. 'बोहेमियन चिक' आणि 'मॅड माव्हरिक' ह्यातली सीमारेषा तशी धूसरच आहे. ते गडद बर्गंडी रंगाचं व्हेल्व्हेट स्मोकिंग जॅकेट त्याच प्रकारात मोडतं. पण तुम्ही फॅशनच्या क्षेत्रात डिझायनर मॉडेल, स्टायलिस्ट किंवा अगदी स्टोअर मॅनेजर असाल, तर अशा प्रकारचा थोडासा माथेफिरूपणा तुम्हाला घडवण्यासाठी उपयोगी ठरेल. तुमच्या अंतर्गत प्रतिभेचा तो एक आविष्कार ठरेल आणि लोकांना तुमच्याकडे अधिक खोलवर, तुमच्यात रस घेऊन बघावं लागेल.

असा कोणताही कायदा नाही, ज्याप्रमाणे तुम्हाला एकाच प्रकारचा 'लूक' स्वीकारून त्यालाच चिकटून राहावं लागेल. एखादा 'लूक' निवडा आणि त्याला धरून राहा. काही दिवस असे असतील जेव्हा तुम्हाला तरतरीत, परिस्थितीवर नियंत्रण ठेवू शकण्याच्या परिस्थितीत असल्यासारखं वाटेल, तर इतर दिवशी तुम्हाला 'रोमँटिक' आणि चंचल असल्यासारखं जाणवेल. काही वेळेला तुम्हाला

कडक शिस्तीची गरज भासेल, तर इतर वेळेला तुम्हाला सैलावलेल्या, अनियंत्रित 'लूक'चं स्वातंत्र्य घ्यावसं वाटेल.

तुमच्या 'मूड'ला पटेल अशा पद्धतीने वेशभूषा करा. ती करताना तुमच्या 'मूड'ला उजाळा मिळेल असं पाहा. तुमच्या कपड्यांनी तुमच्या व्यक्तिमत्त्वाला उठाव आला पाहिजे. तुम्हाला झाकोळून टाकायच्याऐवजी त्यांनी तुम्हाला खुलवायला हवं आणि सर्वांत महत्त्वाचं म्हणजे कपडे तुमच्यासाठी आहेत. कपड्यांसाठी तुम्ही नाही.

### दिवस रात्रीचा समतोल कसा सांभाळायचा?

कामावर जातानाचा 'लूक' बदलून त्याला संध्याकाळच्या 'ग्लॅमरस' व्यक्तिमत्त्वाचं स्वरूप आणायचं असेल, तर पोशाखाबरोबरच्या अॅक्सेसरीजचा हुकमी उपयोग होऊ शकतो. तुमची कामावर जाताना वापरण्याची भलीमोठी, कंटाळवाणी, थैलीसारखी हँडबॅग बाजूला ठेवून, त्याऐवजी एखादी छोटी, खडे लावलेली पर्स हातात घ्या. दिसेल न दिसेल अशी सोन्याची साखळी बदलून त्याऐवजी पुष्कळ पदर असलेली मोत्याची माळ घाला. चमकदार पिना लावून तुमचे केस उंचावर बांधा. ऑफिसला जाताना घातलेल्या बुटांऐवजी तुमचे उंच टाचांचे सँडल्स घाला, त्यामुळे लालचुटूक नेलपेंटने रंगवलेली तुमच्या पायांची नखंही डोळ्यात भरतील, कानातल्या खड्यांऐवजी लोंबणारे इअरिंग्ज घाला. तुम्ही मान हलवल्यावर त्यांच्यातून प्रकाश परावर्तित होईल. तुमचं जॅकेट काढल्यावर आतला लेस लावलेला ब्लाऊजही नजरेत भरेल.

मेकअप थोडा अधिक गडद केलात तर व्यक्तिमत्त्वाला छानच उठाव येईल. डोळ्यांना काळ्या काजळाने उठाव द्या. भुवयांच्या खाली थोडीशी हलकी आय शॅडो लावा, मस्काऱ्याची आणखी थोडी पुटं चढवा. आता तुम्ही संध्याकाळच्या कार्यक्रमाला तोंड द्यायला सज्ज आहात. थोडासा 'लिप ग्लॉस' लावलात तर तुम्ही अधिकच उन्मादक आणि आमंत्रण देणाऱ्या दिसाल. गालावर आणि वक्षस्थळांच्या घळीत लावलेली थोडीशी चमक तुम्हाला चमकदार बनवेल. तुमची कंपनी कितीही कंटाळवाणी असली तरीही रंगांची उधळण करा आणि 'आपण उठून दिसू' ही भीती बिलकूल बाळगू नका.

### डिटेल्स, डिटेल्स, डिटेल्स!

देवाचा शोध घेताना तो बारीकसारीक तपशिलात सापडेल न सापडेल, पण स्टाईल ठरवताना मात्र तपशील निश्चितच महत्त्वाचे असतात. तुमचं स्टाईल-स्टेटमेंट बनवताना अगदी किरकोळ गोष्टींमुळेदेखील खूप फरक पडतो. अगदी

सर्वसाधारण अशा कामावरच्या पोशाखाला देखील जॅकी'ओ सनग्लासेसमुळे 'ग्लॅमरस लूक' येईल. तसंच किलर स्टिलेटोंमुळे अगदी साध्यासुध्या कपड्यांना 'सेक्सी' स्वरूप मिळेल. भल्यामोठ्या बेल्टमुळे तुमच्या पेहरावाला मजेशीरपणा मिळेल. फॅशनेबल घड्याळामुळे तुमची कारागिराला शोभणारी ब्रीफकेस डोळ्यांना खटकणार नाही.

होय, हे अगदी खरं आहे की ॲक्सेसरीजमुळे 'लूक' तयार व्हायला मदत होते. पण त्यामुळे तो 'लूक' मारलाही जाऊ शकतो, हे ध्यानात घ्या. कपड्यांवर तुम्ही कितीही पैसे खर्च केलेत, तरी तुम्ही सधन किंवा यशस्वी दिसू शकणार नाही, कारण तुमच्या हातातली जुनाट बॅग त्या कपड्यांची किंमत कमी करून टाकेल. कपड्यांवर केलेला सगळा खर्चही वाया जाईल. एखादी स्मार्ट, टापटिपीची बॅग घेऊन ऑफिसात प्रवेश करा आणि तुमच्या मनात सीरियस बिझिनेसचे विचार घोळतायत ह्याची लोकांना चुणूक दिसेल.

स्वस्तातले बूट जर पायात घालाल, तर महागड्या कपड्यांनी येऊ शकणारा प्रभावदेखील मातीमोल होईल. म्हणून पेहेरावाबरोबर ॲक्सेसरीज कोणत्या वापरायच्या ह्याचं गणित घाला. 'वेळ आली की बघून घेता येईल' अशा पद्धतीने ॲक्सेसरीजचा विषय हाताळू नका. जगामध्ये वावरताना सगळ्या पेहेरावाचा एकसंध परिणाम होण्याची गरज आहे, तुमचं मूल्यमापन त्याच्यावरच अवलंबून आहे.

काही मूलभूत गोष्टींची खरेदी करताना अशा ॲक्सेसरीजवर अधिक खर्च करण्याची तयारी ठेवा. हवं तर एक-दोन कपडे कमी घ्या, पण एखाद्या महागड्या हँडबॅगवर खर्च करा. ती तुम्हाला खूप उपयोगाची ठरेल. तिच्यावर आठवड्याचा पगार खर्च करणं हा उधळेपणा वाटेल, पण ते पैसे वसूल होतील. तुमचं व्यक्तिमत्त्व एका उच्च प्रतीची अभिरूची आणि स्टाइल असलेल्या स्त्रीचं आहे, ह्याची सर्वांना कल्पना येईल. रेस्टॉरंट किंवा बोर्डरूममध्ये प्रवेश करताना तुमच्या आत्मविश्वासात भर पडेल. तसंच एक कायम टिकणारा परिणाम साधला जाईल आणि नंतर तुम्हाला फारसे पैसे खर्चावे लागणार नाहीत.

'आऊट ऑफ फॅशन' होणार नाही, अशा क्लासिक स्टाईलच्या वस्तू खरेदी करा. एखादी बॅग खरेदी करताना तिची फॅशन एका महिन्याच्या आतच बदलणार नाही, ह्याची खात्री करा. त्यामुळे तुम्ही ती बॅग बरीच वर्षं वापरू शकाल आणि ते कोणा शहाण्याच्या लक्षातदेखील येणार नाही. चांगल्या प्रतीच्या वाईन्सप्रमाणे, महागड्या हँडबॅग्जदेखील जेवढ्या जुन्या होतात, तेवढ्या अधिक चांगल्या दिसतात. जाणारी वर्षं त्या बॅग्जना पुराण्या न करता उलट जणू काही जादूचा स्पर्श व्हावा, तशा 'जतन' केलेल्या वस्तूंचं स्वरूप देतात.

तुम्ही जर एक बॅग घेणार असाल, तर टॅन किंवा बर्गंडी रंगातली स्ट्रक्चर्ड बॅग

घेणं अधिक सूज्ञपणाचं ठरेल, कारण ती बॅग तुमच्या काळ्या किंवा तपकिरी पोशाखाशी संगती साधेल. तुमच्या बजेटमध्ये जर दोन बॅगा बसत असतील, तर काळी आणि ब्राऊन बॅग घेणं योग्य. फार मोठी नसेल किंवा औपचारिक वाटत असेल, तर ती बॅग तुमच्या संध्याकाळच्या पार्टीची डबल ड्यूटीदेखील बजावेल, त्यामुळे तुमचे पैसेही वाचतील आणि आवश्यक गोष्टी दुसऱ्या बॅगेत 'ट्रान्सफर' करण्याच्या कटकटीपासून मुक्तता देखील मिळेल. बऱ्याच स्त्रिया संध्याकाळी गडद रंग वापरत असल्याने त्या रंगांची संगती साधणारी काळी बॅग घेणं सयुक्तिक ठरेल. लाल बॅगेचा पर्यायदेखील चांगला आहे, कारण तुम्ही जो पोशाख परिधान कराल त्याला लाल बॅगेने उठावच येईल. एखादी मेटॅलिक शेड किंवा थोडासा चमकदारपणा वावगा ठरणार नाही.

बुटांमुळेदेखील तुमच्या व्यक्तिमत्त्वाला एक निश्चित परिमाण येतं. कामाला जाताना तुम्ही सपाट तळवे असलेले आरामशीर पम्प-शू वापरू शकता. भारतीय वेशभूषेला कोल्हापुरी चपला किंवा थोडंसं चंदेरी-सोनेरी काम केलेल्या चपला शोभून दिसतात. तुमचं स्त्रीत्व खुलवायचं असेल, तर स्लिंगबॅक्स किंवा किटनहील्स बुटांनी तो परिणाम साधता येईल. आणि जरा आक्रमक 'मूड' असेल, तर स्टिलेटोज ही एक आदर्श निवड ठरेल.

फार उंच टाचांचे बूट ही कामाच्या ठिकाणी घालण्यासाठी विशेष चांगली निवड नाही, हे लक्षात असू द्या. उंच टाचांच्या बुटांमुळे दिवसभरानंतर तुमचे पाय फार दुखायला लागतील. ते चार इंची उंच टाचांचे बूट फक्त अशा ठरावीक दिवशी घाला, जेव्हा तुम्ही कॉकटेल पार्टीत लोकांवर छाप पाडू इच्छिता.

असा कोणताही नियम नाही की कामावर जाताना फक्त काळे किंवा ब्राऊन बूटच घातले पाहिजेत. बूट निवडताना खरोखरच मजा येते. साडीबरोबर जर सोनेरी सँडल्स घातले, तर त्यामुळे कळेल-नकळेल असा सेक्सी 'लूक' येतो. एखाद्या संयमित ट्राऊझर सूटबरोबर शॉकिंग पिंक रंगाचे किटनहील्स घातले तर तुमच्या पोशाखाला खेळकरपणाची झलक येते. बूट-कट ट्राऊझर्सबरोबर तुम्ही जर ॲनिमल प्रिंट बूट्स घातले, तर व्यक्तिमत्त्व वादळी वाटतं.

कामावर जाताना दागदागिने कमीत कमी घाला. लांब, लोंबकाळणाऱ्या इअरिंग्जमुळे तुमचं आणि तुमच्या सहकाऱ्यांचं कामावरचं लक्ष विचलित होईल. एखाद्या ख्रिसमस ट्रीसारखं दिसायचं नसेल, तर दागिने कमीतकमी घाला. वेगवेगळे दागिने अंगावर चढवण्यापेक्षा एकच चांगला उठावदार दागिना घाला. तो तुमचं स्टाईल स्टेटमेंट ठरवेल. सेमी प्रेशस स्टोन जडवलेली एखादी मोठी सोन्याची किंवा चांदीची अंगठी, ॲन्टिक फिनिश असलेलं एखादं गोल्ड ब्रेसलेट, पर्ल ड्रॉप इअरिंग्ज, किंवा ऑक्सिडाईज्ड, सिल्व्हरचा नेकपीस, ह्यातून तुम्ही तुमची निवड

करू शकता. तुमचा 'लूक' वस्तूंनी भरलेलं 'चालत-बोलत म्युझियम' असा होण्यापेक्षा तो साधा आणि प्रभावी ठेवा.

ॲक्सेसरीजवर प्रयोग करायला देखील घाबरू नका. त्यांचा लाईट टचने वापर करा. एखाद्या चांगल्या मित्रासारखं त्यांना वागवा. तुमच्या स्व-प्रतिमेला ते अधिक सशक्त बनवतील. तुम्ही स्वत:बद्दल फार गांभीर्याने विचार करत नाही, अशी आनंद व्यक्त करणारी भावना स्पष्ट करा. कामावर जाताना फॅशन म्हणजे एक गंमत आहे, हीच संकल्पना प्रबळ ठरू द्या. कामावर जाताना काय पोशाख करावा यावर फार विचार करता येण्यासारखं नसलं, तरी तुमची विनोदबुद्धी जागृत ठेवा. त्यामुळे ॲक्सेसरीज निवडताना तुम्हालाच मदत होईल.

काहीही करताना फार जाणीवपूर्वक प्रयत्न करू नका. सारखा मॅचिंगचा विचार करत राहू नका. शूजपासून बॅगेपर्यंत मिळता-जुळता जामानिमा केल्याने, 'किती काळजीपूर्वक शोधलंय सारं' असं भासेल आणि तुम्ही निव्वळ एकाच दिशेने विचार करणाऱ्या आहात असं तर वाटेलच, तो 'लूक' सरळसरळ बोरिंग ठरेल.

### पोशाखातून अभिव्यक्ती – घड्याळाला मागे कसं टाकायचं?

* तुम्हाला कोणते कपडे घालायचे आहेत, हे आधीच निश्चित करा. त्या कपड्यांची सगळी बटणं, झिप व्यवस्थित आहेत की नाहीत आणि त्यांना इस्त्री केलेली आहे की नाही, ह्याची खात्री करून घ्या. दाराच्या आतल्या बाजूला ते कपडे नीट टांगून ठेवा. बिछान्याच्या बाजूला रंगसंगती साधणारे बूट आणि बॅग तयार ठेवा.
* हँडबॅग्ज जर बदलायच्या असतील, तर शेवटच्या क्षणापर्यंत थांबू नका. त्यामुळे उगीच गडबड होणार नाही आणि रेस्टॉरंटमध्ये जेवणाचं बिल आल्यावर तुमचं क्रेडिट कार्ड दुसऱ्याच बॅगेत राहिलंय, ह्याचा ऐन वेळी साक्षात्कार होणार नाही.
* ऐन वेळेला घालण्यासाठीसुद्धा कपडे तयार असू द्यात. हे कपडे तुम्ही 'आधीच घालून पाहिलेले' असावेत, म्हणजे काही चूक होणार नाही.
* मेकअपचं रूटिन थोडं ॲडजस्ट करा. फाउंडेशनचा एखादा ड्रॉप मॉयश्चरायझरमध्ये टाका आणि मग ते चेहऱ्यावर लावा. काजळाचा एखादा फटकारा तुम्हाला दिवसभर पुरेल आणि लिपस्टिक किंवा कन्सिलर केव्हाही कारमध्येदेखील लावता येईल.
* केस आदल्या रात्रीच धुवा. दुसऱ्या दिवशी सकाळी समजा केस धुतलेत आणि ड्रायर वापरतानाच पॉवर गेली, तर ऑफिसमध्ये गेल्यावर तुमचा

गबाळग्रंथी अवतार दिसेल.

### फेस द म्युझिक

मेकअपचा विचार जेवढा कमी कराल, तेवढं चांगलं. पण तुमचं काम त्यामुळे अधिकच कठीण होतं. मेकअप केलेलाच नाही, असं वाटण्याइतका मेकअप करणं, हे एक खरोखरच कठीण काम आहे आणि नोकरीच्या ठिकाणी तसा परफेक्ट चेहरा घेऊन जाणं जमण्यासाठी तर अधिकच प्रयत्न करावा लागेल.

मेकअपच्या क्षेत्रात तुम्ही अनभिज्ञ असाल, तर एखाद्या व्यावसायिक ब्यूटी सलॉनमध्ये, किंवा डिपार्टमेंटल स्टोअरच्या सौंदर्य प्रसाधनांच्या काऊंटरवर सल्ला घेणं अधिक चांगली कल्पना ठरेल. फाऊंडेशन आणि पावडरची योग्य जोड तज्ज्ञांच्या मदतीने निवडा, कारण तुमच्या 'लूक' चा तो मूळ पाया आहे. तिथे चुकलात, तर बाकीचं काही जमणार नाही.

तुम्हाला कोणता 'लूक' पाहिजे, त्याचं नेमकं वर्णन करा, म्हणजे कोणताही गोंधळ होणार नाही. नुसत्या वर्णनाने काम भागणार नाही, असं वाटत असेल, तर प्रत्यक्ष बघून कल्पना येण्यासाठी एखादं चित्र बरोबर न्या. 'फ्रेंड्स'मधली रेचेल? 'डेस्परेट हाऊसवाईव्ज'मधील ब्री? तुमच्या कन्सल्टंटचं काम त्यामुळे सोपं होईल, कारण तुम्हाला नक्की कसं दिसायचंय हे तिला कळेल.

पण कामाच्या ठिकाणी कसं दिसण्याचं उद्दिष्ट ठेवलं पाहिजे? ह्या प्रश्नाचं नेमकं असं कोणतंच उत्तर नाही, कारण प्रत्येकाची वैयक्तिक स्टाईल जशी असेल, त्याप्रमाणे ती व्यक्ती मेकअप करते. काही स्त्रिया ओठांना लिपस्टिक न लावता आयलायनर वापरण्यावर भर देतात, काही स्त्रिया नाट्यमय रीतीने ओठ लालभडक रंगवतात, पण चेहऱ्याच्या इतर रूपरेषांकडे फारसं लक्ष देत नाहीत. दुसऱ्या काही मध्यवर्ती मार्ग स्वीकारतात. 'क्लीन, नॅचरल लूक' जेवढा जमेल तेवढा निर्माण करण्यासाठी त्या बेज, ब्राँझ रंगाच्या छटा वापरतात. सगळ्याजणी वेगवेगळ्या प्रकारे वागतात. त्यातली कोणती स्टाईल योग्य आहे हे ठरवणं तुमच्यावर अवलंबून आहे. वेगवेगळ्या वेळी तुम्हाला त्या सगळ्या पद्धती आवडत असतील, तर तुमच्या 'मूड'प्रमाणे तुम्ही त्या जेव्हा पाहिजे तेव्हा वापरू शकता.

शेवटी कोणताही 'लूक' तुम्ही पसंत करता, ह्यापेक्षा तुमचा चेहरा कामाच्या ठिकाणी नितळ दिसायला हवा हे महत्त्वाचं. ह्याचा अर्थ असा नव्हे की तुम्ही तुमची सगळी सकाळ वेगवेगळ्या ब्लशरचा तुमच्या गालांवर एकत्रित वापर करण्यात घालवावी! तुम्ही मेकअपसाठी फार कष्ट घेतलेले आहेत असं मत निर्माण होता कामा नये. तुम्हाला व्यवस्थित, नीटनेटक्या आणि काळजीपूर्वक

मेकअप केलेल्या असं दिसायचंय. म्हणजे मेकअप धुतला जाऊ नये, ह्याची तुम्हाला काळजी घ्यावी लागेल. फाऊंडेशन लावून झाल्यावर ते नंतर गालावर ओघळणार नाही, ह्याची काळजी घ्या. गालांवर, कपाळावर आणि आम मेकअपवर पावडरचा हलकेच शिडकावा करा. डोळ्यांना लावलेला मेकअपदेखील पसरणार नाही, ह्याची काळजी घ्या.

कामाच्या ठिकाणी तुमच्या मेकअपच्या साहाय्याने यश मिळवण्यासाठी, तुमचे दोष प्रथम झाकून टाका. कारण त्यामुळे तुम्हाला 'फील गुड'चा अनुभव येईल. एखाद्या रूममध्ये प्रवेश करताना तुम्ही छान दिसताय ह्याबद्दल आत्मविश्वास असण्यानं तो अधिकच वाढेल. तसंच, तुमची लिपस्टिक तुमच्या दातांना लागली होती आणि तुम्ही तसंच तुमचं प्रेझेंटेशन दिलं होतं, हे नंतर लक्षात आल्यावर तुम्हाला धक्काच बसेल. त्यामुळे कळेल न कळेल अशा पद्धतीने, मीटिंगला जाण्यापूर्वी एकदा खात्री करून घ्या.

पण लक्षात ठेवा, तुम्हाला एक व्यावसायिक आणि संयमी अशी प्रतिमा व्यक्त करायची असल्याने मेकअपदेखील कळेल न कळेल असाच करा. काम करतानाचा चेहरा म्हणजे काही एखादा 'मुखवटा' नव्हे, ज्याच्यामागे तुम्ही लपू शकता. तुमची बाकीची वेशभूषा जर संयमित असेल, तर ओठांना लावलेली लालभडक लिपस्टिक आणि नखांचे लालचुटूक पॉलिशदेखील खपून जाईल. पण इंद्रधनुष्याचे सगळे सात रंग जर पूर्णपणे वापरलेत, तर मात्र ऑफिसच्या वातावरणाशी ते विसंगत आणि चमत्कारिक दिसेल.

तुमची केशरचना हा तुमच्या 'लूक'चा आणखी एक मूलभूत घटक आहे. तसंच तुम्हाला स्वत:बद्दल काय वाटतं, यासाठी देखील ते फार महत्त्वाचं आहे. तुमचे केस जर छान दिसत असतील, तर तुम्हालाही तसंच वाटेल. केस जर निर्जीव आणि ओघळलेले दिसत असतील तर तुमचा 'मूड'देखील तसाच होईल.

पण तुम्हाला स्वत:बद्दल कसं वाटतंय, हे फक्त तुमचे केस कसे आहेत, ह्यावर अवलंबून नसतं. लोक तुमच्याकडे कोणत्याप्रकारे बघतात ह्याचंही रहस्य केसातच दडलेलं आहे. तुमचे केस जर कसेही अस्ताव्यस्त, पिंजारलेले, नीट न विंचरलेले असतील तर लोकही तुमच्याकडे त्याच दृष्टिकोनातून बघतील. तुमचे केस जर व्यवस्थित चापून चोपून बसवलेले, जागच्याजागी असतील, तर लोकही तुमच्याकडे 'लिट्ल मिस परफेक्ट' म्हणून बघतील. पण काही झालं तरी तुमचे केस स्वच्छ आहेत आणि त्याच्यात कोंडा झालेला नाही ह्याची खात्री करा.

'क्रिएटिव्ह' क्षेत्रात विस्कटलेल्यासारखी केशरचना कदाचित चालून जाईल, पण कॉर्पोरेट क्षेत्रात मात्र अशी केशरचना करणं म्हणजे स्वत:चा नाश ओढवून घेतल्यासारख ठरेल. तुमचे केस जर लांब असतील, तर ते नीट ब्रश केलेले आहेत

आणि हेअरबँडने व्यवस्थित बांधलेले आहेत, ह्याची काळजी घ्या. जर तुम्ही केस छोटे कापलेले असतील, तर त्यांना नियमितपणे वळण लावा. जर 'वॉश-अॅन्ड-गो' टाइपच्या असाल, तर केसांचा कट अशा प्रकारचा ठेवा, ज्यामुळे त्यांच्या मेंटेनन्सचा खर्च कमी येईल. जो कट सांभाळण्यासाठी अधिक वेळ लागतो, त्या प्रकारच्या कटच्या केसांना रोज सकाळी ब्लो-ड्राय करून जागच्याजागी बसवण्यासाठी पंधरा मिनिटं अधिक वेळ गेला तरी चालेल, पण तो कट नीट सांभाळा.

काहीही झालं तरी लोकांसमोर तुमचा चेहेरा किंवा केस ह्यांच्याशी चाळा करू नका. एखाद्या मीटिंगमध्ये कोणी स्त्री जर नव्याने लिपस्टिक लावत असेल, किंवा पसरलेला आयलायनर पुसून नीट करत असेल, तर सगळ्यांचंच लक्ष त्यामुळे विचलित होतं. मीटिंगला जाण्यापूर्वीच तुमचे केस आणि मेकअप ठाकठीक आहेत की नाही ह्याची खातरजमा करा आणि एकदा मीटिंगला गेलात की त्याबद्दल विसरून जा. तुम्ही मीटिंगसाठी आत प्रवेश केल्यावर जर सगळं व्यवस्थित असेल, तर पुढील एखाददुसऱ्या तासात काम बिघडणार आहे?

### तुमच्या टेबलाच्या खणासाठी मेकअपच्या दहा अत्यावश्यक गरजा

१. पुसण्यासाठी ओलसर वाइप्स अत्यावश्यक. तुमचा आय मेकअप जर बिघडला, तर त्याचा उपयोग करता येतो. कॉकटेलसाठी फ्रेश होऊन तयार होण्यासाठी तुमचा चेहरा त्या वाइप्सनी तुम्हाला स्वच्छ करता येईल, तसंच बोटांना लागलेली शाई पण पुसून टाकता येईल.
२. पावडरीचा कॉम्पॅक्टही तुमच्या किरकोळ प्रश्नांसाठी देवासारखा धावून येईल. चमकणारं नाक, डागाळलेली त्वचा, लालसर गाल, काहीही प्रश्न असला तरी एखादा चांगला कॉम्पॅक्ट पॅक तो चुटकीसरशी सोडवेल. कामाच्या जागी असा दोष लपवणारा विरळ पडदा विस्मयजनक ठरतो.
३. वॉटरप्रूफ मस्कारा किंवा कोल पेन्सिल, जे काही तुम्हाला सर्वांत चांगलं वाटत असेल, त्याच्या उपयोगाने तुम्ही कामाच्या ठिकाणी तुमचा 'लूक' आश्चर्यकारकरित्या बदलू शकता. मस्काराच्या एखाददुसऱ्या फटकाऱ्याने तुम्ही तुमच्या डोळ्यांना 'स्मोकी आइज' बनवू शकता.
४. कन्सीलरशिवाय एखादी स्त्री तिच्या जिवंतपणी सापडू नये! पहाटे तीन वाजेपर्यंत काम केल्याने जर तुमच्या डोळ्यांभोवती काळी वर्तुळं निर्माण झाली असतील, कारण तुम्हाला एक फार महत्त्वाचं प्रेझेंटेशन द्याव लागणार असेल, तर ती वर्तुळं अभिमानाने ऑफिसात मिरवण्याची काहीच

गरज नाही.

५. कामाच्या लांबलचक दिवसासाठी लिपस्टिक ही एक परिपूर्ण वस्तू आहे. एखादा उजळ लाल, किंवा मरून रंग हाताशी असू द्या. त्यामुळे तुमच्या 'मूड'मध्येही फरक पडेल. एखादी फिक्कट गुलाबी रंगाची लिपस्टिक तुमच्या स्त्रीत्वासाठी आश्चर्यकारक उठावदार ठरेल, कारण तुमच्या पुरुष सहकाऱ्यांच्या 'याचो' संस्कृतीच्या प्रभावाने ते दबलं गेलेलं असतं. बेज रंगाची एखादी न्यूट्रल शेड हा एक चांगला पर्याय आहे, कारण ती कोणत्याही रंगाच्या कपड्यांबरोबर संगती साधते.

६. तुमच्या चेहरेपट्टीच्या रूपरेषांना रंगतदार बनवण्यासाठी लिपस्टिकच्या वापराबरोबर क्रीम ब्लशरही आवश्यक आहे. झगझगीत प्रकाशात ब्लशर लावा आणि तो फाऊंडेशनशी नीट मिसळून जातोय की नाही, हे ध्यानात घ्या. नाहीतर तुम्ही ऑफिसातल्या एखाद्या विदूषकासारख्या दिसण्याचा धोका आहे.

७. तुमच्या आवडत्या सेंटचा एखादा पर्समध्ये मावणारा स्प्रे जवळ बाळगा. तुमच्या एखाद्या सहकाऱ्याच्या अंगाला जर घामाचा भपकारा मारत असेल, तर ह्याच सेंटचा एअर फ्रेशनर म्हणून देखील उपयोग होऊ शकेल.

८. तातडीच्या प्रसंगी जवळ ठेवलेली नेलपॉलिश रिमूव्हरची बाटली आवश्यक आहे. नेलपॉलिशचे केव्हाही टवके उडू शकतात आणि तुम्हाला त्याची आधी कल्पनाही येणार नाही, टवके उडालेल्या नेलपॉलिशपेक्षा दुसरी विचित्र गोष्ट नाही. तेव्हा जर नखांना लावलेला पॉलिश व्यवस्थित दिसत नसेल, तर ते नीट पुसून काढा आणि नखांचा नैसर्गिक रंगच दिसू द्या.

९. जेव्हा तुमची नखं चांगली दिसत नसतील, तेव्हा नेल वॉर्निशची एखादी बाटली उपयोगी पडेल. एक पटकन लावलेला नेल वॉर्निशचा हात आणि तुमची नखं अशी दिसतील, जणू काही तुम्ही नुकत्याच मॅनिक्युअर करून येत आहात.

१०. तुम्ही नेहमीप्रमाणे निर्दोष दिसत आहात, ह्याबद्दलची स्वतःच खात्री पटवण्यासाठी लक्षात येणार नाही असा एखादा छोटासा हँड-मिरर उपयुक्त ठरेल.

# बॉसला खूष कसं ठेवाल?

आजच्या आधुनिक युगात नोकरीच्या ठिकाणी जर काय महत्त्वाचं असेल तर तुमची कामगिरी. अर्थात हा एक भ्रम आहे. त्या गोष्टीवर विश्वास ठेवणं तसं धोक्याचंच आहे. कामगिरी महत्त्वाची तर आहेच, पण व्यक्तिमत्त्व चांगलं असल्याने जी शक्ती निर्माण होते, त्याकडे दुर्लक्ष करण्याचा धोका तुम्ही पत्करू शकत नाही. तुम्ही कितीही चांगला बिझिनेस करा, अथवा चांगला पैसा मिळवा, सुंदर प्रेझेंटेशन द्या, काम पूर्ण करण्याची प्रत्येक डेडलाईन गाठा, पण जर लोकांबरोबर जमवून घेण्याच्या बाबतीत तुम्ही अपयशी असाल, लोकांशी तुमचं पटत नसेल, सहकाऱ्यांपासून वेगळ्या पडत असाल आणि बॉसला चीड आणत असाल, तर तुमच्या कामगिरीबद्दल तुमचं विशेष कौतुक कधीच होणार नाही.

नेटाने काम करा. तुम्ही कमी काम करावं अशीही कोणाची अपेक्षा नसते. पण यशस्वी होण्यासाठी तुम्हाला ऑफिसात संबंध दृढ करावे लागतील हे विसरू नका आणि ज्या संबंधामुळे तुमचं करिअर घडू शकतं किंवा बरबाद होऊ शकतं, ते आहे तुमच्या बॉसबरोबरचं तुमचं नातं. डोक्यात ते पक्कं ठसवा आणि तुमची कधीही चूक होणार नाही. आणि जर चुकलंच, तर मात्र तुम्हाला मैदान सोडून पळ काढावा लागेल आणि लगोलग दुसऱ्या नोकरीसाठी अर्ज पाठवायला सुरुवात करावी लागेल.

## कोणाचं वर्चस्व आहे?

ह्या सगळ्यातील भीतिदायक भाग हा आहे की तुमच्या बॉसला खूश कसं ठेवायचं, ह्याचे कोणतेही निश्चित नियम नाहीत. बॉस वेगवेगळ्या प्रकारचे असतात आणि प्रत्येक प्रकारच्या बॉसला त्याच्या विशेष पद्धतीने हाताळावं लागतं. जी पद्धत एखाद्या प्रकारच्या बॉसला खूष करणारी ठरेल, तीच पद्धत दुसऱ्या बॉसबरोबर तुम्हाला गंभीर संकटात आणेल. त्यामुळे गंभीररीत्या चुका होण्याच्या शक्यता अधिक आहेत. तुमचीच रणनीती तुमच्यावर उलटण्याचा धोकाही अधिक आहे.

म्हणूनच कोणतीही कृती करण्यापूर्वी काही गोष्टींचा खुलासा तुम्ही स्वत:शी

करणं गरजेचं आहे.
१. कोणत्या प्रकारच्या बॉसशी तुम्ही सध्या निभावून नेताय?
२. आतापर्यंत कोणत्या लोकांचं त्याच्याबरोबर सर्वाधिक जुळलं?
३. त्यांची रणनीती वापरून तुम्ही यशस्वी होऊ शकता का?
४. किंवा तुम्ही स्वत:ची पद्धत शोधून काढणं अधिक चांगलं?

एकदा तुम्ही ह्या प्रश्नांची समाधानकारक उत्तरं मिळवलीत, की मग तुम्हाला कोणती पद्धत वापरायची ते ठरवता येईल.

रणनीती मनाशी योजताना ती दीर्घ कालावधीसाठी ठरवा. थोड्या कालावधीची उद्दिष्टं ठरवू नका. काही चुकत असेल तर रूळ बदलण्याची लवचीकता ठेवा. स्वत:च्या चुकांवरून शिका आणि चुकांची पुनरावृत्ती करू नका.

तुम्ही तुमच्या बॉसबरोबर तुमचं वैयक्तिक नातं निर्माण करण्यात यशस्वी झालात तरी लक्षात ठेवा, ते नातं तुमच्या चांगल्या कामगिरीला खुलवणारं ठरेल, पण तो चांगल्या कामगिरीला पर्याय ठरू शकत नाही. मुख्य माणसाशी तुमचं चांगलं पटतंय याचा अर्थ तो तुमच्या बाबतीत काही चालवून घेईल, असा नव्हे. आणि तुमच्याकडून तशी थोडी जरी चाहूल त्याला लागली तर तो तुम्हाला लगेच त्याच्या आतल्या वर्तुळातून बाहेर फेकून देईल.

आता सांगा, तुमचा बॉस कोणत्या प्रकारचा आहे? जुन्या मतांचा की तुमच्याबरोबर अधिकाधिक वेळ घालवणारा? एकलकोंड्या स्वभावाचा आणि एककल्ली, स्वत:ची कामं स्वत:च करणारा? बाकीच्या लोकांनी त्याच्या म्हणण्याप्रमाणे वागवं अशी अपेक्षा करणारा? बॉस जर स्त्री असेल, तर हाताखालच्या लोकांबरोबर तिची वागणूक एखाद्या कुटुंबासारखी असते का? त्यांच्याशी ती आईसारखी वागते का? त्यांच्या आयुष्यात आईप्रमाणे रस घेते का? बॉस जर पुरुष असेल तर कामाच्या ठिकाणी काटेकोरपणे व्यावसायिक वागणूक ठेवण्यावर त्याचा अधिक विश्वास आहे का? त्यामुळे भविष्यात कोणत्याही प्रकारची अप्रिय परिस्थिती निर्माण होणार नाही असं त्याला वाटतं? स्त्री बॉस स्तुतीला प्रतिसाद देणारी आहे का? किंवा असं आहे की अशी पोकळ स्तुती केल्याने तुम्ही भरकटण्याची शक्यताच अधिक आहे?? तुम्ही आत घुसू शकाल असं एखादं अंतर्गत वर्तुळ आहे का? पण तुमचे सहकारी जर त्या वर्तुळाच्या बाहेर थंडीत कुडकुडत असतील आणि तुम्ही मात्र त्या वर्तुळात उबदार वातावरणात असाल, तर तुमचे सहकाऱ्यांबरोबरचे संबंध तुटण्याची शक्यता आहे का?

प्रत्येक प्रकारामध्ये अर्थातच बरेच उप-प्रकार आहेत, पण बॉसेसची सर्वसाधारणपणे काही मूलभूत प्रकारात विभागणी करता येईल आणि त्यांच्याबरोबर निभावून

नेण्याच्या तुमच्या रणनीतीत तुम्हाला योग्य ते फेरफारही करता येतील. काही बॉसेस सरळसोट स्वभावाचे असतील, तर काही सैतानासारखे हिकमती असतील. तसंच पुन्हा त्या प्रकारातील लोकांचे देखील परिस्थितीला सामोरं जाण्याच्या प्रतिक्रियांनुसार आणखी प्रकार पाडता येतील. म्हणून वैयक्तिक तऱ्हेवाईकपणाच्या नमुन्यांसाठी थोडीफार सूट ठेवा आणि त्या बाबतीत फार कडकपणा स्वीकारू नका.

त्या सगळ्या 'गॉड इज ए शी' विचारधारेच्या स्त्रीवादी महिलांच्या माहितीसाठी मी बॉसचा उल्लेख 'तो' असा जो करत आहे, तो केवळ सोयीसाठी आहे. फक्त पुरुषच योग्य असतात आणि 'बॉस'च्या प्रतवारीत जाऊन बसायला लायक असतात, असं मी सुचवत नाही. म्हणून शांत व्हा आणि तुमचा सगळा राग काबूत ठेवा.

### द बॉस फ्रॉम हेल!

### व्यक्तिमत्त्व प्रकार –

हा एक कणखर प्रकार आहे. जेव्हा परिस्थिती कठीण बनते, तेव्हा तो आणखीनच 'रफ' बनतो. म्हणून तोंडाने शिवीगाळ, झोंबणारे शेरे आणि सर्वसाधारणपणे खटकणारी वागणूक ही सगळी वैशिष्ट्यं, ह्या प्रकारात सगळं सुरळित असतानासुद्धा आढळून येतात. आपण दुसऱ्यांना किती अप्रिय वाटतोय, हे देखील त्याच्या लक्षात आलेलं नसतं. तो आहे तो असा आहे. प्रत्येक वाक्यात शिव्यांचा मुक्त हस्ताने केलेला वापर आणि संधी मिळेल तेव्हा आवाज चढवून बोलणं.

'डेव्हिल वेअर्स प्रदा' मधल्या मेरिल स्ट्रीपप्रमाणे फुस्कारणारी दुसरी एक व्हरायटी असते. आधीच्या प्रकाराची काहीशी सुधारित आवृत्ती. तो थंड पण क्रूर असेल, केवळ एका नजरेतच तो तुम्हाला गोठवेल, केवळ एक भुवई उंचावून तो तुमच्या आत्मविश्वासाचं खच्चीकरण करेल. एकंदरीत, तुम्ही कितीही काम केलंत तरी तुम्ही एक पूर्णपणे मंदबुद्धी व्यक्ती आहेत, असं तो तुम्हाला वाटायला लावेल.

अर्थात तुम्ही थोडीशीदेखील चूक केलीत किंवा त्या बॉसला जर तसं वाटलं, तर मात्र तुमची खैर नाही. सर्वांसमोर मानहानी करून घेण्यासाठी तयार राहा. तुमची वरात काढताना ती जेवढ्या जास्त लोकांसमोर निघेल, तेवढाच त्याला अधिक विकृत आनंद मिळेल. त्याच्या फसफसणाऱ्या तोंडातून तुम्हाला कामावरून काढण्याच्या धमक्या मिळतील. तुम्ही जर ही परिस्थिती नीट हाताळली नाहीत, तर लौकरच आपला गाशा गुंडाळून सर्वांत जवळच्या दरवाजातून तुम्हाला बेडूक उड्या मारत बाहेर पळ काढावा लागेल.

### निभावून कसं न्यायचं –

स्पष्टच बोलायचं तर तुम्हाला कुणी घालवून देण्याची गरज नाही. जगामध्ये

हजारो नोकऱ्या पडलेल्या आहेत, त्यामुळे ज्या नोकरीमुळे तुम्हाला एवढा मानसिक त्रास होत असेल, त्या नोकरीसाठी तुम्ही तुमचा आत्मा गहाण टाकायची गरज नाही. लठ्ठ पगारापेक्षा तुमचा आत्मसन्मान अधिक महत्त्वाचा आहे, विशेषत: जर तेवढाच पगार तुम्हाला दुसऱ्या ठिकाणीदेखील मिळू शकत असेल तर! आणि समजा पगारातली घट जरी स्वीकारावी लागली तरी स्पष्टपणे न दिसणारे असे फायदे, उदा. मानसिक शांतता, रात्रीची शांत झोप आणि कामावर जाण्याची ओढ, पगाराची तूट भरून काढतील.

पण चर्चेसाठी समजा बोलायचं, तर तेव्हा तुम्ही स्वत:च बाहेर पडणं चांगलं. तुमच्यासमोर ह्या सैतानी बॉसबरोबर निभावून नेण्याखेरीज दुसरा पर्याय नाही. मग असं करा– प्रथम, तो तुम्हाला जे काही बोलतो, ते वैयक्तिक अर्थाने घ्यायचं नाही, हे शिका. ते अगदी टोकाचं वैयक्तिक असलं, तरीही असं समजा की तुम्हाला तो जी नावं ठेवतो, तशा तुम्ही नसून त्याचाच शब्दसंग्रह अपुरा आहे. तुम्ही नालायक नसून त्या बॉसलाच तुमची गुणवत्ता कळत नाही. तो बोलतोय ते तुमच्याबद्दल नाही, तर त्याच्याबद्दल आहे.

ठीक आहे, आता एकदा हे स्पष्ट झाल्यावर आपण इथून पुढे काय करायचं ते बघूया. अपमान आणि धमक्या ह्यांच्याकडे दुर्लक्ष करायला तुम्ही शिकलं पाहिजे असं म्हणणं सोपं आहे, पण एखाद्या प्रसंगी जर तुम्हालाच छळ सोसावा लागत असेल, तर त्या वेळेस स्वत:ला वेगळं काढणं जवळजवळ अशक्यच आहे. 'ती मी नव्हेच', असा विचार केलात तरच तुम्ही स्वत:चा बचाव करू शकता.

प्रसिद्धी आणि तारांकित जीवनाच्या ताणाला तोंड देण्यासाठी सेलिब्रिटी बरेचदा ह्या युक्तीचा अवलंब करतात. 'मी ती व्यक्ती नाही', ते स्वत:ला सांगतात. 'ती व्यक्ती दुसरीच आहे.' ती व्यक्ती बाहेरच्या जगात स्वाक्षऱ्या देते आहे, तिची छायाचित्रं काढली जात आहेत आणि लोक त्यांच्या तोंडाकडे दिवसभर टक लावून बघत बसले आहेत, खरी व्यक्ती मी आहे– नोकरी, कुटुंब आणि मित्रमंडळ असलेली, प्रसिद्धीच्या झगमगाटापासून दूर, एक खरंखुरं जीवन जगणारी. हे चक्रमपणाचं वाटतं, पण असा प्रयोग तुमच्या बाबतीत यशस्वी होऊ शकतो.

**काय करायला हवं –**

तुम्हाला कितीही चिडवलं गेलं, तरी अविचल राहायला शिका. तुमचा शांतपणा सोडून जर तुम्ही तशाच पद्धतीने प्रतिक्रिया दर्शवलीत, तर गोष्टी वाईट थराला जातील. सहन करा आणि हे सर्व करताना हसायला शिका.

**काय टाळायला हवं –**

सगळ्या बॉसेसनी असंच वागलं पाहिजे ह्या गोष्टीवर विश्वास ठेवून तुमच्या हाताखालच्या लोकांशी वागताना देखील स्वत: अशी वर्तणूक करू नका.

**गॉश, आय ॲम सच ए फ्लेक!**

**व्यक्तिमत्त्वाचा प्रकार –**

प्रवाहाबरोबर वाहात जाण्यातूनच त्याने करिअर बनवलं आहे, तो थोडासा विसविशीत आणि अस्पष्ट असतो, तरीही तो काहीही करून निभावून नेतो. तपशिलात जाण्याची गरज नसल्याचं किंवा त्यात रस नसल्याचं तो नाटक करतो आणि ह्या नित्याच्याच बारीकसारीक गोष्टींची दखल घेण्याची त्याला पर्वा नसल्याचं दर्शवतो. ऑफिस लाईफच्या ह्या नीरस गोष्टींत सामील होण्याच्या तो पलीकडे गेलेला असतो. त्याच्या हाताखालचे लोक ते सांभाळू शकतात.

तुमच्या डेस्कपाशी थांबून इतर, ऑफिसशी संबंधित नसलेल्या मनोरंजक गोष्टींबद्दल चर्चा करणं त्याला अधिक श्रेयस्कर वाटतं.

त्याच्या अशा प्रकारच्या वागण्याला बळी पडू नका. मी ह्या सगळ्याच्या पलीकडे आहे, असं चित्र निर्माण करण्याऱ्या त्याच्या ह्या आभासामागे एक तल्लख व्यावसायिक मेंदू दडलेला असतो, तो सतत टिकटिकत असतो. आपण अनभिज्ञ आहोत असं दाखवण्याची त्याची कार्यप्रणाली असते, ज्यामुळे तो कोणत्याही परिस्थितीत त्याची नकार घंटाच जाणवेल.

त्याच्याबरोबर वागणं जवळजवळ अशक्यप्रायच होऊन बसतं. तुम्हाला मिळालेली पगारवाढ पुरेशी सढळ हस्ते दिलेली नाही असं नुसत तक्रारवजा सुरात सांगा, की तो लगेच आश्चर्य व्यक्त करेल, (त्यानेच त्या टक्केवारीचा हिशोब केलेला असूनदेखील!) आणि अगदी व्यवस्थित कमावलेल्या नाटकी प्रामाणिकपणाने तो दुसऱ्याच कोणावर तरी सगळा दोष ढकलून सगळं काही ठीकठाक करण्याचं आश्वासन देईल.

अर्थात, ते कधीच घडणार नाही; पण तो किती नाटकी आणि उथळ आहे, हे तुम्हाला ठाऊकच आहे, नाही का?

खरं म्हणजे ते तुम्हाला नीट ठाऊकच नाही. कारण हे सगळं एक काळजीपूर्वक केलेले नाटक आहे, ह्याची तुम्हाला चांगली कल्पना आहे. तुम्हाला एक प्यादं म्हणून वापरलं जातंय, पण त्याला खोटारडा म्हणण्यापलीकडे तुम्ही अधिक काय करणार?

**निभावून नेण्याची कार्यप्रणाली**

अशा प्रकारच्या बॉसबरोबर सर्वांत चांगला पर्याय म्हणजे कोणालाही सरळ सरळ न दुखवता फक्त तटस्थ राहाणं. तोंडात हाडूक असलेल्या एखाद्या टेरिअर कुत्र्यासारखं तुम्हाला वागावं लागेल. तुम्हाला काही पाहिजे असेल तर बॉसच्या सारखं पाठीमागे लागूनच ते मिळवता येईल, म्हणजे त्याला कळून चुकेल की काहीही झालं तरी तुम्ही तिथून निघून जाणार नाही.

त्याच्यावर इ-मेल्सचा भडिमार करा, त्याला एकामागून एक मेमो पाठवा, त्याच्या मोबाइलवर एसएमएस पाठवा, लिफ्टमध्ये गाठ पडल्यावर त्याला कोंडीत पकडा, त्याच्या सेक्रेटरीकडे न संपणारे संदेश पाठवा; हा भडिमार सतत चालूच ठेवा. जोपर्यंत त्याला तुम्ही त्या बाबतीत खरोखरच गंभीर आहात असा संदेश मिळणार नाही, तोपर्यंत तुमचे प्रश्न तो प्राधान्याने हाताळणार नाही. मगच तो तुम्हाला गांभीर्याने वागवायला लागेल.

**काय करावं –**

त्याचा थापेबाजपणा उघड करा. 'गॉश, मला खरंच कल्पना नव्हती', ह्या त्याच्या प्रतिक्रियेला बळी पडू नका, कारण तो त्याची खेळी खेळत असतो. त्याऐवजी तुम्ही अशा प्रकारचे त्याचे सगळे जाहीर उद्‌गार अतिशयोक्तिपूर्ण अविश्वासाने घेतले पाहिजेत. त्याने त्याचं पूर्वीचंच रटाळ पुराण सुरू केल्यावर तुमच्या भुवया थोड्याशा उंचावा, एखादं सहज हास्य देखील फेका. तो जे म्हणतोय त्यावर तुमचा बिलकुल विश्वास बसत नाही, हे न बोलताच व्यक्त करा. तुम्ही त्या देखाव्याच्या पलीकडे जाऊन सत्य पाहू शकता, हे एकदा त्याच्या लक्षात आलं, की त्याला तो सगळा देखावा चालू ठेवणं मूर्खासारखं वाटेल. सगळ्या प्रकाराबद्दल विनोदी दृष्टिकोनातून बघणं ह्यातच खरी गंमत आहे.

त्याचं सगळं नाटक म्हणजे एक मोठ्ठा विनोद आहे, अशा प्रकारे वागा. त्याने जर तुमच्यावर कुरघोडी केली, तर तो विजयी होईल आणि तुम्ही शेवटी हराल.

**काय करू नये –**

निराशेने स्वत:चेच केस उपटू नका. तो सहज निसटून जाणारा गडी आहे, पण तुम्ही जर तुमची पकड त्याच्यावर घट्ट बसवलीत, तर त्या पकडीतून चळवळ करून सुटण्याचा तो प्रयत्न देखील करणार नाही. तुमची जर त्याच्याबरोबर एकट्यानेच भेट झाली, तर ती संधी वाया घालवू नका. नाहीतर तो तुम्हाला त्याच्या 'फॅन्टास्टिक आल्प्स' पर्वतराजीतल्या बर्फावरच्या घसरगुंडीच्या खेळाची गंमत लुटण्यासाठी एन्जॉय केलेल्या सुटीची वर्णनं ऐकवतच राहील. आदल्या दिवशी पाहिलेल्या एखाद्या मस्त चित्रपटाबद्दलही सांगत सुटेल. तरीही त्याच्याबरोबर थोडंसं किरकोळ बोलणं करा नाहीतर तो उद्धटपणा ठरेल. पण तुम्हाला जर तुमच्या खात्याचं बजेट वाढवून पाहिजे असेल, तर तसं स्पष्ट सांगा, अगदी त्याला मध्येच थांबवून.

## मी इथे काय करतोय?

**व्यक्तिमत्त्वाचा प्रकार –**

ह्या प्रकारात 'इंम्पोस्टर सिन्ड्रोमने' ग्रस्त असलेल्या लोकांचा समावेश होतो.

यशस्वी ठरलेल्या ह्या लोकांना ते खरोखरच यशाच्या शिखरावर पोहोचले आहेत, ह्या गोष्टीवर विश्वास ठेवणं कठीण जातं. आपण हे यश मिळवायला लायक नसल्याच्या गंडाने ते एवढे पछाडलेले असतात, की त्यांचा स्वत:वरचा विश्वास ढासळलेला असतो. कुठेतरी मनाच्या एका कोपऱ्यात त्यांना असं वाटत असतं की ही सगळी एक फार मोठी चूक आहे आणि एक दिवस त्यांना कळून येणार आहे, की ते खरेखुरे कोण आहेत. 'एक जायंट फ्रॉड!'

तुमच्या बॉसला जर हे वर्णन चपखल बसत असेल, तर तो नेहमीच एका भीतीच्या छायेत वावरत असणार. त्याच्याकडे कोणी गंभीरपणाने बघत नाही असंच त्याला वाटत असेल. जर त्याला स्वत:लाच असं वाटत नसेल की सगळ्यांच्यावर अधिकार गाजवायला तो लायक आहे, तर तुम्हीदेखील ते का मानावं? अशा प्रकारच्या विचारातच जर तो खूष असेल, तर तो तुमच्या वागण्याचाही त्याला पाहिजे तो अर्थ काढेल. तुम्ही जर एखाद्या गोष्टीवरून त्याच्याशी वाद घातलात, तर तुम्ही त्याच्या अधिकाराला आव्हान देता आहात, अशा प्रकारे तो वागेल. तुम्ही एखाद्या मुद्द्यावर त्याच्याशी असहमत झालात, तर जणू काही त्याची तारतम्यबुद्धी कसाला लागल्याची समजूत करून तो तुमच्याशी त्या पद्धतीने वागायला लागेल.

त्याच्या पदाची खात्री नसल्याने तो नोकरी जाईल की काय ह्या भीतीच्या छायेत वावरेल. प्रत्येकाला तुच्छ ठरवून त्याच्या नोकरीला कोणी आव्हान देणारं नाही ना, ह्याची खातरजमा करेल. कितीही भन्नाट कल्पना, सर्वांत चांगले लोक, ह्यांच्यावर तो टीका करेल. म्हणजे त्याच्या स्पर्धेत कोणी उभं राहू शकेल, ह्याची शक्यताच तो फेटाळून लावेल. तुम्ही कितीही चांगलं काम केलंत, तरी अशा माणसाकडून प्रशंसेची अपेक्षा करू नका. तो शब्दच त्याच्या कोशात नसेल!

तो जे काही करेल, त्याचा रोख असेल स्वत:चं नंबर एकचं स्थान अबाधित राखणं. 'हम करे सो कायदा' म्हणीप्रमाणे तो सांगेल ती पूर्व दिशा, हे ब्रीदवाक्य लोकांच्या डोक्यात बिंबवण्यासाठी तो अतार्किकपणेदेखील वागेल. सगळ्या संघाने एकत्रितपणे घेतलेला निर्णय सुद्धा तो फेटाळून लावेल. मग तो पूर्ण विचारांती का घेतलेला असेना. केवळ तो म्हणतो म्हणून तसं करावं लागेल.

### निभावून नेण्याची रणनीती –

त्याला सुरक्षित वाटेल असं वागा. तो किती 'फॅब्युलस' आहे, ह्याची चांगली खात्री पटवा. सुचेल त्याप्रमाणे त्याच्यावर स्तुतिसुमनांचा वर्षाव करा. स्तुतीने तो फुलारून जाईल. तो जसा आहे तशी तुम्ही त्याला किंमत देता असं त्याला वाटलं पाहिजे. तसं करण्यात जर तुम्ही यशस्वी झालात, तर तुम्हाला त्याचं घसघशीत बक्षिस मिळेल.

पण हे वागणं सातत्याने अमलात आणलं पाहिजे, नाहीतर नुसतंच 'किस अॅन्ड रन' अशा प्रकारची रणनीती अवलंबलीत तर त्याचा काहीच उपयोग होणार नाही. जेवढा काळ ते करावं लागेल, तेवढं करा. थोडक्यात सांगायचं म्हणजे ते अनंत काळपर्यंत करत राहावं लागण्याची देखील शक्यता आहे.

**काय करावं –**

त्याच्या अहंकाराला गोंजारणं हे अतिशय आवश्यक आहे. त्यामुळे शेवटी तुमचाच फायदा होईल. स्वत:वर तो जेवढा अधिक खूष राहील, तेवढाच तो तुमच्यावरही खूष होईल.

तुमच्यावर त्याची 'चमची' म्हणून शिक्का मारण्यात येईल, ह्या विचाराचा बाऊ करू नका. तुम्ही फक्त तुमच्या खेळात सकारात्मक तत्त्वांचा जोरदार वापर करण्याचं तत्त्व वापरत आहात आणि ती एक पूर्णपणे स्वीकारार्ह कॉर्पोरेट स्ट्रॅटजी आहे. त्याबद्दल तुम्हाला शरमिंदा होण्याचं किंवा ओशाळवाणं होण्याचं काही कारण नाही.

**काय करू नये –**

त्याचा ज्या गोष्टीशी संबंध आहे, त्यासाठी स्वत:कडे श्रेय घेण्याचा प्रयत्न करू नका. त्यानेच सगळं केलंय, असं त्याला वाटण्याची गरज आहे. म्हणून तुम्ही फक्त त्याच्या हो ला हो म्हणत राहा. त्यापेक्षा काही कमी केलंत तर त्याच्या सगळ्या असुरक्षितपणाच्या भावनेत ठिणगी पडल्यासारखं होईल. एखाद्या घाबरलेल्या सापासारखा तो तुमच्यावर फुस्कारेल, कारण त्याला वाटेल की तुम्ही त्याच्या नोकरीवर डोळा ठेवून आहात.

काहीही झालं तरी चारचौघांसमोर त्याच्या बोलण्याला प्रतिकूल उत्तर देऊ नका. तुम्ही त्याच्याबरोबर एकट्या असेपर्यंत थांबा आणि मग ते काम जेवढ्या हळुवारपणे करता येईल तेवढं करा. त्याचा नाजूक अहंभाव तुमचे आघात सहन करू शकणार नाही. तसंच त्याचा स्वत:बद्दलचा अहंकार देखील दुखावला जाणार नाही, ह्याची काळजी घ्या.

## यस, नो, मे बी...

**व्यक्तिमत्त्व प्रकार –**

तो तुमच्या ठरावीक विषयांबद्दल बोलण्याची टाळाटाळ करणारा आहे. तुमचं डोकं गरगरायला लागेपर्यंत तो तुम्ही सुचवलेल्या दोन पर्यायांचा कीस पाडत राहील. दोनपेक्षा अधिक पर्याय असतील, तेव्हा तर तो कित्येक आठवडे पूर्णपणे गोंधळलेल्या मन:स्थितीत असेल. तुम्हाला किंचाळावंसं वाटेल, एवढी परिस्थिती

येईपर्यंत तो 'हा पर्याय, की तो, किंवा मग एखादा तिसराच,' असं सारखं मन बदलत राहील.

तुम्ही जर एखाद्या गोष्टीबद्दल त्याचं मन वळवण्याचा प्रयत्न केला असेल आणि त्यामुळे गोष्टी मनासारख्या घडल्या नाहीत, तर तो तुम्हालाच दोषी ठरवेल. (''तूच मला सांगितलंस की हे ठीक होईल, ही सगळी तुझीच चूक आहे, मी तुझं ऐकायलाच नको होतं.'' इ.इ.) पण गोष्टी जर चांगल्या घडून आल्या, तर मात्र तो तुमची भूमिका पूर्णपणे विसरून जाईल आणि त्याने एकट्यानेच हे सगळं केलं अशी स्वत:ची समजूत करून सगळं श्रेय एकटाच लाटेल.

लवकरच सगळ्या ऑफिसला त्याच्या ह्या ठाम निर्णय घेऊ न शकण्याच्या अस्थिर स्वभावाची लागण होईल. चुकीची निवड होऊ नये म्हणून लोक कोणतीही एक बाजू निवडायला कचरतील. कामाला लागणारा वेळ अधिकच वाढेल, काम ठराविक मुदतीत संपवण्यासाठी दिलेल्या डेडलाईन्सकडे दुर्लक्ष होईल. कामावर परिणाम होईल, कारण सगळेजण एकाच वेळी सर्व बाजूंनी वेढून टाकणाऱ्या गोंधळाला तोंड देण्याची धडपड करत राहतील.

### निभावून कसं न्यायचं –

प्रत्येक प्रश्नाला 'तळ्यात मळ्यात' करण्याच्या त्याच्या पद्धतीशी जुळवून घ्यायला शिका. तो त्याचे निर्णय पटकन घेऊ शकणार नाही. कारण प्रत्येक मुद्द्याची छाननी करण्याची त्याची सवय तो एवढ्या लवकर कशी सोडू शकेल? त्यामुळे एखाद्या गोष्टीवर पटकन ठाम निर्णय घेणं देखील त्याला कसं जमेल? त्याला घाई न करणं, ह्यातच सगळी मेख आहे; नाहीतर तो अधिकच अस्थिर होईल. निर्णय घेण्याच्या प्रक्रियेत तुम्ही त्याला मदत करायला शिकलं पाहिजे. तसं करताना दोन्ही पद्धतींचे फायदेतोटे त्याला समजावून सांगा. एकदा का तुम्ही त्याला विशिष्ट दिशेकडे वळवण्यात यशस्वी झालात, की आपणच हा निर्णय घेतला आहे अशा गोड भ्रमात तो गुंतून जाईल.

### काय करावं –

गोष्टी जेवढ्या साध्या-सोप्या ठेवता येतील तेवढ्या ठेवा. अगदी डझनभर पर्याय जरी उपलब्ध असले, तरी ते सगळे त्याच्यासमोर ठेवू नका. त्यांची एक शॉर्टलिस्ट बनवा, म्हणजे त्याला दोनचार गोष्टींतून निवड करणं सोपं जाईल. तुम्हा दोघांचंही जगणं त्यामुळे सुखावह होईल. जेव्हा त्याला गोंधळल्यासारखं वाटेल, तेव्हा तो तुमच्या एखाद्या थोडक्यात लिहिलेल्या मेमोचा किंवा ई-मेलचा संदर्भ वापरू शकेल. त्याच्या उपयोगी पडण्यासाठी आणि गोष्टींचा खुलासा करण्यासाठी सातत्याने तयार राहा.

**काय करू नये –**

त्याला फार माहिती पुरवू नका. त्यामुळे धुकं अधिकच दाट होईल. तो अधिकच गोंधळून जाईल. स्पष्ट, स्वच्छ आणि थोडक्यात सगळं मांडणं अधिक श्रेयस्कर. अधीर होऊ नका, त्यामुळे त्याला निर्णय घेणं आणखीच कठीण वाटेल. त्याचे निष्कर्ष तुम्हाला पटले नाहीत तरी खचून जाऊ नका. त्यामुळे पुन्हा 'येरे माझ्या मागल्या' सुरू होईल.

## संवाद साधू न शकणारा बॉस

**व्यक्तिमत्त्वाचा प्रकार –**

तो जरा कडक, शांत असा असतो आणि व्यक्तिगत संवाद साधण्यात एवढा कुशल नसतो. नियमितपणे स्टाफच्या मीटिंग्ज घेणं किंवा मध्येच कधीतरी स्टाफशी बोलणं, ही त्याची पद्धत नाही. त्याच्या मनात काय चाललंय हे तुम्हाला कळू शकत नाही, कारण तो बहुतेक प्रत्येक विषयावर ओठ घट्ट मिटून बसलेला असतो. तुमच्या कामगिरीबद्दल त्याचं काय मत आहे, ते तुम्हाला कळू शकत नाही, कारण तो कधी त्याचा उल्लेखदेखील करत नाही. तो ऑफिसात कुठे सापडतच नसल्याने त्याला कॉरिडॉरमध्ये गाठून त्याबद्दल विचारणं तर दूरच!

तो जर फोनवर किंवा ई-मेलवर उपलब्ध असता, तरीदेखील तुम्ही त्याचं प्रत्यक्ष उपलब्ध नसणं कदाचित सांभाळून घेऊ शकला असता. पण इलेक्ट्रॉनिक कम्युनिकेशनशीदेखील त्याचं काही देणंघेणं असल्याचं दिसत नाही. त्याची सेक्रेटरी नेहमीच, 'सर आता बिझी आहेत, नंतर तुमच्याशी संपर्क साधतील,' असं साचेबंद उत्तर तुमच्या तोंडावर फेकते. तुम्ही जर त्याच्या खाजगी लाइनवर फोन केलात, तर काहीच उत्तर मिळत नाही आणि केलेल्या ई-मेल्स अक्षरश: एका निर्वात पोकळीत विरघळून जातात, पुन्हा त्याबद्दल तुम्हाला काहीच कळत नाही.

तुम्हाला असह्य होईल एवढा ह्या सगळ्या प्रश्नांचा आणि संशयाचा ढीग मोठामोठा होत जातो. तुम्ही करत असलेलं काम बरोबर आहे की चूक, हेच तुम्हाला कळेनासं होतं. तुमच्या अंत:प्रेरणेवर अवलंबून राहण्याखेरीज मग दुसरा पर्याय नसतो. त्यातून काहीतरी चांगलं निघेल अशी आशा करणं, एवढंच तुमच्या हातात उरतं. काम करण्याचा हा एक तणावग्रस्त मार्ग असला तरी तुमच्यापुढे निवड करायला काहीच वावच नसतो, नाही का?

**निभावून नेण्याची पद्धत –**

तुम्ही कितीही वेळा त्याला फोन केला किंवा ई-मेल्स पाठवल्या, तरी त्याच्यात काहीही बदल होणार नाही. त्याबद्दल तक्रार करण्यातदेखील काहीच अर्थ

नाही. स्वत:ला एखाद्या गुहेत कोंडून घेतलेल्या साधूसारखा तो त्याच्याच बंदिस्त जगात मग्न असतो. त्याच्या कानांवर तुमचा आवाजदेखील पडणार नाही. उलट कामाच्या ठिकाणचं वातावरण गढूळ होऊन तुमच्यावरचा ताण अधिकच वाढेल.

आश्चर्य म्हणजे तुमच्या डोक्यात एकदा हा विचार पक्का बिंबला, की तो आहे तसाच राहाणार आणि त्याच्याशी तुम्हाला जुळवून घेणं शिकावं लागेल, तुम्ही त्याच्याबरोबर उत्तम जमवून घ्याल.

### काय करावं —

एका निर्वात पोकळीत काम करण्याची सवय लावून घ्या. ह्या बाबतीत चांगल्या बाजूकडे बघा. तो जरी संवाद साधण्यात कुशल नसला, तरी चुकूनमाकून का होईना, तो तुम्हाला जे पाहिजे ते करू देतो ना? तुम्हाला आवश्यक असलेलं मार्गदर्शन त्याच्याकडून मिळत नसेलही कदाचित, पण तो तुम्हाला संभ्रमात ठेवण्याचादेखील प्रयत्न करत नाही. बुडायचं की तरंगायचं, हे जरी तुमचं तुम्हालाच ठरवावं लागत असेल, तरी ते काही एवढं वाईट नाही. एकटं सोडल्याची भावना मनात प्रबळ होऊ देण्यापेक्षा तुमच्या क्षमतेवर असलेला तो विश्वास आहे, अशी धारणा ठेवा. तुमच्या खांद्यावरून डोकावून कोणी पाहात नसताना काहीही करण्याचं स्वातंत्र्य तुम्हाला आहे. तशा प्रकारचा अधिकार मिळावा म्हणून बरेच लोक एखाद्याचा जीवदेखील घेतील.

### काय करू नये —

त्याची शारीरिक आणि प्रतीकात्मक, दोन्ही प्रकारची अनुपस्थिती तुम्हाला थोडं सैलावण्यासाठी असलेलं निमित्त म्हणून वापरा. 'बिग ब्रदर'चं लक्ष कदाचित नसेल, ह्याचा अर्थ असा मात्र नव्हे की तुमच्या कामात तुम्ही कमी लक्ष घालावं. थोड्या कालावधीसाठी त्यामुळे जीवन सुसह्य झालं तरी दीर्घ कालावधीत तुमच्या करिअरसाठी ती गोष्ट मारक ठरू शकेल.

## गोंधळून जाणारा बॉस

### व्यक्तिमत्त्वाचा प्रकार —

'मूर्तिमंत गबाळग्रंथी' हे वर्णन त्याला चपखल बसतं. त्याच्या टेबलावर अस्ताव्यस्त पसारा असतो. ओसंडून वाहणारे कागद, मेमो, नोकरीचे अर्ज आणि असंच बरंच काही. त्याच्या 'मॅडनेस'ला काही 'मेथड' आहे, असा तो आग्रह धरेल, पण बाकीच्या सर्वांना 'अंदरकी बात' माहीत असते, अर्थात कठीण प्रसंगांतूनच त्यांना ते कळून आलेलं असणार. त्याच्या ऑफिसातून महत्त्वाची कागदपत्रं गहाळ होतात, ऑफिस म्हणजे एक 'ब्लॅक होल' असल्यासारखी. ती कागदपत्रं त्याला

मिळाल्याचं नाकारताना त्याचा चेहरा मात्र काळानिळा पडतो.

वेळेचं व्यवस्थापन करणंही त्याला जमत नाही. आपण कोणत्या वेळी कुठे असायला हवं, ह्याची त्याला काहीच कल्पना नसते. त्यामुळे तो प्रथा असल्यागत कॉन्फरन्स किंवा मीटिंगला नेहमीच उशिरा पोहोचतो. त्याला जर घाई केलीत, तर आणखीनच गोंधळ उडतो, कारण मग तो काही महत्त्वाची कागदपत्रंच विसरतो आणि ती घेऊन येण्यासाठी तुम्हाला आणखी अर्धा-एक तास फुकट घालवावा लागतो. आणि एकदा का त्याने सुरुवात केली, की त्याला थांबवणं कठीणच असतं. त्यामुळे तुमच्या पुढच्या मीटिंगला पण तुम्हाला उशीर होतो.

शिस्तबद्धता हादेखील त्याचा स्ट्रॉंग पॉईंट नव्हे. त्यामुळे त्याच्या डेस्कजवळ तो हसतमुखाने, ताजातवाना सकाळी नऊ वाजता पोहोचलेला असेल, अशी अपेक्षा करू नका. बहुतेक तो लंच उशिरा घेऊनच हलत डुलत ऑफिसात प्रवेश करेल. 'कुठे गेले असतील ते कागद? काल तर इथेच होते.' असं शपथेवर म्हणत तो दिवसाचा उरलेला वेळ ते शोधण्यात घालवेल.

**कसं तोंड द्यायचं?–**

त्याच्या गबाळग्रंथीपणाला उत्तर म्हणून तुम्हाला अति-व्यवस्थित राहून त्याची पुरेपूर भरपाई करावी लागेल. तुमचं काम तुम्हाला अतिशय काटेकोरपणाने आखावं लागेल. ह्याचाच अर्थ येऊ शकणाऱ्या कोणत्याही परिस्थितीला तोंड द्यायला सज्ज राहाणं. त्याला पाठवताना त्या प्रत्येक कागदपत्रांची एक प्रत तुमच्या फाइलमध्ये ठेवा आणि जेव्हा ती त्याच्याकडून हरवेल, (जे बहुतेक न चुकता होतच राहील,) त्यावेळी तुम्ही विजयाने ती कॉपी काढून सादर करू शकाल. कदाचित त्यामुळे त्याला शरमून का होईना, त्याची फायलिंग करण्याची कौशल्यं सुधारण्याची बुद्धी होईल.

ऑफिसमध्ये किंवा बाहेर, मीटिंग्ज ठरवताना त्याचा वक्तशीरपणाचा अभाव लक्षात असू द्या.

तो बहुतेक अर्धा तास तरी उशिरा पोहोचतो, त्यामुळे मीटिंगची वेळ सांगताना खऱ्या ठरलेल्या वेळेपेक्षा आधीचीच सांगा. म्हणजे मग नशिबाने तो फक्त काही मिनिटंच मागे पडेल.

**काय करावं –**

ढिसाळपणा कुठे आहे ते नेमकं हेरून तुम्हाला तो कोणत्या ठिकाणी तोंडघशी पाडण्याची शक्यता आहे, त्याचा शोध घ्या. मग तुम्हीच त्या गोष्टींचा ताबा घ्या, म्हणजे निदान सर्वसाधारण वाटेल, अशा पद्धतीने तुम्हाला काम करता येईल. एखाद्या कॉर्पोरेट डिनरनंतर तो जर काही महत्त्वाचे फोन करायला विसरला, तर ते फोन तुम्हीच करा आणि श्रेय मात्र त्याला द्या.

कागदपत्रांचा अभ्यास करणं जर त्याला एवढं जमत नसेल, तर त्याचा थोडक्यात गोषवारा तयार करा, त्यामुळे त्याला काही प्रॉब्लेम येणार नाही. प्रत्येक सकाळीच त्याचं शेड्यूल त्याला ई-मेलने पाठवा किंवा अधिक चांगलं म्हणजे ते त्याच्या डेस्कवर त्याचा एक प्रिंट-आऊट काढून ठेवा. त्याच्या पसाऱ्यात तो गडप होण्याचीदेखील शक्यता आहे, पण प्रयत्न करायला काय हरकत आहे?

**काय करू नये –**

ज्याच्याकडे कामाची जबाबदारी सोपावलेली आहे, तोच जर एवढ्या बेजबाबदारपणे वागत असेल, तर ते कल्पनेपलीकडे चीड आणणारं असेल; तरीही काहीसं नरमाईचं धोरण स्वीकारा. तुम्ही त्याला चांगलं फैलावर घेतलंय, अशी स्वप्नं जरी तुम्हाला हल्ली पडत असली, तरी त्याच्या या उणिवांकडे तात्त्विक दृष्टिकोनातून बघा. नाऊमेद न होता परिस्थितीचा फायदा घेत काहीतरी शिकण्याच्या चढत्या मार्गाकडे वळा.

## उद्याचा आणखी एक दिवस

**व्यक्तिमत्त्वाचा प्रकार –**

उद्या-परवा- किंवा एखाद्या आठवड्यानंतर जे करता येईल, ते आजच्या आज करण्यावर त्याचा कधीच कटाक्ष नसतो. गोष्टी पुढेपुढे ढकलण्याची कला त्याने चांगली आत्मसात केलेली असते. कोणत्या ना कोणत्या बहाण्याने तो निर्णय घेण्याचं टाळत राहील. अगदी शेवटच्या क्षणापर्यंत तो गोष्टी रोखून धरेल.

अर्थात हे सांगण्याची आवश्यकता नाही, की त्याच्या स्टाफसाठी तो जगणं मुश्किल करून टाकेल. त्याला पत्ता नसलेल्या 'डेडलाईन्स' गाठण्यासाठी त्याचा स्टाफ आटापिटा करत राहील. तो गोष्टींचा परामर्श घेत असताना त्याच्या स्टाफला अनिश्चितपणे प्रतीक्षा करावी लागेल. कामाच्या दिवशी निर्णय वेळेवर घेतले न गेल्याने दुसऱ्या दिवशी लवकर उठून स्टाफला खर्डेघाशी करावी लागेल. परिणाम सर्वत्र ताणलेल्या शिरा आणि भडकलेली डोकी!

**निभावून नेण्याची तऱ्हा –**

वेळ वाया घालवण्याच्या त्याच्या प्रचंड क्षमतेमुळे तुम्ही रागाने तापत असाल, पण असं रागावलेलं राहणं म्हणजे वेळ वाया घालवणंच आहे. त्याच्या पाठीमागे चिडून बडबडणं किंवा शिव्या घालणं निरर्थक आहे. सहकाऱ्यांबरोबर त्याची नालस्ती करणारे तास खर्च करणं पण व्यर्थ आहे. निर्णय घेण्याची जबाबदारी दुसऱ्यावर सोपवायला बॉसचं मन वळवण्यासाठी तुमची ती विफलतेची भावना वापरा.

**काय करावं –**

अधिक कार्यप्रवण व्हा. गोष्टींची सूत्रं तुमच्या स्वत:च्या हातात घ्या. त्याची संमती मिळवण्याची वाट बघत अनंतकाळपर्यंत थांबून न राहता त्याला आव्हान द्या. त्याने जर आक्षेप घेतलाच तर त्याला सरळ सांगा, तुम्ही बराच वेळ थांबलात आणि मुख्यालयातून आता चलबिचल व्यक्त व्हायला लागलेली आहे.

**काय करू नये –**

तो तुम्हाला सल्ला विचारण्याची वाट बघत थांबू नका. तुम्हाला मग अनंतकाळापर्यंत थांबावं लागेल. त्याच्याकडे जाताना शक्याशक्यतेचा विचार करून घेतलेली संभाव्य उत्तरं, पर्याय, निर्णय, निवडी घेऊन जा. त्यामुळे तुम्ही त्याला धारेवर धरून त्यातला एखादा पर्याय निवडण्यासाठी भाग पाडू शकाल.

## द बक स्टॉप्स हिअर

**व्यक्तिमत्त्वाचा प्रकार –**

सगळे निर्णय स्वत:च घेण्याची ह्या 'कंट्रोल फ्रिक'ला सवय असते. एखादी छोटीशी संधीदेखील हातातून निसटलेली त्याला चालत नाही. ज्याची काही निष्पत्ती नसेल असे निर्णय देखील तो स्वत:च घेतो. बारीकसारीक किरकोळ गोष्टीदेखील त्याला विचारून कराव्या लागतात. कोणतीही कृती करण्यापूर्वी प्रथम त्याने तिला गती द्यावी लागते, नाहीतर...

कोणावर तरी जबाबदारी सोपवणं ही भाषाच त्याच्या कोशात नसते. प्रत्येक गोष्ट त्याच्या ऑफिसमधूनच पुढे जावी लागते. 'असं करा' असं सांगितल्याशिवाय कोणतीच गोष्ट घडत नाही. तो गावाच्या बाहेर सुटीसाठी गेलेला असला आणि वेगळ्या टाइमझोनमध्ये असला, तरीही तो तुम्हाला कधीकधी मध्यरात्री देखील फोन करून त्याच्या अनुपस्थितीत काही अनुचित घडलेलं तर नाही ना, ह्याची खातरजमा करेल.

**निभावून नेण्याची तऱ्हा –**

तुम्ही ह्या क्षेत्रात फार चांगली कामगिरी करू शकत नाही. तो तुम्हाला तसं करण्याची संधीच देणार नाही. म्हणजे मूलत: तुमच्यापुढे दोन पर्याय आहेत. सरळ उठून दुसरीकडे नोकरी धरणं हा उत्तम मार्ग; पण तुम्हाला जर तिथेच टिकून राहायचं असेल; तर त्याची कळी खुलवण्याखेरीज तुमच्याकडे दुसरा पर्याय नाही.

त्याचे तिरकस बाण नीट न्याहाळा आणि तुमची खेळी खेळा. तुम्हाला जर वाटलं की तो विरोधासाठी विरोध करतो आहे, तर त्या गोष्टीचा तुमच्या फायद्यासाठी उपयोग करा.

प्रश्न सोडवण्याचे जर दोन मार्ग असतील, तर तुमचा ज्या गोष्टीवर विश्वास नसेल, त्या गोष्टीच्या बाजूने वाद घाला. तो निश्चित दुसऱ्या गोष्टीच्या बाजूने झुकतं माप देईल आणि तुम्हाला जे पाहिजे होतं, तेच घडून येईल.

**काय करावं –**

त्याची कीव वाटण्याखेरीज तुम्ही आणखी काय करू शकणार? गंभीरपणे विचार केला तर तो त्याच्याच कामाच्या ठिकाणी एखाद्या कैद्यासारखा असतो आणि ती त्याच्यासाठी एक फारच वाईट गोष्ट असते. कामाव्यतिरिक्त त्याला दुसरं काही जगच नसतं. सगळ्या जगाची जबाबदारी स्वत:च्या अंगावर घेण्याच्या त्याच्या स्वभावधर्मामुळे ते शेवटी त्याच्या प्रकृतीसाठीदेखील घातकच ठरतं.

**काय करू नये –**

सोपं वाटतं म्हणून सगळी जबाबदारी त्याच्यावर ढकलू नका. तसं केलंत तर तुम्ही अगदी त्याच्या हातातलं प्यादं बनाल. एखाद्या फार्समध्ये काम करतोय असं जरी तुम्हाला वाटलं, तरी बव्हंशी मूकाभिनयाचा उपयोग करा. त्याला जरी वाटलं की तुम्ही मनापासून काम करत नाही, तरी तुम्ही मात्र ज्या कामाचा तुम्हाला पगार मिळतो, तेवढंच करा.

**श्रेय हिरावून घेणारा**

**व्यक्तिमत्त्वाचा प्रकार –**

सगळ्या वेळेला प्रकाशाचा झोत त्याच्यावरच केंद्रित व्हायला पाहिजे. दुसऱ्या कोणाबरोबर केंद्रस्थान विभागून घेण्याची त्याची तयारी नसते. ते ईप्सित साध्य करताना त्याला कसलीही पर्वा वाटत नाही. शरम न बाळगता त्याच्या महत्त्वाच्या कर्मचाऱ्यांच्या कल्पना चोरून तो त्या स्वत:च्या म्हणून मांडतो. त्याचे स्वत:चे काही विशेष गुण असल्यानेच ते शक्य झालं, असं तो नाटक करतो. मनाच्या कोणत्यातरी कोपऱ्यात त्याचा त्या गोष्टीवर विश्वास देखील असतो.

**निभावून नेण्याची पद्धत –**

अशा प्रकारच्या स्वत:चंच महत्त्व वाढवणाऱ्या ह्या राक्षसाबरोबर काम करण्याखेरीज दुसरा पर्याय नसेल, तर तुमचा अहंकार बाजूला ठेवून मन मोठं करायला शिका. तुम्ही केलेल्या कामाचं श्रेय जर तुम्हाला मिळत नसेल, तर निश्चितच तुम्ही दुखावल्या जाल, हे खरं आहे. म्हणून हा लपाछपीचा खेळ तसाच पुढे चालू ठेवत त्याच्याबरोबर निभावून न्या. संधी मिळताच त्यातून निसटा आणि तुमच्या दिशेने जा. लक्षात ठेवा, आयुष्यात ह्यापेक्षा अधिक वाईट गोष्टी असू शकतात. तुमचं दुखावलेलं मन स्मितहास्यामागे दडवा, मग ते हास्य कृत्रिम का असेना.

**काय करावं –**

त्याच्या मिरवणुकीवर पाणी पाडायचं असेल, तर तुम्हाला त्याच्या बॉसकडे जावं लागेल. सूचकपणे त्याच्या बॉसला इशारा द्या की तुमचा बॉस जेवढं दाखवतोय तेवढा काही प्रतिभावान नाही. त्याचं खरं कौशल्य आहे ते दुसऱ्याचं श्रेय स्वत: लाटण्यात! अशी शक्यता आहे की तुमच्या बॉसला ते कळून येईल आणि तो रक्तपिपासू सूड उगवण्याच्या मागे लागेल. पण निदान एकदा तरी अशा माणसाच्या तोंडावरचं गुर्मीत केलेलं हास्य पुसण्यात तुम्ही यशस्वी ठरलात, तर ते उत्तमच आहे.

**काय करू नये –**

तुमची नोकरी जर तुमच्यासाठी मौल्यवान असेल, तर चारचौघांसमोर त्याला आव्हान देऊ नका. तुमची कायमची बोळवण होऊ नये असं वाटत असेल, तर भर सभेत त्याला विरोध करू नका. त्याच्या स्वत:च्याच खोटारडेपणावर त्याचा बहुतेक आत्तापर्यंत विश्वास बसायला लागला असेल. तुम्ही जर ते दाखवून दिलंत, तर त्याला ते नक्कीच आवडणार नाही.

**लिंगभेद करणारा –**

आता एक मोठा प्रश्न. स्त्री-बॉसेस पुरुष बॉसेसपेक्षा फार वेगळ्या असतात का? ह्या प्रश्नाचं उत्तर सोपं नाही. पण कदाचित सगळ्यात अचूक उत्तर असेल, हो आणि नाही.

काही बाबतींत सगळे बॉसेस सारखेच असतात. त्यांचे अधिकार ते अगदी स्पष्ट करू इच्छितात. त्यांना कुणी त्यांचं न ऐकता मनाला येईल तसं वागलेलं आवडत नाही. त्यांचंच बरोबर आहे असं ऐकायला त्यांना आवडतं. सत्तास्थानी असलेल्या सर्वांचंच हे काहीसं ठरीव वागणं दिसतं.

तेव्हा मग स्त्री-पुरुष ह्या बाबतीत वेगळे का असावेत? आणि नाही, ते तसे नसतातच.

उलटपक्षी, काही स्त्रिया तर ह्या बाबतीत पुरुषांपेक्षादेखील दोन पावलं पुढेच असतात, कारण त्यांना असं वाटतं की जर त्यांनी त्यांचा अधिकार गाजवला नाही, तर केवळ त्या स्त्रिया आहेत म्हणून लोक त्यांचा गांभीर्याने विचार करणार नाहीत.

दुसऱ्या बाजूला, पुरुष बॉसेस स्तुतीला अधिक बळी पडतात, कारण ते किती 'वंडरफुल' आहेत, हे लोकांकडून ऐकण्याची त्यांना सवय झालेली असते. प्रशंसोद्गारांच्या बाबतीत स्त्रिया अधिक साशंक असतात, कारण त्यांची वाढ गुळचट 'चॅट-अप लाइन्स' वर झालेली असते.

वागण्यातला तऱ्हेवाईकपणा बाजूला ठेवला तर त्यांचं काम ते कोणत्या प्रकारे करतात, ह्या गोष्टीवरून स्त्री आणि पुरुष बॉसेसमध्ये फरक आढळून येतो.

लिंगभेदानुसार वागण्याचे काही साचेबंद प्रकार सोडले, तर धोका पत्करूनही म्हणावंसं वाटतं की स्त्री व पुरुष व्यवस्थापकांच्या कामांच्या शैली वेगळ्या असतात. पुरुष बव्हंशी रोखठोक, फुगा फोडून टाकणारे, 'टेक नो प्रिझनर्स' धोरण स्वीकारतात आणि स्वत:च्या व्यक्तिमत्त्वाच्या निखळ 'पॉवर'मुळे सगळ्यांना झपाटून स्वत:बरोबर वाहून नेण्याच्या कौशल्यावर अधिक विसंबतात. स्त्रिया सर्वसाधारणपणे एक प्रकारचं भावनिक बुद्धिमत्ता, परस्परांशी संवाद साधण्याचं कौशल्य यांवर आधारित धोरण वापरून त्यांचं काम करून घेण्यावर विश्वास ठेवतात. पुरुषांना त्यांचं सार्वभौमत्व सिद्ध करायला आवडतं, स्त्रिया मात्र 'टीम लीडर'च्या भूमिकेत चपखल बसतात. पुरुष कायदे बाजूला सारतात, तर स्त्रिया मात्र सर्वानुमते वागण्याची भूमिका स्वीकारण्याचा प्रयत्न करतात.

पण ह्याचा अर्थ असा नव्हे की महिला कर्मचाऱ्यांच्या प्रश्नांच्या बाबतीत स्त्री बॉसेस अधिक सहानुभूती दाखवतात. अगदी लग्न झालेल्या, मुलं असलेल्या, मुलांच्या शाळेत संगीताच्या किंवा तत्सम कार्यक्रमांना जाणाऱ्या स्त्री बॉसेसदेखील इतर स्त्रियांबद्दल, ज्या पत्नी किंवा मातेच्या भूमिकेत असतात, कोणतीही विशेष समजुतीची भूमिका घेताना दिसत नाहीत. त्यामुळे त्यांच्याकडून काही सूट किंवा सवलतींची अपेक्षा करू नका. त्यांच्या समजुतीप्रमाणे त्यांनी पूर्वीच तशी किंमत चुकती केलेली आहे आणि आता तुमची पाळी आहे.

### तुमच्या बॉसबरोबर वागण्याचे दहा सोनेरी नियम

१. सार्वजनिकरीत्या कधीही त्याच्या मताला विरोध दर्शवू नका. तुमचे जर काही गंभीर मतभेद असतील, तर त्याबद्दल चर्चा करण्यासाठी एखादं वैयक्तिक व्यासपीठ शोधून काढा. चारचौघांसमोर जर तुम्ही त्याचा पाणउतारा केलात, तर आज ना उद्या तुम्हाला त्याची किंमत चुकती करावीच लागेल.
२. एखाद्या सहकाऱ्याजवळ त्याच्याबद्दल वाईट-साईट बोलू नका. तुमचा त्या सहकाऱ्यावर कितीही विश्वास असला आणि तो तुम्हाला कितीही जवळचा असला, तरी अशा गोष्टी तुमच्या बॉसच्या कानांवर गेल्याखेरीज राहणार नाहीत.
३. प्रत्येक प्रसंगी अडचणींकडे बोट दाखवणारी व्यक्ती, अशी स्वत:ची प्रतिमा निर्माण करू नका. प्रत्येक कार्यप्रणालीमध्ये दोषही हुडकत राहू नका. त्या प्रश्नाचं उत्तर ज्याच्याकडे आहे, अशी व्यक्ती म्हणून स्वत:ची

ओळख निर्माण करा.

४. तुमची नोकरी घालवायचा धोका पत्करून त्याला डावलून वर जाऊ नका. ऑफिसमधली चढती-उतरती भाजणी लक्षात घ्या, त्याप्रमाणेच गोष्टी कशा घडतात ते समजून घ्या. एकदा का त्याला तुमचं वागणं कळलं की मग तुम्हाला त्याची चांगलीच किंमत मोजावी लागेल.

५. वरचेवर व्यक्तिगत कामासाठी सुट्टी मागू नका. तुमच्या वैयक्तिक प्रश्नांमुळे तुम्ही नेहमीच उशिरा येत असाल, किंवा लवकर घरी जात असाल, तर तुमच्या कामावरच्या निष्ठेसंबंधी तो तुम्हाला प्रश्न विचारायला सुरुवात करेल.

६. केवळ तुमच्याबद्दलचं मत चांगलं व्हावं, म्हणून तुम्हाला जेवढं करणं शक्य आहे, त्यापेक्षा अधिक काम करण्याची ग्वाही देऊ नका. एखादी गोष्ट करणं शक्य नाही असं म्हणणं अधिक चांगलं. कारण 'मी करेन' म्हणून सांगितल्यावर ठरावीक मुदतीत ते काम पुरं करणं तुम्हाला शक्य होणार नसेल, तर ते योग्य नव्हे.

७. तुम्हाला खरंच सोडायची नसेल, तर नोकरी सोडण्याची धमकी देऊ नका. ते पूर्वीचंच राजीनामा प्रकरण पुन्हा एकदा उगाळत बसलात, तर दुसरी नोकरी हातात नसतानाच आहे ती नोकरी गमावून बसण्याची पाळी येईल.

८. तुमच्या सहकाऱ्यांच्या कथा त्याच्यापर्यंत नेऊ नका. तो कृतज्ञतेचा आव आणेल, तुम्ही दिलेल्या माहितीच्या जोरावर तो कृतीदेखील करेल, पण त्याला तुमच्याबद्दल संशय यायला सुरुवात होईल. तुमच्या सहकाऱ्यांचीच 'अंदर की बात' जर तुम्ही उघड करत असाल, तर तसंच तुम्ही त्याच्याही बाबतीत करणार नाही, ह्याची काय हमी?

९. कामाच्या ठिकाणी काही विशेष सवलती मिळवण्यासाठी तुमच्या त्याच्याबरोबरच्या वैयक्तिक नातेसंबंधांचा वापर करू नका, त्याचा अशाप्रकारे वापर होत असल्याचं त्याला आवडणार नाही.

१०. त्याच्याबरोबर फार घनिष्ट मैत्री करू नका. त्या वेळेस ती कल्पना कदाचित चांगली वाटेल, पण त्याच्याबरोबर विकसित झालेल्या मित्रत्वाच्या नात्यामुळे तुम्हाला तुमच्या पगारवाढीसंबंधी वाटाघाटी करणं कठीण जाईल.

# घरापासून दूर...

तुम्ही जेव्हा एकट्याच राहता, तेव्हा बऱ्याच गोष्टी मनासारख्या करू शकता. दुसऱ्या कोणाचीच तुम्ही काळजी करण्याचं कारण नसल्याने बिछान्यात बसून बिस्किटंदेखील खाऊ शकता, त्यांचे कण बिछान्यात पडतील, ह्याची पर्वा न करता! रिमोट कंट्रोल तुमच्या हातात असल्याने बायकी सिनेमा रात्रीच्या वेळी आरामात बघू शकता. झोपण्यापूर्वी तोंडावर क्रीमचा थर लावू शकता किंवा फेस मास्कदेखील लावू शकता. कारण तुम्हाला खात्री असते की तुम्हाला त्या अवस्थेत बघून कोणाला दुःस्वप्नं पडणार नाहीत! पण सर्वांत महत्त्वाचं म्हणजे नेहमी, अगदी नेहमी, तुमच्या कामाला प्राधान्य देऊ शकता.

## तोल सांभाळणं

तुम्ही जेव्हा एकट्या असता, तेव्हा एक 'करिअर वुमन' म्हणून निष्ठेने काम करणं तुम्हाला फार सोपं असतं. कामाचा प्रत्येक तास तुम्ही मनापासून काम करण्यात घालवू शकता, फक्त वीक-एंडला मैत्रिणींबरोबर बाहेर जाण्याव्यतिरिक्त बाकीचे सगळे तास काम करू शकता. प्रत्येक दिवशी तुम्ही घरी उशिरा आलात, तरी कोणी ते मनावर घेणार नाही किंवा ऑफिसातून तुमच्याकडून केल्या जाणाऱ्या न संपणाऱ्या मागण्यांबद्दल कोणी कुरकुरणार देखील नाही, वीकएंडलादेखील तुम्ही काम केलं तरीही कोणाला काही चुकल्यासारखं वाटणार नाही. तुम्हाला बॉयफ्रेंड असला तरी तोसुद्धा त्याच्याकडून अपेक्षित कामाच्या बांधिलकीबद्दल धडपड करत असेल, त्यामुळे तुम्हाला तुमच्या भानगडी निस्तरण्यासाठी तो खुषीने मोकळं सोडेल.

बऱ्याच स्त्रिया त्यांच्या पालकांबरोबर राहात असतानाच काम करायला सुरुवात करतात आणि स्वातंत्र्य नाही म्हणून कितीही ओरडा केलात, तरी तुमच्या नेहमीच्या घरात राहण्याचे निश्चितच काही फायदे आहेत. आई सगळं स्वयंपाकपाणी, साफसफाई आणि खरेदी करते, बाबा सगळी बिलं भागवतात आणि मोलकरीण ड्रायक्लिनिंगचे कपडे घेऊन जाते. प्रत्येक दिवशी सकाळी टेबलावर नाश्ता तयार असतो, जादूने यावं तसं लंच-बॉक्स तुमच्या बॅगेत हजर असतं; तुम्ही जेव्हा घरी परतता तेव्हा

तुमचे लाडही केले जातात. रात्रीच्या जेवणासाठी काय आहे त्याची काळजी करत न बसता तुम्ही तुमच्या कामावर लक्ष केंद्रित करू शकता.

जेव्हा तुमचं लग्न होतं तेव्हा मात्र प्रश्न निर्माण होतात आणि होणाऱ्या प्रत्येक मुलाबरोबर ते प्रश्न अधिकच गहन होत जातात. आता तुमच्या वेळेवर हक्क सांगणारे दोन किंवा अधिक लोक निर्माण झालेले असतात. आणि तुमची गरज असेल तेव्हा जर तुम्ही हाताशी नसाल, तर ते तुमच्याशी तिरसटपणाने वागू लागतात. हे पुरेसं नाही म्हणून मग तुम्हाला स्वत:च्या अपराधीपणाच्या भावनेलाही तोंड द्यावं लागतं. मुलांबरोबर पुरेसा वेळ देता येत नाही म्हणून, तसंच नवऱ्याकडे पाहिजे तेवढं लक्ष दिलं जात नाही, म्हणूनदेखील. ह्या भावनेवर मात करायची असं ठरवलंत आणि तसा सर्वाधिक चांगला प्रयत्न केलात, तरीदेखील ती भावना वरचढ होतेच.

अशा प्रकारच्या व्यापून टाकणाऱ्या ताणात भर घालण्यासाठी म्हणून की काय, कामाच्या ठिकाणी लोक तुमच्या प्रत्येक कृतीकडे घारीच्या नजरेने बघत असतात आणि कामाकडे दुर्लक्ष करण्याच्या पुराव्याकडे डोळ्यात तेल घालून लक्ष ठेवत असतात. एखाद दिवस तुम्ही तुमच्या मुलाच्या शाळेत कार्यक्रमाला जायचंय म्हणून उशिरा काम करू शकणार नाही, अशी क्षमायाचना कराल, किंवा मग तुमच्या सासूला डॉक्टरांकडे न्यायचंय म्हणून एखाद्या सकाळी कामावर उशिरा याल, नाहीतर कौटुंबिक कार्यक्रमाला जायचंय म्हणून कामावरून लवकर निघाल; तर हे सगळं तुम्ही नेहमीच करता, अशा प्रकारे तुमच्याकडे बघतील आणि तुम्हाला इतरांपासून वेगळं मानतील.

लग्न आणि मातृत्व ह्यामुळे तुमच्या कामाच्या बांधिलकीवर आज ना उद्या निश्चितच परिणाम होईल. तुमची कामावर जरी कितीही निष्ठा असली तरी अशी एखादी वेळ येईल, जेव्हा तुम्हाला तुमच्या कुटुंबाला प्राधान्य द्यावं लागेल; आणि मग अल्पावधीतच तुमचे वरिष्ठ तुमच्या निष्ठेबद्दल, वेळेचं नियोजन करण्याच्या कौशल्याबद्दल आणि चांगलं काम करून दाखवण्याच्या इच्छेबद्दल शंकित होतील. 'कुटुंब आणि मुलांत गुंतून पडलेली स्त्री' असा तुमच्याकडे बघण्याचा दृष्टिकोन तयार होईल. जेव्हा पगारवाढ आणि बढती ह्यांचा विचार केला जाईल, तेव्हा तुमच्याबद्दलची तीच भावना वरचढ ठरेल.

सर्वांत मोठा प्रश्न असा आहे की ह्या गोष्टींकडे वस्तुस्थिती म्हणून न बघता त्याचा 'गॉसिप' साठी उपयोग केला जातो. त्यामुळे प्रत्येकाचा तुमच्याकडे बघण्याचा दृष्टिकोनच वेगळा होईल. हा दृष्टिकोन बदलण्यासाठी तुम्ही काहीही करू शकणार नाही, कारण जो आरोप तुमच्यावर कधी करण्यात आला नाही, त्याचं खंडन तरी तुम्ही कसं करणार? तुमच्या बचावासाठी जर तुम्ही काही बोलायला गेलात, तर तुम्हाला असं सांगण्यात येईल की हा सगळा तुमच्या कल्पनेचा खेळ आहे आणि

तुम्हाला इतकं संशयी असण्याची गरज नाही. गोंधळून जेव्हा तुम्ही माघार घ्याल, तेव्हा तुमच्या विरोधात कुजबुज करण्याची मोहीम पुन्हा एकदा चालू होईल.

प्रत्येक पत्नीला किंवा मातेला तिच्या करिअरमध्ये ह्या दुटप्पी वागणुकीचा केव्हा ना केव्हा तरी त्रास सहन करावा लागलेला असतो. मुलाखतीच्या वेळेलादेखील अशा कुटुंबविरोधी प्रवृत्तीचा तिला अनुभव आलेलाच असतो, ज्या वेळेला मुलाखतकार खुबीने तिची माहिती काढत असतात. उदा. तिचा लग्नाचा विचार आहे का आणि लग्न झालं असेल तर मुलंबाळं होण्यासंबंधी तिचं काय नियोजन आहे, वगैरे.

स्पष्टपणे जरी कोणी तसं बोलून दाखवलं नाही, तरी ज्या बाईला लवकर मुलंबाळं होणार आहेत, ती नोकरीसाठी एक चांगली व्यक्ती ठरू शकत नाही. कारण जी बाई नोकरीवर रुजू झाल्यावर थोड्याच काळात सहा महिन्याच्या पगारी रजेवर जाणार आहे, तिच्या प्रशिक्षणावर वेळ आणि पैसा खर्च करण्यात काय मतलब आहे? एखादी महिला उमेदवार कितीही चांगली असली, तरी पुरुष उमेदवाराला नोकरीवर ठेवण्याचं तर्कशास्त्र अधिक सुसंगत वाटतं आणि तशी शक्यताही अधिक असते.

सर्वांत वाईट म्हणजे काही स्त्री बॉसेसदेखील (ज्यांना खरं म्हणजे ह्याची कल्पना चांगली असायला हवी,) अशा प्रकारच्या तर्कशास्त्राला बळी पडतात.

नोकरीच्या ठिकाणी नंबर वन स्त्री होण्यासाठी लग्न, मुलंबाळं ह्यांचा विचारच सोडून द्यायचा, हे सगळ्यांनाच रुचेल असं नाही. आजच्या स्त्रीला सगळं काही पाहिजे असतं आणि तिने जर तिचा डाव बरोबर मांडला, तर ते सगळं तिला न मिळण्याचं काही कारण नसतं. तुम्हाला कोणत्या गोष्टीचा सामना करायचा आहे, हे माहीत असेल तर पूर्वग्रहदूषित दृष्टिकोन आणि उघड उघड अन्याय, ह्यांविरुद्ध तुम्हाला अधिक सहजपणे निभावून नेता येईल.

## कीप इट प्रायव्हेट

पहिला धडा म्हणजे तुमचं व्यक्तिगत जीवन खाजगीच ठेवा. लोकांना जेवढं तुमच्या प्रेमजीवनाबद्दल किंवा कौटुंबिक जीवनाबद्दल अधिक कळेल, तेवढाच त्यांना तुमच्याविरुद्ध वापरायला अधिक दारूगोळा मिळेल. तेव्हा तुमचं नातं जेवढं अधिक गांभीर्याने घेण्यासारखं असेल, तेवढं तुम्ही त्या बाबतीत अधिक कमी बोललेलं बरं. तुमचं खाजगी जीवन एखाद्या पवित्र ठिकाणासारखं ठेवा, जिथे तुमच्या कामाच्या ठिकाणच्या लोकांना आतमध्ये शिरकाव करायला वाव नसेल.

ह्याचाच अर्थ मैत्रिणींबरोबर कॉफी मशिनच्याजवळ खाजगी गप्पा मारणं किंवा लेडीज टॉयलेटमध्ये तुमच्या 'हॉट डेट्स' बद्दल खिदळणं, सहकाऱ्यांबरोबर डबल

डेटिंग करणं हे सगळं टाळलं पाहिजे. तुमचा एखादा चांगला मित्र किंवा मैत्रीण असेल, तर त्यांनी तुमची गुप्तता पाळण्याची आणि सुज्ञपणाने वागण्याची गरज समजावून घेतली पाहिजे. तुमच्या जगात समतोल साधण्यासाठी तुमचं प्रेमजीवन आणि काम ह्याचे कप्पे वेगळे ठेवा.

तुमच्या टेबलाला एक स्मृतिस्थान बनवण्याचा मोह टाळा, जिथे तुमच्या लव्हरचे, बॉयफ्रेंडचे, मुलांचे फोटो मांडलेले असतील, त्यांच्या शेजारीच विनोदी कार्डं आणि इतर भावनाप्रधान वस्तूंचा संग्रहदेखील असेल. नदीवर तराफ्यात बसून काढलेले फोटो तुम्हाला 'कूल' आणि साहसाची आवड असलेल्या दर्शवत नाहीत, तुम्ही तुमचं व्यावसायिक आणि वैयक्तिक जीवन दूर ठेवू शकत नाही, असाच त्याचा अर्थ निघतो. तुमचे क्लायंट्स किंवा सहकारी ह्यांच्याबरोबर जेव्हा तुम्ही तुमच्या टेबलाजवळ बसता, तेव्हा तुमची प्रतिमा 'कूल', कार्यकुशल, व्यावसायिक अशी प्रतीत व्हायला पाहिजे. आपल्या कामावर हिचं लक्ष पूर्णपणे केंद्रित झालेलं आहे, असं त्यांना वाटायला हवं. गेल्या वेळेच्या सुट्टीत काढलेल्या फोटोंकडे आवडीने बघत बसलेली बाई, असं चित्र त्यांच्या डोळ्यांपुढे येऊ नये.

तुम्ही विवाहित असून तुम्हाला मुलं असतील, तर नोकरीच्या ठिकाणी प्रत्येकाला ते ठाऊक असणारच. त्यासाठी तुमच्या घरगुती आयुष्याची ठासून आठवण करून देणारे पुरावे कामाच्या ठिकाणी मुद्दामहून पेरण्याची गरज नाही. हे तुमच्या कामाचं क्षेत्र आहे, जिथे तुम्ही फक्त कामावरच लक्ष केंद्रित केलं पाहिजे. तुमचं कुटुंब तुमच्या घरापुरतंच मर्यादित राहायला हवं.

अशीही वेळ येईल, जेव्हा तुमचं कुटुंब तुमच्या नोकरीच्या ठिकाणी आक्रमण करेल. तुमची कामवाली आधी न ठरवताच सुट्टी घेईल आणि तुम्हाला तुमच्या दोन वर्षाच्या मुलाला काही तासांसाठी कामावर घेऊन यावं लागेल; तुमची आई येऊन मग त्या बाळाला घेऊन जाईल. पण अशा घटना कमीत कमी ठेवा. तुमच्या कुटुंबात निर्माण झालेली तणावपूर्ण परिस्थिती भोवतालच्या इतर लोकांना विचलित करणार नाही, ह्याची खात्री पटवा.

तुमच्या ऑफिसचा दृष्टिकोन जर कुटुंबाशी खेळीमेळीचे वागण्याचा असेल, तर तुमचं कुटुंब पूर्णपणे वेगळं ठेवणं तुम्हाला कठीण भासेल. तरीही काही सीमारेषा जागच्याजागी ठेवा. तुमच्या मुलांना कधीतरी एखादा तास ऑफिसात आणायला हरकत नाही, लोक 'हाऊ क्यूट!' वगैरे उद्गार देखील काढतील, पण कोणालाही दिवसभर त्यांच्याभोवती किंचाळणारी मुलं नको असतात. खरोखरच अटीतटीची परिस्थिती असेल, तर तुमची सेक्रेटरी त्या मुलांना सांभाळायला तयार देखील होईल, पण मनातल्या मनात तिला त्याबद्दल नकारात्मक भावनाच वाटत असेल.

तुमच्या कोंडीत सापडलेल्या कनिष्ठ सहकाऱ्यांवर तुमच्या लहान मुलांची

जबाबदारी ढकलण्याचा विचार देखील मनात आणू नका. लहान मुलांच्या मागे धावणं किंवा दुर्मुखलेल्या टीनएजर्सबरोबर व्हिडिओ गेम्स खेळणं, हा काही त्यांच्या कामाचा भाग नव्हे, म्हणून त्याबद्दल त्यांना विचारू देखील नका. तुम्हाला खूष ठेवण्यासाठी कुरकुरत ते कदाचित तसं करतील देखील, पण शेवटी त्यांना तसं करायला सांगितल्याबद्दल ते तुमच्याकडे आदराने बघणार नाहीत.

नवऱ्यांना तर ह्या प्रकारातून अधिकच काटेकोरपणे वगळलं पाहिजे. कामाच्या ठिकाणी एखाद्याची बायको किंवा नवरा, हे एखाद्या धूसर आकृतीप्रमाणेच असावेत. ते अस्तित्वात आहेत हे सर्वांना माहीत असलं, तरी ते नक्की कसे आहेत ह्याची कोणालाही कल्पना नसावी. तुम्हाला घरी न्यायला जर ते आले, तर त्यांनी गाडीत खालीच थांबावं, फोन केला तर ऑफिसच्या लाइनवर करण्यापेक्षा मोबाइल फोनवर करावा. (म्हणजे तुम्हाला किती वेळा त्यांचा फोन आला होता हे टेलिफोन ऑपरेटरला कळण्याची गरज राहणार नाही!)

ते जर रात्री घोरत असतील आणि तुम्हाला त्यामुळे रात्रभर जागरण घडत असेल, तर सगळ्या स्टाफ मीटिंगमध्ये त्या गोष्टीची चर्चा करण्याची गरज नाही. त्या जागरणामुळे तुम्ही एखाद्या महत्त्वाच्या प्रेझेंटेशनच्या वेळी झोपी जरी गेलात तरी तुम्हाला झोप येण्याचं कारण इतरांना कळायची गरज नाही.

वार्षिक ऑफिस पार्टीला किंवा एखाद्या सहकाऱ्याच्या लग्नसमारंभाला तुम्ही त्यांना बरोबर आणू शकता. वाढदिवसाच्या किंवा ऑफिसच्या एखाद्या पार्टीच्या वेळी मात्र आपापल्या जोडीदाराला बरोबर आणण्याची सोय नसते. काही मर्यादित कालावधीनंतर त्यांना घरी पाठवलेलं योग्य असतं. तुम्हाला 'अतिपरिचयात् अवज्ञा' ही म्हण माहीत आहेच. ऑफिसमधील जोडीदाराच्या उपस्थितीबाबत हे अधिक खरं आहे.

तुमच्या नवऱ्याला देखील हे जास्त पटेल, कारण त्यांच्या ऑफिस पार्टीपेक्षाही त्यांना तुमच्या ऑफिस पार्टीज अधिक नकोशा वाटतात. घरी आरामात बसून टी. व्ही.वर क्रिकेट बघत मित्रांबरोबर बीअरचा आस्वाद घेणं त्यांना अधिक रुचेल. त्यामुळे झाकली मूठ सव्वा लाखाची ठेवणं ही एक सर्वमान्य गोष्ट ठरेल.

पण नवऱ्याला थोडी बाहेरची हवा खायला मोकळं सोडायचं ठरवलंत, तर तुमच्या ऑफिसच्या लोकांसमोर त्याला आणण्याआधी त्याची थोडी तयारी करून घ्या. तो तुमच्या ऑफिसातल्या कोणाशीही बोलायच्या आधी त्याचं थोडंसं बौद्धिक घेण्याची गरज आहे. कोण लोक एकमेकांबरोबर झोपतात, कोणत्या लोकांवर तुमचं प्रमोशन अवलंबून आहे आणि कोणती व्यक्ती तुम्हाला सहन होत नाही, ह्याची माहिती त्याला असण्याची गरज आहे. ऑफिसमधल्या डायनॅमिक्सशी त्याची तोंड-ओळख झाल्यावर आणि राजकारणाचीही पूर्ण कल्पना आल्यावर, तसंच तो त्यामध्ये ढवळाढवळ करणार नाही ह्याची खात्री पटवा. तुम्ही मग त्याची तयारी

करून घेण्याच्या दुसऱ्या टप्प्यात जाऊ शकता. ह्याचा अर्थ चर्चेसाठी सुरक्षित विषयांची निवड, त्याने स्वप्नातदेखील विचार करू नये अशी क्षेत्रं आणि त्याने बोलून दाखवू नये अशा काही गोष्टी.

काहीही झालं तरी दारू चढू न देता डोकं थंड ठेवण्याची गरज त्याला पटवून द्या. अपरिचितांनी भरलेल्या खोलीत ढकललं गेल्यावर एखाद-दुसरं ड्रिंक घेण्याचा मोह होणं साहजिक आहे, पण आनंदी आणि कारस्थानी, दारू चढलेला आणि पोच न राहिलेला, ह्यामधली सीमारेषा अस्पष्ट आहे. ही सीमारेषा म्हणजे शॅम्पेनचा चौथा ग्लास. त्यानंतर ते एक विषच ठरेल. तुमच्या डोक्यात धोक्याची घंटा वाजायला लागण्यापूर्वीच धरबंद नसलेलं पिणं घारीच्या तीक्ष्ण नजरेने टिपा आणि त्याला वेळीच पायबंद घाला. दुसऱ्या दिवशीच्या कुत्सित हास्यांना तोंड देण्यापेक्षा, पार्टीतून लवकर घरी परतणं केव्हाही इष्ट असतं.

कितीही अप्रस्तुत वाटलं तरी तुमच्या नवऱ्याच्या वागणुकीचा रंग तुमच्यावर चढवला जाईल. तो जर आकर्षक असेल आणि संयमाने वागत असेल, तर तुमच्या आयुष्याचा जोडीदार म्हणून योग्य व्यक्ती निवडल्याबद्दल तुम्हाला लोक विशेष गुण देतील. दुसऱ्या बाजूला, तो जर झिंगलेला आणि अव्यवस्थित असेल, तर प्रत्येकजण आश्चर्य करेल की तुम्ही त्याच्याशी कसं काय लग्न केलं? आणि पुरुषांच्या बाबतीत तुमचं जजमेंट जर एवढं संशयास्पद असेल, तर व्यवसायाच्या बाबतीत ते ह्यापेक्षा काय चांगलं असणार आहे?

येणाऱ्या पुढील काही वर्षांत तुमचा नवरा ऑफिस पार्टीच्या वेळी कसा वागला, ह्यामुळे केवळ लॉकर-रूम गॉसिपलाच खाद्य मिळेल असं नव्हे, तर तुम्ही एक जलद गतीने पुढे जाणाऱ्या उमेदवार आहात, की फास्ट ट्रॅक ऐवजी स्लो-लेनमध्येच रेंगाळला आहात, ह्या गोष्टीवर देखील शिक्कामोर्तब होईल.

### घराबद्दलची सत्यं

काही बायका घराबाहेर पडून नोकरी करू शकतात, कारण दुसऱ्या काही बायका अशा असतात ज्या त्यांच्या घरी काम करण्यासाठी येतात. स्वयंपाकपाणी, साफसफाई, मुलाबाळांची काळजी घेणं, हे सगळं करायला कोणी नसेल, तर स्त्रिया फक्त नोकरी करू शकतील, पण करिअर करू शकणार नाहीत. म्हणूनच आपल्या आधुनिक युगाचा मंत्र म्हणजे प्रत्येक नोकरी करणाऱ्या यशस्वी स्त्रीच्या मागे तिची कामवाली बाई असते!

नोकरीच्या ठिकाणी यश मिळवण्यासाठी पहिली पायरी म्हणजे तुमच्या घरी एक चांगली मदतीची फळी उभारायची. म्हणून तुमच्या कामावर लक्ष केंद्रित करू देतील असे घरकामाच्या सगळ्या बाजू सांभाळणारे लोक कामाला ठेवायचे.

कॉर्पोरेटच्या जंगलात तुम्ही तुमचा मार्ग काढत असताना घर चालवण्याचे बारकावे माहीत असलेली आणि तुमच्या घरातच राहणारी हाऊसकीपर फारच उपयोगी पडते. चांगली हाऊसकीपर चांगल्या पत्नीची उणीव भरून काढू शकते.

तुमच्या घरातली दुसरी महत्त्वाची व्यक्ती म्हणजे स्वयंपाकीण. कुटुंबातल्या लोकांना जेवढं चांगलं खायला प्यायला घालण्यात येईल, तेवढीच त्यांना तुमची अनुपस्थिती जाणवणार नाही. अशी स्वयंपाकीण शोधून काढण्यात वेळ आणि पैसा गुंतवा, जी शिकून घेण्यामध्ये आणि तिच्या कामाचा अभिमान बाळगण्यात धन्य मानते. तुमचा नवरा जरी म्हणाला की, 'त्याच्या आईच्या स्वयंपाकाची सर दुसऱ्या कोणाच्या हाताला येणार नाही!' तरीही तुम्ही जर तुमच्या स्वयंपाकीणीनं केलेल्या गुंतवणुकीची चांगली देखभाल केलीत, तर तुम्हाला आवडणाऱ्या सगळ्या डिशेस ती देखील बनवायला लागेल.

तुमच्या घराचं व्यवस्थापन जर ढिसाळ पद्धतीने चालवण्यात येत असेल, तर तुम्ही एक चांगली 'करिअर वुमन' कधीच होऊ शकणार नाही. तुम्हाला सारखं घरात उद्भवणाऱ्या अटीतटीच्या प्रसंगांना तोंड देत बसावं लागेल आणि त्यामुळे त्या लक्ष विचलित करणाऱ्या गोष्टींचा तुमच्या कामावर परिणाम होईल. तुमचं घर नेहमीच सुरळीतपणे चालवलं गेलं पाहिजे, म्हणजे तुम्ही नोकरीच्या ठिकाणी प्रावीण्य मिळवू शकाल. जसं तुम्ही तुमच्या कंपनीतल्या स्टाफला वागवता, तसं तुमच्या घरकामात मदत करणाऱ्या लोकांना वागवणं हे सफाईदारपणे चालवण्यात येणाऱ्या घराचं गुपित आहे.

त्या लोकांकडे नोकर म्हणून न पाहता मौल्यवान नोकर म्हणून पहा. तुम्ही सर्वाधिक चांगल्या पातळीवर काम करावं म्हणून ते फार महत्त्वाचे असतात.

त्यांचं काम चांगलं व्हावं ह्यासाठी उपयुक्त अशी परिस्थिती निर्माण करा, तसंच नियमितपणे त्यांना त्याबद्दल बक्षीसही द्या.

कामाचे तास योग्य लवचीक असे असले तर ते थकून जाणार नाहीत ह्याची निश्चिती असेल. तुम्हाला रात्रीचं जेवण देण्यासाठी जर त्यांना जागं राहावं लागत असेल, तर दुसऱ्या दिवशी त्यांना काही तास मोकळे दिले जातील अशी खात्री करा. तुमच्या घरात ठेवलेल्या एखाद्या पार्टीला जर त्यांना जास्तीचं काम पडलं असेल, तर संध्याकाळ सरल्यावर त्यांना घसघशीत टीप द्या आणि त्यांच्या कामाबद्दल तुम्हाला वाटलेलं कौतुक व्यक्त करा. आठवड्यातून किंवा पंधरवड्यातून एकदा त्यांना सुट्टी द्या, म्हणजे ते थोडा व्यक्तिगत वेळ मजेत घालवू शकतील आणि नव्या जोमाने पुन्हा कामावर येतील.

प्रचलित असलेल्या पगारांपेक्षा थोडा अधिक पगार द्यायला काचकूच करू नका. इतरांपेक्षा तुमच्या घरकामाचे लोक अधिक काळ टिकावेत, ह्यासाठी ती

थोडीशी गुंतवणूक उपयोगी पडेल.

वार्षिक पगारवाढीची एक अशी पद्धती निर्माण करा, जशी तुम्ही तुमच्या ऑफिसातल्या लोकांसाठी देखील करता. सढळ हाताने, कामगिरीच्या उत्कृष्टतेवर अवलंबून असलेला वार्षिक बोनस त्यांना कामात अधिक लक्ष घालण्यास आणि रस घेण्यास उद्युक्त करेल.

तेही इतरांसारखीच सेवा तुम्हाला देत आहेत. तुमच्या नोकरीसाठी त्यांचं काम तुम्हाला तुमच्या ऑफिस स्टाफपेक्षा देखील महत्त्वाचं आहे. एखादी दुसरी सेक्रेटरी किंवा मदतनीस शोधणं सोपं आहे, पण एक चांगली नॅनी किंवा स्वयंपाकीण मिळणं हे सोन्याहूनही मौल्यवान आहे. सेक्रेटरी एखाद्या दिवशी आली नाही तर तुम्ही तुमचे स्वत:चे फोन घेऊ शकता, किंवा कागदपत्रं फाइल करू शकता, पण मुलं सांभाळणारी बाई जर एक दिवस आली नाही तर मात्र तुम्हाला कामावरून त्या दिवसाची रजा घेऊन घरीच थांबावं लागेल.

अर्थात तुम्ही अवलंबून राहू शकाल असं कुटुंब जर तुमच्या पाठीशी असेल, तर तुम्ही खरोखरच नशीबवान आहात.

अगदी तुमची सासूदेखील तुम्ही कामावर गेल्यावर मुलांना सांभाळत असेल, तर तिला देखील गृहीत धरू नका; कारण तुम्हाला तसा मोह होईलही. तिचं तिच्या नातवंडांवर कितीही प्रेम असलं, तरी त्याचा अर्थ असा नव्हे की दिवसभर त्यांची नाकं आणि ढुंगणं पुसण्याचं काम तिला आवडतं. तिलाही तिचं आयुष्य जगायचं असतं. शिशुसंगोपनाच्या सगळ्या जबाबदाऱ्या तिच्यावर ढकलण्यात आल्या, तर तिला ते निश्चितच आवडणार नाही. पुन्हा एकदा त्या नॅपी बदलण्याच्या कामाची सुरुवात करणं तिला नकोसंच वाटेल.

तुमची स्वत:चीच आई जर तुमच्या खट्याळ मुलांना सांभाळत असेल, तर तिला गृहीत धरण्याचा मोह अधिकच प्रबळ असेल. शेवटी तुमचं आयुष्य अधिक सुकर आणि सुलभ व्हावं, हा तिच्या आयुष्याचा एकमेव उद्देश असेल, बरोबर? पण, खरं म्हणजे तसं नसतं. तिने आयुष्यात तुमच्यासाठी जे करायचं ते केलेलंच आहे आणि तुमच्याही मुलांसाठी तिने पुढेही तसं करत राहावं, अशी तुमची गरज असेल तर नुसतंच 'थँक्स, मॉम' म्हणून चालणार नाही, त्यासाठी तिच्या वेळेची किंमत तुम्हाला चुकती करावी लागेल. बाहेरच्या जगात जाऊन तुमचा मार्ग चोखाळताना कुटुंबाचा एखादा सभासद तुमच्या पाठीशी तुमच्या मुलांना सांभाळण्यासाठी उपलब्ध असण्याइतक्या तुम्ही नशीबवान असाल, तरीदेखील त्यांच्यावर जबाबदाऱ्यांचं ओझं लादू नका. त्यामुळे ते तुमचा तिरस्कार करायला लागण्याची शक्यता आहे; कारण त्या जबाबदाऱ्या खरं म्हणजे तुमच्या असतात. ह्या जबाबदाऱ्या सांभाळण्यासाठी त्यांना पुरेशी मदत उपलब्ध करून द्या.

एकाहून अधिक मुलं असतील तर एक पूर्णवेळ काम करणारी बाई, किंवा दोघीजणी कामावर ठेवा. म्हणजे त्यांना (आई/सासू यांना) अधिक कटकटीची कामं करण्यापासून बरीचशी सुटका मिळेल आणि फक्त पर्यवेक्षकाची भूमिका निभावणं त्यांना सोपं जाईल. दिवस संपता संपता त्या पार थकून जाणार नाहीत आणि त्यांच्या नातवंडांबरोबर वेळ घालवण्यात त्यांना मजा वाटेल. आणखी एक नकोशी जबाबदारी ह्या दृष्टीने ते मुलं सांभाळण्याच्या कामाकडे बघणार नाहीत. तुमच्या मासिक अंदाजपत्रकात लोकांना कामाला ठेवल्याने बराच खर्च होईल, पण मुलं असणं हे कमी खर्चाचं काम आहे, असं कोणी सांगितलं?

जमाखर्चाचा ताळेबंद शेवटी काढताना तुमचे पैसे चांगल्याप्रकारे खर्च झाले असं म्हणता येईल. तुमची मुलंही त्यामुळे तुमच्या आईकडे 'एक शिस्त लावताना थकून गेलेली बाई,' अशा दृष्टिकोनातून बघणार नाहीत, तर तिच्याबरोबर त्यांचं एक जिव्हाळ्याचं नातं निर्माण होईल. तुमची आई देखील मुलं सांभाळताना एवढी थकून जाणार नाही, ज्यामुळे नातवंडांच्या सहवासातला आनंदच ती हरवून बसेल.

मुलांवर तुमचं कितीही प्रेम असलं तरी शेवटी मुलांना सांभाळणं हे एक कष्टप्रद काम आहे आणि थकवून टाकणारं देखील. ह्या गोष्टीची दखल घ्या आणि तुमची मुलं एवढी 'वंडरफुल' आहेत, की कोणालाही त्यांना सांभाळणं सुखकारक असेल, असा देखावा करू नका. विशेषत एखाद्या प्रेमळ आजीला तसं वाटत असेल अशा गैरसमजुतीत राहू नका.

नातवंडांना कितीही प्रेमाने सांभाळणारी आजी असली, तरी शेवटी तिला देखील तिच्यासाठी थोडासा वेळ हवा असतो, ज्यावेळी ती तिच्या आयुष्याचाही विचार करू शकेल. तेव्हा मुलांना सांभाळण्यापासून तिला अधून-मधून एखादा दिवस मुक्ती द्या, जेव्हा ती स्वत:चं काही तरी काम करू शकेल, तिच्या नवऱ्याबरोबर किंवा मैत्रिणीबरोबर वेळ घालवू शकेल, टी.व्ही.वरचे 'सोप ऑपेरा' बघू शकेल आणि मुलं काय करत आहेत, ह्याची काळजी करत बसणार नाही.

घरात राहून मुलांना सांभाळणाऱ्या लोकांवर तुमचा हक्क गाजवू नका. तो एक तुम्हाला नशिबाने मिळालेला फायदा आहे आणि त्याच दृष्टीने ह्या गोष्टीकडे बघा. तुमची प्रशंसा कोणत्याही मार्गाने व्यक्त करा. तुमची कृतज्ञता व्यक्त करण्यासाठी तिला (सासूबाई किंवा आईला) अधून-मधून एखादी भेटवस्तू द्या. मग ती गोष्ट म्हणजे एखादी साडी, किंवा तिच्या आवडीच्या गायकाची सी.डी. असेल. त्या भेटवस्तूवर तुम्ही किती पैसे खर्च करता हे महत्त्वाचं नाही. त्यामागे असलेला तुमचा विचार महत्त्वाचा आहे की ती व्यक्ती तुम्हाला तुमच्या मुलांच्या संगोपनासाठी मदत करते आहे आणि तुम्ही त्याबद्दल कृतज्ञ आहात.

पण तुमच्या आईने किंवा सासूने मुलं सांभाळण्याची जबाबदारी अंगावर

घ्यायला नकार जरी दिला, तरी त्या गोष्टीचा आकस मनात ठेवू नका. तिने तसं केल्यामुळे फार काही फरक पडणार नाही. तुम्ही जर सतत त्या गोष्टीमुळे तुमची नाराजी व्यक्त करत राहिलात, तर परिस्थितीला अधिक वाकडं वळण मिळेल. परिस्थितीचा साकल्याने विचार करून मनात राग न ठेवण्याची गरज आहे. हे तिचं आयुष्य आहे आणि ते कसं जगावं हे ठरवण्याचा तिला पूर्ण अधिकार आहे.

नातवंडांना वाढवण्याच्या भानगडीत तिला पडायचंच नसेल तर तिच्या एकंदर परिस्थितीचा विचार करून तुम्ही तिच्या निर्णयाविषयी आदर ठेवला पाहिजे. तुम्हाला ह्या गोष्टीचा जर विशेषच राग येत असेल, तर त्यात तिचंही नुकसान आहे ह्या विचाराने स्वत:चं समाधान करा. तिच्या नातवंडांबरोबर एक घट्ट नातं विणण्याची तिला संधी होती, ती तिने वाया घालवली ह्या विचाराने तुम्हाला जरा बरं वाटतंय ना?

## इट्स ऑल अबाऊट फॅमिली

कुटुंबासाठी वेळ काढणं ही गोष्ट कधीच सोपी नसते. वस्तुस्थिती म्हणून त्याचा स्वीकार करा आणि त्याप्रमाणे वागा. दिवसाचे आणि आठवड्याचे तास ठरलेले असतात. तुमचं काम तुम्हाला त्या वेळेत दडपून बसवायचं असतं. त्यातच कुठेतरी सामावून घेऊन कुटुंबासाठी काही तास काढायचे असतात. वेळेचं नियोजन आणि एकाच वेळी विविध कामं करण्याची कौशल्यं विकसित करणं ह्यातच त्याची गुरुकिल्ली दडलेली आहे. त्यामुळे मिळणाऱ्या काही तासांचा देखील तुम्ही चांगला उपयोग करून घेऊ शकाल.

जिचा कामाचे तास लवचीक ठेवण्यावर विश्वास आहे, अशा एखाद्या कंपनीत काम करण्याइतक्या जर तुम्ही नशीबवान असाल, तर त्याचा पुरेपूर फायदा करून घ्या. तुमचं कामाचं शेड्यूल अशा पद्धतीने ठरवा, ज्यामुळे तुमची मुलं शाळेत असताना तुम्हाला अधिक तास काम करता येईल. नंतर तुम्ही साप्ताहिक सुटीच्या वेळेला त्यांच्यासाठी वेळ काढू शकाल. आठवड्यातून निदान दोनदा तरी त्यांच्याबरोबर जेवणाची सुटी एकत्र घालवा, कधीतरी त्यांना चित्रपट बघण्यासाठी घेऊन जा.

कामाच्या वेळेतली लवचीकता तुमच्या नशिबात नसेल, तर दु:खी होऊ नका. महत्त्वाच्या गोष्टींसाठी वेळ काढण्यासाठी तुम्ही नेहमीच थोडीशी फिरवाफिरवी करू शकता. जो काही वेळ तुम्हाला मोकळा मिळेल, त्याचा कल्पकतेने उपयोग करा. जेवणाच्या सुटीसाठी जर तुम्हाला एखादा तास मोकळा मिळाला, तर तो तुमच्या कॉम्प्युटरवर झुकून मध्येच एखादं सँडविच तोंडात कोंबून काम करत राहण्यात घालवू नका. त्याच वेळात तुम्ही तुमच्या नवऱ्याबरोबर आठवड्यातून निदान एकदा तरी तुमच्या आवडीच्या एखाद्या रेस्टॉरंटमध्ये एकमेकांच्या कानात

कुजबुजत, गोष्टींची देवाणघेवाण करत, किंवा काही विरंगुळ्याचे क्षण एकत्र घालवत त्याला कंपनी देऊ शकता.

तुम्ही कामावरून उशिरा घरी पोहोचता? मुलांना रात्री त्यांच्या अंथरुणात झोपवणं शक्य नसतं? उशिरापर्यंत काम करत राहणं ह्याचा अर्थ मुलांच्या कधीच दृष्टीस न पडणं असा नव्हे. तुमच्या कामातून एखाद्या संध्याकाळी तासभर मोकळा काढून त्यांना आइस्क्रीम खायला घेऊन जा किंवा एखाद्या जवळच्या पार्कमध्ये त्यांना चेंडू घेऊन खेळण्यासाठी सोबत करा. कामावर परत जाताना तुमच्या मनावरचं बरचसं ओझं उतरलेलं असेल. मुलंही घरी परतताना आईबरोबर वेळ घालवल्याने आनंदात असतील.

आठवड्याभरात तुमच्या कुटुंबाबरोबर तुम्ही घरी फार थोडा वेळ घालवलेला असेल, तरी मनामध्ये अपराधाची भावना निर्माण होऊ देऊ नका. विशेषत: मुलं तुमच्या मनात अपराधाची भावना निर्माण करण्यात हुशार असतात. 'आई, तू कधीच घरी नसतेस', असं रुसून म्हटलं की एखाद्या बाईला आपण जगातली सर्वांत वाईट आई आहोत असं वाटायला पुरेसं असतं. ह्या गोष्टीवर एकदा तुमचा विश्वास बसला की मग त्याची भरपाई करण्यासाठी तुम्ही काहीही कराल. परिणामस्वरूप तुम्ही त्यांच्या छोट्याशा हातांतलं एक खेळणं बनाल. त्यांना जे पाहिजे ते मिळवण्यासाठी मग ते तुम्हाला पाहिजे तसं वागवतील.

हे टाळण्यासाठी एक मार्ग असा की त्यांना लहानपणापासूनच समजावलं पाहिजे की आईला पण बाबांसारखंच कामाला जावं लागतं. ते काही महिन्यांचे असल्यापासूनच जर तुम्ही कामावर जात असाल तर ते सोपं ठरेल. दिवसाच्या मुख्य वेळात तुम्ही बाहेर असाल तर ते त्यांच्या अंगवळणी पडलं असल्याने विशेष फरक पडणार नाही. कारण जे मुळातच कधी नव्हतं, ते नसल्याने चुकल्यासारखं वाटण्याचा प्रश्नच येत नाही.

जेव्हा मुलं वर्षाची होतात, तेव्हा प्रश्न निर्माण व्हायला सुरुवात होते, कारण तुम्ही नेहमी त्यांच्या भोवती भोवती असण्याची त्यांना सवय झालेली असते. मग तुम्ही जेव्हा अचानक कामाला जाऊ लागता तेव्हा डोळ्यांत अश्रू येणं आणि त्रागा करणं सुरू होतं. हे जरा धक्कादायक असलं तरी भांबावून जाऊ नका. हा कालावधी जमवून घेण्याचा आहे आणि विश्वास बसायला कठीण असलं तरी गोष्टी लवकरच सर्वसाधारण परिस्थितीत येणं फारसं कठीण नसतं. मुलं जुळवून घेऊ शकतात आणि त्यांना जर पुरेसा वेळ दिला तर ती कोणत्याही प्रसंगात स्वत:ला सामावून घ्यायला समर्थ असतात.

म्हणून संयम बाळगा आणि मुलांमध्ये विश्वास निर्माण करा की तुमचं त्यांच्यावरचं प्रेम कमी झालेलं नाही. त्यांच्या महत्त्वाच्या गोष्टीत जर तुम्ही आजूबाजूला

आहात, अशी त्यांना सुरक्षितता वाटेल, तर ते विसावतील आणि तुमच्या नवीन दिनक्रमाबरोबर जमवून घेतील. तुम्ही दिवसभर घरी नसता म्हणून रोज संध्याकाळी त्यांच्यासाठी काहीतरी भेटवस्तू आणण्याची काहीही गरज नाही. त्यांच्या मनात मग ही कल्पना रुजेल की कामासाठी घरापासून दूर असल्याने तुम्ही त्यांच्यावर अन्याय करत आहात; कोणत्यातरी एका पातळीवर त्यांचा त्या गोष्टीवर विश्वास बसेल.

म्हणून कितीही मोह झाला तरी शब्दांतून, कृतीने किंवा इतर कोणत्याही प्रकारे क्षमायाचना करू नका, घरापासून दूर जाऊन काम केल्याने तुम्हाला तसं वाटून घेण्याची गरज नाही. तुमची मुलं जशी मोठी होतात, तसं त्यांना ही गोष्ट समजून घेण्यासाठी मदत करा, की तुम्ही तुमच्या कामातून घडता आहात. त्यांच्या मनावर ही गोष्ट बिंबवली गेली पाहिजे की स्वत:ला पूर्णपणे घडवण्यासाठी प्रत्येकाला काम करण्याची गरज असते आणि त्यांनी देखील तशीच आकांक्षा ठेवायला हवी आणि गोष्टी जर विशेषत्वाने कठीण व्हायला लागल्या, तर तुम्ही नेहमीच त्यांना ही माहिती देऊ शकता की घरात येणाऱ्या आईच्या पगारामुळेच कुटुंबाला वर्षातून तीन सुट्या घेणं शक्य होतं.

पण प्रश्न सोडवण्यासाठी पैशांची खैरात करणं हे प्रश्नाचं उत्तर नाही. त्यांना गरज असेल तेव्हा तुम्ही भोवताली नसता, ह्या गोष्टीची भरपाई करण्यासाठी दुसरा काहीतरी मार्ग शोधून काढा. सर्वाधिक चांगला मार्ग म्हणजे त्यांच्याबरोबर घालवलेला वेळ त्यांना लक्षात राहण्यासारखा घालवणं. 'क्वालिटी टाइम' हा शब्द जरी घासूनघासून गुळगुळीत झालेला असला, तरीदेखील तुमच्याबाबतीत मात्र तो 'की वर्ड' असावा. दिवसभराच्या कामानंतर तुम्ही कितीही थकून गेलेल्या असाल, तरी मुलांना टी.व्ही.वर कार्टून नेटवर्क लावून देऊन तुम्ही एखादी डुलकी काढू शकाल, ह्या हिशोबाने तुम्ही त्यांना त्या 'इडियट बॉक्स'कडे डोळे विस्फारून बघत बसवणं योग्य नाही. त्यापेक्षा त्यांना पुस्तक वाचून दाखवण्यात वेळ घालवा, किंवा एखादा बोर्ड गेम खेळा, त्यामुळे त्यांचा केवळ मेंदूच तरतरीत होणार नाही, तर कुटुंबातले एकमेकांचे संबंध दृढ होण्यास देखील संधी मिळेल.

जेवणाच्या वेळी कुटुंबातले सर्व लोक एकत्र येऊन दिवसभराचा तपशील आपापसात वाटू शकता. न्याहारीची वेळ घाईगडबडीची असल्याने आणि प्रत्येकाला शाळेत किंवा ऑफिसात पोहोचायचं असल्याने आपापसात बोलायला वेळ मिळणार नाही. पण रात्रीच्या जेवणाच्या वेळेस मात्र कुटुंबाचे सगळे सदस्य एकत्र येऊन एकमेकांशी हास्य-विनोद करत गप्पा मारू शकतात. कामाशी संबंधित एखाद्या कार्यक्रमासाठी तुम्हाला जेवणानंतर बाहेर जरी जायचं झालं, तरीही तुमच्या कुटुंबातील सदस्यांबरोबर बसून त्यांच्याबरोबर जेवण करा.

अशी प्रथा सुरुवातीपासूनच प्रचलित चालू करण्याचे बरेच फायदे आहेत. जी

मुलं जेवण्याच्या बाबतीत किरकिर करणारी असतात, त्यांना असं एकत्र जेवल्यामुळे जेवण आणि हास्यविनोद ह्यांची परस्परांशी सांगड घालण्याची सवय होईल. तसंच एक रूटीन म्हणून टी.व्ही. बघत अन्नाचे घास तोंडात कोंबण्याची त्यांची सवयही मोडेल. जेवणासाठी टेबलावर मांडलेल्या साहित्याचा उपयोग कसा करावा, जेवताना कोणते शिष्टाचार पाळावेत, तसंच कशा पद्धतीने वागावं, ह्या गोष्टी शिकायला मुलांना मदत होईल. आणि सर्वांत महत्त्वाचं म्हणजे संभाषणात स्वतःचं स्थान वैशिष्ट्यपूर्ण पद्धतीने कसं सांभाळावं, ह्याची तोंडओळख झाल्याने पुढील आयुष्यात समाजात वावरण्याची शिकवण मिळेल.

दिवसभर तुम्ही बाहेर असता ह्याचा अर्थ असा नव्हे की तुमच्या मुलांच्या दैनंदिन जीवनक्रमाची जबाबदारी तुम्ही झटकून टाकावी.

इतर कुणी जरी त्यांच्या दिनक्रमावर लक्ष ठेवण्याचं काम करत असले, तरी तुम्ही तुमचं पूर्ण नियंत्रण त्यांच्यावर ठेवू शकता. वस्तुतः तुम्ही तसं केलंच पाहिजे, कारण त्यामुळे मुलं त्यांचा पूर्ण फावला वेळ इंटरनेटवर किंवा टी.व्ही.समोर घालवत नाहीत ह्याची काळजी घेता येईल. त्यांचा कल बघून त्यांची नावं चित्रकला, घोडेस्वारी, संगीताचे वर्ग वगैरेंत घाला. शाळेच्या बाहेरही इतर गोष्टीत रस घेणं त्यामुळे त्यांना शक्य होईल आणि मित्रत्वाचे धागे जोडण्यासाठी मदत होईल. जेव्हा ते मोठे होतील तेव्हा त्यांना ह्या गोष्टीचा फायदाच होईल.

त्यांच्या शाळेतल्या मित्रांशी ओळख करून घ्या, तसंच शेजारपाजारच्या मुलांचीही माहिती काढा. मुलांच्या मातांशीही संबंध प्रस्थापित करा. ज्या मुलांचा चांगला प्रभाव पडू शकेल, अशा मुलांशी नियमितपणे एकत्र खेळण्याचे कार्यक्रम ठेवा. त्यामुळे तुमच्या मुलांची शाळेच्या बाहेर समाजात वावरण्याची कौशल्यं विकसित व्हायलाही मदतच होईल. तुम्ही जर त्यांच्या मताशी जुळवू शकला, तर तो एक वाढीव बोनसच ठरेल. कोणतीही अडचण आली तर एखादी 'सपोर्ट सिस्टीम' असावी, म्हणून शाळेत जाणाऱ्या मुलांच्या मातांची एखादी संघटना अस्तित्वात आणा. मुलांना एखाद्या दिवशी शाळेत पाठवणं जर कठीण असेल, तर दुसरी महिला तुम्हाला मदत करू शकेल. तिलाही खात्री असेल की तिने केलेल्या मदतीची तुम्हीही कधीतरी परतफेड कराल.

नोकरीच्या ठिकाणी अशीच एखादी आई असेल जिला तुमच्यासारखेच प्रश्न असतील, तर तिच्याशी मैत्री करा. मुलांच्या संगोपनाच्या बाबतीत किंवा घरी काहीतरी अडचण आली तर तुम्ही एकमेकींना मदत करू शकता. त्यांच्या घरची मुलांना सांभाळणारी बाई जर आली नाही तर तिची मुलं तुमच्याकडे दिवस घालवू शकतात. तुमचा ड्रायव्हर जर रजेवर असेल, तर त्यांचा ड्रायव्हर तुमच्या मुलांना शाळेतून घरी आणू शकतो. पालक-शिक्षक सभेला तुम्हाला सकाळी जायचं

असल्याने कामावर उशिरा पोहोचायचं असेल, तर ती बाई तुमच्या उपयोगी पडू शकते. तसंच त्या बाईला जर तिच्या आईला डेंटिस्टकडे घेऊन जायचं असल्याने लवकर निघायचं असेल, तर तुम्हीदेखील तिला मदत करू शकता.

### चाईल्ड्स प्ले

* तुमची मुलं तुम्हाला ब्लॅकमेल करणार नाहीत, ह्याची काळजी घ्या. तुमच्यामध्ये अपराधीपणाची भावना जागृत करण्यात मुलं हुशार असतात. ह्या खेळात तुम्ही कधीच जिंकू शकणार नाही. भेटवस्तू देऊन त्यांना विकत घेण्याचा प्रयत्न तर बिलकूल करू नका. आपल्या अपराधीपणाच्या भावनेला कमी करण्यासाठी नेहमी त्यांच्या मनासारखं वागण्याची सूट त्यांना देऊ नका. तुम्ही सगळ्याच्या 'इन चार्ज' आहात, हे कधीही विसरू नका.
* ऑफिसमध्ये चांगली वागणूक मिळावी म्हणून मुलांचा एखाद्या प्याद्यासारखा उपयोग करू नका. उन्हाळा अधिक आहे म्हणून स्वित्झर्लंडला भुर्रकन जाताना उन्हाळ्याचा त्रास कमी झाला, तरी तुमचं करिअर मात्र चांगलं वळण घेणार नाही.
* तुमची आई, तुमची सासू किंवा मुलांना सांभाळणारी बाई, ह्यापैकी कोणाचीही अवहेलना करू नका, त्यांना सारखं डावलू नका. तुमच्या मुलांना असं वाटलं पाहिजे की ज्या कोणा व्यक्तीवर तुम्ही त्यांना सांभाळायचं काम सोपवलं आहे, ती व्यक्ती तुम्ही कामावर गेल्यावर सगळ्या गोष्टींसाठी जबाबदार आहे आणि त्यांनी तिच्या आज्ञेचं पालन केलं पाहिजे. तुमची आज्ञा म्हणजे शेवटचा शब्द असं जर त्यांना वाटलं, तर ते तिच्याकडे मुळीच लक्ष देणार नाहीत आणि हे सर्वांच्याच दृष्टीने हानिकारक ठरेल.
* तुमच्या मुलांबरोबर जो काही वेळ तुम्हाला मिळेल, तो वाया घालवू नका. तुम्ही जे तास एकत्र घालवता, त्याचा अधिकाधिक फायदा करून घ्या. एखादा खेळ खेळताना किंवा जेवण करताना तुमच्या मुलांशी जवळीक साधा. त्यांच्या आवडत्या पुस्तकातून काही उतारे त्यांना वाचून दाखवा. जेवण तयार करण्यासाठी त्यांची मदत घ्या. त्यांच्या आयुष्यात काय घडतंय ह्याची दखल घ्या.

### माझा मुख्य माणूस

मुलं तुमच्या अग्रक्रमाच्या यादीत जरी अगदी वरच्या स्थानावर असली, तरी मुलं म्हणजेच सर्व काही नाही. जर तुम्हाला यशस्वी घरगुती आयुष्य पाहिजे

असेल, तर तुम्ही तुमच्या नवऱ्याकडे दुर्लक्ष केलेलं बिलकूल चालणार नाही. तुमच्या मुलांना तुमची अधिक गरज आहे, ह्या सबबीखाली नवऱ्याकडे होणारं तुमचं दुर्लक्ष तार्किकदृष्ट्या प्रमाणित करण्याचा तुम्हाला कदाचित मोह होईल, पण ते सगळं मूर्खपणाचं आणि दूरगामी विचार न करणारं ठरेल. तुमचं वैवाहिक जीवन जर बळकट नसेल, तर तुमच्या मुलांना त्याचा त्रास होईल. आणि तुमचा नवरा जर समाधानी नसेल, तर तुमच्या 'कौटुंबिक जीवना'ची गुणवत्ता अधिकच वाईट असेल.

लग्न हे एखाद्या बागेत वाढणाऱ्या पण कुंडीत लावलेल्या रोपासारखं आहे. तुम्ही जर तुमचा जीव त्यात ओतलात, तर ते छान बहरेल, त्याच्याकडे दुर्लक्ष केलंत तर ते सुकून जाईल. म्हणून तुमच्या नवऱ्याबरोबरचं तुमचं नातं टिकावं आणि अधिकाधिक मजबूत बनावं, ह्यासाठी तुम्हा दोघांनी एकत्र वेळ घालवण्याची आवश्यकता आहे. ही गोष्ट काही फक्त कधीतरी करण्याची नव्हे, तर तुमच्या आठवड्याच्या कार्यक्रमात गुंफण्याची आहे.

दर दोन महिन्यांनी तुम्ही जेव्हा एखाद्या रोमँटिक हॉलिडेला जाता, किंवा वीकएंडला कॅन्डल-लाईट डिनरसाठी वेळ काढता, तेव्हा तुमच्या मुलांकडे तुमचं दुर्लक्ष होतंय, असं समजण्याचं कारण नाही. त्यांना एकटं सोडल्याबद्दल कदाचित ती मुलं त्रागा करतील, पण आई-वडिलांनी घटस्फोट घेतला तर त्यांचं अधिक नुकसान होईल. लग्न हे देखील एखाद्या प्रोजेक्टसारखंच आहे. तुम्ही जर त्याच्यावर मेहनत घेतली नाही, तर तेही अयशस्वी होईल.

नवऱ्याच्या वाढदिवसाला कुठेतरी बाहेरगावी एखादा वीकएंड घालवायचं ठरवाल, तर ते छानच होईल, पण त्याला तुम्ही छोट्या छोट्या गोष्टींतून देखील आपण काहीतरी विशेष आहोत, हे कसं जाणवून देता, ह्याचं महत्त्व जास्त आहे. तो एखाद्या महत्त्वाच्या प्रेझेंटेशनला जायला निघाला असेल, तेव्हा त्याला शुभेच्छा द्या आणि त्याची ब्रीफकेस तो उघडेल तेव्हा त्याच्या नजरेला प्रथम पडणारी गोष्ट तीच असेल ह्याची खात्री करा. त्यामुळे त्याच्या चेहऱ्यावर स्मितहास्य तर फुलेलच, पुढच्या कटकटीच्या कामांसाठीही त्याला मोकळं वाटेल. त्याच्या एखाद्या आवडत्या 'टेकअवे' रेस्टॉरंटमधून त्याच्यासाठी मस्तपैकी पॅकड्लंच मागवा आणि एका गुलाबाच्या फुलाबरोबर, तुमचं त्याच्यावर किती प्रेम आहे हे व्यक्त करणारी चिठ्ठी लिहून त्याला पाठवा. आठवडाभर जर त्याला विशेष कठीण काम करावं लागलं असेल, तर त्याला थोडा आराम आणि पुन्हा टवटवी येण्यासाठी त्याला आवडणाऱ्या एखाद्या 'स्पा'मध्ये त्याच्यासाठी आरक्षण करा. रविवारी सकाळी मुलांना त्याच्यासाठी नाश्ता बनवायला सांगा आणि तो त्याच्या बिछान्यातच त्याला द्या.

वैवाहिक जीवनात प्रेमळ, काळजी घेणारं वातावरण निर्माण करण्याचा सर्वांत मोठा फायदा असा की तुम्हालाही त्याचा फायदा होईल. पुरुष काही फारशा

रोमँटिक प्राण्यांच्या वर्गात मोडत नाहीत आणि लग्न होऊन मुलं झाली, काही वर्षे लोटली की तो रोमँटिकपणा आणखीनच कमी होतो. पण तुम्ही जर सातत्याने तुमच्या शब्दातून, हावभावातून, कृतीतून त्याच्याशी संवाद साधत राहिलात आणि तुमच्या जीवनात त्याचं किती महत्त्वाचं स्थान आहे, हे व्यक्त केलंत, तर तोही त्याचा प्रतिसाद भेटवस्तू देणं वगैरे मार्गाने देईल. तुमच्या मनात भरलेली हिऱ्यांची कर्णभूषणं कदाचित तो तुम्हाला देणार नाही, पण निदान तुमचा वाढदिवस लक्षात ठेवून लग्नाचा वाढदिवसही साजरा करेल आणि बऱ्याचशा स्त्रियांची तर एवढी देखील अपेक्षा नसेल.

**नवऱ्याला आनंदात ठेवणं**

* छोट्या छोट्या गोष्टींतूनच नातेसबंध टिकून राहतात. तुम्ही जर कामानिमित्त दूरवर असाल आणि तुमच्या नवऱ्याची तुम्हाला फारच आठवण येत असेल, तर त्याला ते कळलं पाहिजे. त्याला रात्री फोन करा आणि तसं सांगा. एखादी लव्ह नोट त्याला फॅक्सने पाठवा. येताना त्याच्यासाठी आठवणीने भेटवस्तू घेऊन या, म्हणजे तुम्ही त्याचा विचार करत होता, हे त्याला कळेल.
* त्याला नेहमीच आपण कोणीतरी विशेष आहोत असं जाणवू द्या. कामामुळे तुम्हाला पायाखालची जमीन सरकल्यासारखी वाटत असली, तरीही त्याचं तुमच्या आयुष्यात महत्त्वाचं स्थान आहे, हे व्यक्त करण्यासाठी फार कष्ट पडणार नाहीत. त्याच्या आवडत्या लेखकाचं एखादं पुस्तक त्याला भेट द्या किंवा त्याला आवडेत अशी सीडी त्याच्यासाठी खरेदी करा, अगदी एखादं चटोर मासिकही त्याला आवडेल.
* आठवडाभर तुम्हाला कदाचित पुरेसा वेळ नसेल, कारण तुम्ही दोघंही थकून-भागून घरी येत असाल आणि घरी आल्यावर तुम्हाला मुलांचं होमवर्क घ्यावं लागत असेल, पण तरीही वीकएंडला वेळ काढून एक जोडपं म्हणून एकत्र वेळ घालवा, नाहीतर लवकरच तुम्ही ते विसरून जाल. वाईनची एखादी बाटली उघडा आणि गप्पा मारा, मित्रांबरोबर बाहेर जा, किंवा बिछान्यात एकत्र गुरगुटून झोपा.
* जेव्हा शक्य असेल तेव्हा एकत्र वेळ काढा. मुलं झोपी गेल्यावर एखादा तास एकमेकांच्या सहवासात घालवण्यासाठी वेगळा काढा, किंवा ती झोपेतून उठण्यापूर्वीच परस्परांबरोबर वेळ घालवा. आठवड्याभरात देखील जेव्हा जमेल तेव्हा लंच किंवा डिनर एकत्र घ्या.

# बेडरूम की बोर्डरूम?

कितीही प्रयत्न केला, तरी ऑफिसमधल्या सेक्सपासून तुम्ही दूर पळू शकत नाही. स्त्री-पुरुषांच्या मिश्र गटाबरोबर उशिरापर्यंत काम करणं, कॉफीचे कपावर कप रिचवत, जवळच्या एखाद्या रेस्टॉरंटमध्ये रात्रीचे जेवण, मग पुन्हा जवळजवळ ओसाड पडलेल्या ऑफिसमध्ये परत येऊन 'बर्निंग मिडनाईट ऑईल' उक्तीप्रमाणे उशीरापर्यंत काम करत राहाणं. नकळतच तुमची बरोबरच्या सहकाऱ्यांबरोबर जवळीक वाढत जाते; काम संपवण्याच्या नेमून दिलेल्या डेडलाईन्स, कामाचं तणावग्रस्त वातावरण आणि सहानुभूती नसलेले, कधीकधी तद्दत निष्ठुर बॉसेस, ह्या सगळ्याला मिळून तोंड देताना तुमच्यावर ही निकटता लादलीच गेलेली असते.

आणि बरेच वेळा हे निकट साहचर्य अधिक उत्कट होत जातं. पण जेव्हा तुम्ही प्रेमात पडत असता तेव्हा एकच गोष्ट लक्षात ठेवा. एखाद्या परिकथेसारखा तुमचा रोमान्स बराचसा नाट्यमय असला, तरी शेवट मात्र 'ॲन्ड दे लिव्ह्ड हॅपीली एव्हर आफ्टर' असा कदाचित असणार नाही.

**'लव्ह इज इन द एअर'**

एकत्र काम करणाऱ्यांमध्ये सहजच जवळीक निर्माण होते, हे नाकारता येणार नाही. व्यावसायिक जीवनाची एकत्र वाटचाल करताना तुमचं एखाद्या सहकाऱ्याबरोबर भावनिक नातं तयार होतं. लवकरच तुमची एक समान बोलीभाषा तयार होते, जोक्सचा एक साठा बनतो आणि भावबंध जुळतात. मग ती बाहेरच्या कामाला जाण्यासाठी एकत्र केलेली शहराबाहेरची ट्रिप असो, किंवा हॉटेल बारमध्ये रिचवलेल्या काही बिअर्स आयुष्यात आलेल्या अनुभवांची परस्परात देवाणघेवाण होत राहते, आणि मग तुम्हाला कळायच्या आत नोकरीच्या ठिकाणी दोन सहकाऱ्यांमध्ये असलेलं मित्रत्वाचं नातं आता लैंगिक ताणाने भारलं जातं.

लैंगिक तणाव म्हणजेच ती एक सुखद, हुरहुर लावणारी भावना प्रबळ होते. तुमच्या सहकाऱ्याबरोबर तुम्ही लैंगिक सुख अनुभवाल, ह्या विचाराने तुमचं आयुष्य बदलून जातं. तुम्ही सावध बनता आणि तुमच्या प्रेमपात्राकडून काही सूचक संदेश

मिळतात का, हे जाणून घेण्यासाठी हास्यास्पद रीतीने संवेदनशील होता. त्या व्यक्तीची प्रत्येक हालचाल, प्रत्येक नजर आणि आविर्भाव यात अर्थ शोधण्याचा तुमच्या मनात जोरदार प्रयत्न चालू होतो.

जणू काही सगळ्या ऑफिसमध्ये फक्त तुम्ही दोघजणंच आहात, एका गुलाबी धुक्यात एकमेकांभोवती पिंगा घालत, नाचत आहात. तुम्हाला दुसरं जग दिसतच नाही आणि ह्या सत्याकडेही तुमची डोळेझाक होते की तुमच्या प्रणयाच्या प्रगतीचा आलेख तुमच्या भोवतालचा प्रत्येकजण अगदी जवळून रेखाटतो आहे. पण तुमचं लक्ष केंद्रित झालंय खरं प्रेम म्हणतात ते हेच आहे का, ह्याचा शोध लावण्याकडे.

पण थांबा, एक क्षणभर विचार करा. अर्थात जेव्हा हार्मोन्स प्रबळ असतात, तेव्हा मेंदूचं काम नीट चालायला अडचण असते. जरा खोलवर विचार करा की तुम्हाला हेच पाहिजे आहे? आणि जर तसं असेल, तर तुम्हाला ज्या गोष्टीचं बलिदान द्यायला लागेल, त्याला तुमची तयारी आहे? नोकरीच्या ठिकाणी ज्या परिणामांना तोंड द्यावं लागणार आहे, त्याला तुम्ही तयार आहात? ह्या प्रक्रियेत जर तुमचं करिअर धोक्यात आलं तर तुम्ही स्वत:ला माफ करू शकाल? लोकांनी सहेतुकपणे एकमेकांकडे पाहात मिचकावलेले डोळे, कोपरखळ्या, ह्यांना तोंड देऊ शकाल? आणि सर्वांत महत्त्वाचं म्हणजे, जर का ह्या प्रकरणातून गुंताच निर्माण होऊन सगळंच बारगळलं, तर तुम्ही त्यातून निभावून जाल?

दु:खद सत्य हे आहे की ऑफिसमध्ये फुलणारे रोमान्स नेहमी तुम्हाला हवे तसे यशस्वी होतातच, असं नाही. तुम्ही ज्या व्यवसायिक प्रतिष्ठेची प्रयत्नपूर्वक उभारणी केली आहे, ती धुळीला मिळण्याचा धोका अधिक संभवतो. वर्षानुवर्ष तुम्ही उशीरापर्यंत काम करून, तुमच्याकडून असलेल्या अपेक्षांपेक्षाही अधिक जबाबदाऱ्या स्वीकारून प्रत्येक वेळी पुढाकार घेऊन जे नाव मिळवलंय, ते धुळीला मिळायला एखाद्या सहकाऱ्याबरोबरच्या काही सांकेतिक भेटी देखील पुरेशा होतील.

आता सगळ्या ऑफिसच्या नजरेत तुम्ही एक 'कामुक' व्यक्ती आहात, गंभीर 'व्यावसायिक' नाही. आणि त्याहूनही वाईट म्हणजे आजूबाजूला अशा काही व्यक्ती असतील ज्यांच्या दृष्टिकोनातून आता तुम्ही आणखीही डाव मांडू शकता. एकाबरोबर बाहेर भटकणं काय आणि इतरांबरोबरही बाहेर गेलं काय, तुम्हाला आता काय फरक पडणार आहे, असा ते विचार करतील. अशा प्रकारे तुम्ही नको तेवढं लक्ष स्वत:कडे केंद्रित करायला कारणीभूत व्हाल आणि त्या सगळ्याचा सामना करताना तुम्ही अगदी कोणालाही न दुखवता सहीसलामत सुटू शकाल, ह्याची काही शाश्वती नाही.

अपरिहार्यपणे, तुमच्या प्रेमजीवनावरचा हा 'फोकस' तुमच्या नात्यावर प्रभाव पाडेल. तुमच्या मित्राने तुमच्या बाजूला उभं राहावं, अशी तुम्ही अपेक्षा कराल. त्याने

जर तसं केलं तर कामाच्या ठिकाणचे त्याचे सहकारी त्याला 'बायल्या' म्हणून हिणवतील आणि जर त्याने तसं केलं नाही, तर तुम्ही त्याला थप्पड माराल. कोणत्याही प्रकारे तो खूष राहणार नाही. जसजसा तणाव वाढेल, तसं तुमच्या सगळ्या प्रश्नांचं खापर त्याच्या माथ्यावर फोडायचा तुम्हाला मोह होईल.

तो मोह तुम्ही काबूत ठेवलात, तर ज्या व्यक्तीबरोबर तुमचं प्रणयाराधन चालू आहे, त्याच्याबरोबर एकत्र काम करण्याची भावनिक चलबिचल तुमच्या कामाच्या गुणवत्तेवर परिणाम करेल. शेवटी तुमचं प्रेझेंटेशन देत असताना लक्ष एकाग्र करणं तुम्हाला अवघडच ठरेल. तुम्ही, तो आदल्या रात्री काय म्हणाला ह्याच्यावरच गंभीर विचार करत असाल आणि त्याने तुम्हाला मेल का पाठवली नाही, ह्याचंही तुम्हाला आश्चर्य वाटत असेल. कंपनीच्या धोरणाप्रमाणे जर दोघांपैकी एकाला जावं लागेल असा निर्णय घेण्यात आला आणि त्या तुम्ही असलात, तर तुम्ही तुमच्या मित्राचा तिरस्कार केल्याशिवाय राहाल का?

तुमच्या बॉसबरोबर तुम्ही भेटीगाठी घ्यायला सुरुवात केलीत, तर मग गोष्टी अधिकच गुंतागुंतीच्या होतील. कितीही सावधगिरी बाळगलीत तरी तुमचं नातं फार काळ झाकलेलं राहणार नाही. कितीही झाकलंत आणि एक वेगळाच मुखवटा घातलात, तरीदेखील तुमचा एखादा चोरटा कटाक्ष, जवळीक दर्शवणारी कृती, नजरेला नजर भिडताच खळखळून हसणं, एकमेकांच्या ऑफिस सोडण्यात फक्त पाच मिनिटाचंच अंतर असणं, ह्या सगळ्या गोष्टींमुळे ऑफिसात तुमचा खेळ उघड व्हायला वेळ लागणार नाही.

त्यानंतर मग बॉसबद्दल जरी कोणी काही बोललं नाही, (कारण तोच सगळ्यांचे वार्षिक गुणवत्ता रिपोर्ट बनवतो,) तरी तुमच्याबद्दल काहीही वाईट बोलायला मात्र कोणाचीच जीभ कचरणार नाही.

लवकरच, ऑफिसातला प्रत्येकजण तुमच्याबद्दल तुम्ही कशा वरपर्यंत पोहोचण्यासाठी 'झोपायला' तयार आहात, तुमच्या 'स्त्रीत्वा'चा तुम्हाला जे पहिजे ते मिळवण्यासाठी तुम्ही कसा वापर करता, तुमच्या बॉयफ्रेंडचं मन इतर स्टाफबद्दल तुम्ही सारखं कसं कलुषित करत असता, ह्यांबद्दल बोलायला लागतील. दुसऱ्या शब्दात, तुम्ही कोणतंही तात्त्विक अधिष्ठान नसलेली एक 'बिच्' आहात आणि तुम्हाला जे पाहिजे ते मिळवण्यासाठी तुम्ही कसलीही चाड बाळगणार नाही अशी तुमची प्रतिमा तयार करण्यात येईल. काही लोक तुमच्या बाजूला चिकटून राहतील, कारण तुम्ही त्यांच्या प्रमोशनसाठी एखादा चांगला शब्द देऊ शकाल, तर बाकीचे इतर लोक मात्र तुम्हाला संशयाने आणि त्याहीपेक्षा वाईट म्हणजे, तिरस्काराने पाहतील.

तुमची केवळ वैयक्तिक प्रतिमाच डागाळली जाणार नाही, तर तुमच्या व्यावसायिक

प्रतिमेलाही गंभीर इजा पोहोचेल. कितीही कष्ट केलेत, कितीही चांगला परफॉर्मन्स दिलात आणि बढती किंवा पगारवाढ मिळायला योग्य असलात, तरी तुम्हाला त्याचं कोणतंही श्रेय मिळणार नाही. प्रत्येकाला तर ठाऊकच आहे की तुमचं बॉसबरोबर लफडं चालू आहे, म्हणजे तुमचं काम चांगलं का ठरतंय ते उघडच आहे. तुम्ही 'फास्ट' आहात, म्हणूनच तुम्ही यशाच्याही 'फास्ट ट्रॅक'वर आहात, सरळ आहे.

तुमच्या अस्सल कामगिरीवर तुमच्या सेक्शुअल मिसअॅडव्हेंचरमुळे शिंतोडे उडतील आणि ती डागाळून जाईल. जिथे जिथे तुम्ही काम कराल, तिथे तिथे हीच प्रसिद्धी तुमचा पाठलाग करेल. कामाच्या ठिकाणच्या तुमच्या सहकाऱ्यांची स्मरणशक्ती चांगलीच दीर्घ असते, तसंच व्यावसायिक वर्तुळदेखील खरंच सीमित जग असतं. तुमच्या यशाकडे कोणीही गंभीरपणे पाहणार नाही, कारण ते तुम्ही कसं मिळवलंत हे त्यांना चांगलं ठाऊक आहे, बरोबर?

तात्पर्य, कामाच्या ठिकाणी तुमच्या बरोबरच्या एखाद्या सहकाऱ्याबरोबर बेडरूममध्ये उडी घ्या आणि त्यामुळे बोर्डरूम आणखीनच दूर पार्श्वभूमीत लोटली जाईल, अशीच दाट शक्यता आहे.

### कामाच्या ठिकाणी प्रणयाराधन – उणी बाजू

* तुमचं वैयक्तिक आयुष्य हे लवकरच सार्वजनिक चर्चेचा विषय बनतं, प्रत्येक रागीट शब्द, प्रत्येक प्रेमळ नजर, ह्याबद्दल लोक बोलतील. हा ताण फक्त एखादं घट्ट नातंच सोसू शकेल.
* तुमचं ज्याच्यावर प्रेम आहे, किंवा तुम्ही ज्याच्याबरोबर फिरताय, त्या व्यक्तीबद्दल तुम्ही पूर्णपणे वस्तुनिष्ठ विचार करू शकत नाही. जेव्हा तुम्ही तुमची वस्तुनिष्ठता गमावता, तेव्हा तुमच्या व्यावसायिकतेची धारही बोथट होते.
* तुमच्या प्रिय व्यक्तीबद्दल, किंवा बॉयफ्रेंडबद्दल तुमच्या अपेक्षा फारच वाढतील. ऑफिसच्या मीटिंग्ज आणि कामावरचे संघर्ष, ह्यात तुम्ही त्याचा पाठिंबा गृहीत धराल. तुमची सदासर्वकाळ साथ देण्यासाठी तो बांधलेला आहे, असा त्याला सतत ताण जाणवत राहिला, तर तो शेवटी वैतागेल. तो जर तुमच्या बाजूला झुकला नाही, तर शेवटी तुम्हालाच पडतं घ्यावं लागेल, म्हणजेच शेवटी ही परिस्थिती पराजयाचीच ठरेल.
* तुमच्या दोघांचा जर 'ब्रेक अप' झाला तर तुमची परिस्थिती फार चमत्कारिक होईल, कारण पुन्हा त्याचं तोंडही पाहायची तुम्हाला इच्छा नसली, तरी तो रोजच तुमच्या नजरेला पडत राहील. आणि त्याच्या पार्श्वभागावर एक

सणसणीत लाथ घालण्याची इच्छा असताना, मीटिंग्जच्या वेळेला व्यावसायिक शांतपणा धारण करणं कठीण होईल.

* त्याने जर ऑफिसातल्या दुसऱ्या कोणाबरोबर प्रणयाराधन सुरू केलं, तर मात्र तुमच्या जखमेवर मीठ चोळलं जाईल. आता तुम्हाला तुमच्या रागासोबत सहकाऱ्यांच्या सहानुभूतिदर्शक नजरा आणि तुमची जागा पटकावणाऱ्या त्या बयेचं विजयी हास्य, ह्यांचाही सामना करावा लागेल. खरं म्हणजे, एखाद्या मुलीला नोकरी सोडून देण्याची इच्छा व्हायला एवढं पुरेसं आहे... आणि तसंही होईल, कारण तुम्हाला कदाचित तुमच्या नोकरीवर खरोखरच पाणी सोडावं लागेल.

**फ्लर्ट करायचं की नाही...**

नोकरीच्या ठिकाणी सेक्सचा शिरकाव होण्याचे बरेच मार्ग आहेत. त्याचा सर्वांत सोपा मार्ग म्हणजे 'फ्लर्ट' करणं. स्त्री-पुरुष दोघंही पुढे जाण्यासाठी 'फ्लर्ट' करतात.

पुरुष 'फ्लर्ट' करण्याचा एक शस्त्र म्हणून वापर करतात, प्रत्येकाला भुरळ पाडून त्याच्याशी सहमत होण्यासाठी किंवा कमीत कमी म्हणजे त्यांच्याबरोबर बाहेर जायला राजी होण्यासाठी. स्त्रिया मात्र जरा अधिक कल्पकतेने, लक्षात येईल न येईल अशा पद्धतीने 'फ्लर्ट' करतात. नुसतं पापण्या फडफडवणं, किंवा नाजूकपणे त्या झुकवणं, ह्याचा त्यांच्या वरिष्ठांना आकर्षित करण्यासाठी उपयोग करतात. ऑफिसच्या पॉवर स्ट्रक्चरमध्ये आपलं स्थान बळकट करण्यासाठी त्या त्यांच्या लैंगिक आकर्षणाचा वापर करत असतात.

सगळ्याच स्त्रिया त्यांचं यश 'झोपूनच' मिळवतात, असा त्याचा अर्थ नव्हे. अर्थ एवढाच की नोकरीच्या ठिकाणी आघाडी घेण्यासाठी त्यांच्या स्त्रीसुलभ विभ्रमांचा त्या उपयोग करतात. बॉसचा प्रत्येक शब्द झेलणं, त्याच्या प्रत्येक विनोदाला खळखळून हसणं, तो 'जिनियस' आहे असं त्याला सांगणं, त्याच्या सगळ्या कथांवर पसंतीदर्शक उद्‌गार काढत राहणं आणि त्याच्या नवीन सुटात किंवा हेअरकटमध्ये तो किती छान दिसतोय, हे सांगणं देखील ह्या प्रकारातच मोडतं.

पूर्ण फ्लर्ट करण्याच्या जवळपास हे वर्तन रेंगाळतं. वर्क लंच किंवा डिनरपर्यंत. कधी त्या 'लिटल लॉस्ट गर्ल'ची भूमिका वठवतील, तर कधी 'बिग बॅड गर्ल'ची. पुरुष सहकाऱ्यांची अवास्तव स्तुती करून त्यांना आपल्या मनाप्रमाणे वागायला भाग पाडणं, अशीही ह्या स्त्रियांची एक पद्धत असते.

ज्या स्त्रियांना राजकारणातलं कळतं, त्या नोकरीच्या ठिकाणी फ्लर्ट करणं पूर्णपणे टाळतात. त्यांच्या दृष्टिकोनातून स्त्रियांनी नोकरीच्या ठिकाणी त्यांची प्रतिमा

'कूल' आणि संयमित व्यावसायिक अशी निर्माण केली पाहिजे. 'मजा करायला निघालेल्या खिदळणाऱ्या मुली' अशी नव्हे. इतरांनी तुमचा गांभीर्याने विचार करावा असं तुम्हाला वाटत असेल, तर तुम्ही तुमच्यात तसा गंभीरपणा विकसित करण्याची गरज आहे. स्त्रीसुलभ विभ्रम काही काळपर्यंतच फायदेशीर ठरतील, पण बदल्यात तुम्ही सर्वांचा आदर गमावून बसाल आणि ह्या विचारधारेला काही गुण द्यावे लागतील.

पण विरुद्ध पक्षदेखील ह्या मुद्द्यावर तेवढाच ठाम आहे की थोड्या पापण्या फडफडवल्या, किंवा जरा नखरे केले, तर त्यात वाईट काय आहे? त्यांच्या मते नोकरीच्या ठिकाणी स्त्रियांचं पारडं जड करण्यासाठी, पुढे जाण्यासाठी भात्यातली सगळी अस्त्रं काढण्याचा त्यांना पूर्ण अधिकार आहे. पुरुष जर त्या युक्त्यांना भुलण्याइतके मूर्ख असतील आणि गॉड नोज, असे बरेच असतील, मग थोडंसं 'फ्लर्ट' केलं तर कोणाचं नुकसान होणार आहे? हे खरे आहे की तुमची प्रसिद्धी 'पुढे पुढे करणारी' अशी होईल, पण सेक्शुअल आकर्षण हे देखील नोकरीच्या ठिकाणी वापरण्यासाठी तुमच्या भांडारातलं एक उपयोगी शस्त्र आहे.

म्हणूनच, फ्लर्ट करायचं किंवा नाही, ह्या प्रश्नाचं उत्तर जिचं तिने स्वत:च द्यायचं आहे. पण त्या प्रश्नाचा विचार करण्याआधी तिच्याकडे सगळी वस्तुस्थिती स्पष्ट असणं आवश्यक आहे. नोकरीच्या ठिकाणी फ्लर्ट करण्याचे फायदे-तोटे कोणते? फायद्याचं पारडं जड आहे का? लैंगिक तणावामुळे चांगलं काहीतरी घडू शकतं का?

सर्वांत मोठा प्लस पॉईंट म्हणजे दहा पैकी नऊ केसेसमध्ये 'फ्लर्टिंग'चा उपयोग होतो. पुरुषांना जो 'अहं' असतो, त्यामुळे फ्लर्टिंगचा खरा उद्देश जोखायला त्यांना जमत नाही. एखादी ट्रेनी तरुणी त्यांचं लक्ष वेधून घेऊन तिचं करिअर घडवण्यासाठी त्यांच्याशी 'फ्लर्ट' करते आहे, हे त्यांना उमगत नाही. त्यांच्या मनामध्ये हाच विचार असतो, की त्यांच्या 'करिष्म्यां'च्या प्रभावाने ती तो प्रतिसाद देत आहे. आणि तिच्या ह्या उच्च अभिरुचीची दाद देण्यासाठी तिला काहीतरी बक्षीस द्यायला हवं. म्हणजे बॉसबरोबर किंवा एखाद्या वरिष्ठ सहकाऱ्याबरोबर फ्लर्ट केल्याने तुम्हाला बदल्यात चांगल्या कामगिऱ्या मिळतात, तुमचे गुणवत्तेचे अहवाल उत्तम येतात आणि आर्थिक वर्ष संपताना तुम्हाला उदारपणे बहाल केलेली घसघशीत पगारवाढही मिळते.

म्हणजे फार थोडा प्रयत्न करून तुम्हाला बरंच काही मिळवता येतं आणि कामाच्या ठिकाणी असलेली भोवळ आणणारी अनिश्चितता आणि 'कट थ्रोट कॉम्पिटिशन' लक्षात घेता थोड्याशा निरुपद्रवी फ्लर्टिंगचा असारा घेण्याचा मोह तीव्र असतो. पण प्रश्न असा आहे की फ्लर्ट करण्याची प्रकरणं जलदच हाताबाहेर जाण्याची शक्यता असते आणि तुमच्या लक्षात येण्याआधीच तुम्ही त्यात अशा काही गुंतता, की सन्मानाने त्यातून बाहेर कसं पडायचं, हे कळेनासं होतं. त्याहूनही

वाईट म्हणजे तुम्ही धोकादायकरीत्या लैंगिक छळवाद होण्याच्या जवळ पोहोचता.

म्हणून तुम्हाला जर तुमच्या बॉसला दररोज सकाळी भुलवून टाकणाऱ्या पद्धतीचं हास्य करून त्याच्या आफ्टरशेव्हची स्तुती करायची असेल, तर खुशाल पुढे जा. गो अहेड! संध्याकाळी उशिरा काम करण्याच्या कटकटीतून सुटायचं असेल, किंवा वीक-एंडला काम करायचं नसेल आणि तुमच्या पुरुष सहकाऱ्यांना रिझवून तसं करणं शक्य असेल, तर ती तुमची निवड असेल. पण एक गोष्ट लक्षात ठेवा की काही पुरुष तेवढ्यावरच गोष्टी सोडून देणार नाहीत. आणखी थोडी प्रगती करायची म्हणून ते तुम्हाला त्यांच्याबरोबर बाहेर जाण्याबद्दल विचारतील, सेक्शुअल राजकारणाच्या दलदलीत तुमचं करिअर धुळीला मिळण्याचा धोका निर्माण होईल. म्हणून सगळ्या गोष्टींचा पूर्ण विचार करूनच हा मार्ग स्वीकारा.

धरून चाला, 'फ्लर्टेशन' ही तुमची पद्धत नसेल, तरीही ऑफिसात इतर काही स्त्रिया असतील, ज्यांना ते करायचं असेल. जेव्हा तुम्हाला सगळं काही अगदी स्वच्छ दिसत असतं– त्या बायकांच्या लीला, एकमेकांच्या पुढे जाण्याची स्पर्धा करणारे, पायात पाय अडकून पडणारे, स्त्रियांच्या त्या नाटकी विभ्रमांना बळी पडणारे आणि मूर्ख बनणारे पुरुष... इतकी चीड आणणारी गोष्ट दुसरी एखादी क्वचितच असेल.

तुम्ही 'फ्लर्ट' करत नाही म्हणून तुम्हाला सर्वांत वाईट कामगिरी सोपवली जाते आणि त्यावेळी तुम्ही विचारात पडता आणि निराशेने स्वत:लाच प्रश्न करता की लोक जुन्याच पद्धतींना बळी पडण्याइतके मूर्ख असू शकतात? तुम्हाला मग एका आंधळ्या रागाने त्या अन्यायाविरुद्ध छडी उगारण्याचा, कटु शब्दात निर्भत्सना करण्याचा आणि एका रागीट कटाक्षाने सगळं संपवून टाकण्याचा मोह होतो. कडवटपणाच्या त्या क्षणी तुम्हाला असंही वाटतं की चाललेल्या सगळ्या प्रकारांची खबरबात वरिष्ठ स्टाफला द्यावी काय, किंवा एखाद-दुसरं निनावी पत्र पाठवावं काय?

थांबा. ह्या सगळ्या चाळ्यांमुळे जर कोणाचं नुकसान होणार असेल, तर ते तुमचंच. नि:संशय हे सगळं जरी चीड आणणारं असलं, तरी प्रयत्नपूर्वक त्या विचारांवर काबू मिळवा. कितीही उद्युक्त केलं तरी एखाद्या तत्त्वज्ञान्यासारखी शांतता स्वीकारा.

तुमच्या काही लक्षातच आलं नाही असं वागा. तुमच्या अगदी नाकाखाली काहीही घडत असेल तरीदेखील पूर्णपणे अनभिज्ञ असल्याचं भासवा. तुमचा सगळा उद्वेग अधिक तास काम करण्यात, नेटाने काम करण्यात मार्गस्थ करा. ह्या परिस्थितीचा तुमच्या विरोधात जाण्याऐवजी तुमच्या बाजूने उपयोग करून घ्या. तुमच्या कामाची गुणवत्ता पारखणाऱ्या वरिष्ठांच्या नजरेत तुमचं काम येऊ द्या. काही काळासाठी तुम्हाला तुमचा वापर करून घेतला जात आहे असं वाटेल, पण दूरदृष्टीने विचार केला तर तुमच्याबाबतीत घडलेली ही सर्वांत चांगली गोष्ट असेल.

जेव्हा तुम्हालाच फ्लर्टेशनचं लक्ष्य बनवलं जाईल, तेव्हा त्या प्रकरणातून

स्वत:चा मान राखून सहीसलामत कसं सुटायचं, ही गोष्टच अवघड असेल. विशेषत: जेव्हा हा लंपट माणूस तुम्ही वागण्यातून दाखवलेला नकार समजत नाही असं वागतो. त्याच्या प्रत्येक प्रशंसेच्या शेऱ्याला स्मितहास्याने प्रतिसाद द्या. एकतर त्या व्यक्तीला थंडगार शीतपेटीत टाकल्यासारखी वागणूक द्या, किंवा सरळ सरळ उद्धटपणे वागण्याचा देखील धोका पत्करा. पण त्या व्यक्तीचा समज असाच चालू राहतो की तुम्ही त्याच्या मुठीत येणं कठीण असल्याचं फक्त भासवताय, त्यामुळे त्याला अधिकच जोमाने प्रयत्न करण्याची गरज आहे. ती व्यक्ती जर तुमची सहकारी असेल, तर तुम्ही त्याला झिडकारून टाकू शकता, (त्यामुळे तुमच्या स्टाफ मीटिंग्ज जरा ऑकवर्ड झाल्या तरीही!) पण तुमच्या वरिष्ठांशी तुम्हाला एवढ्या स्पष्टवक्तेपणाने वागता येणार नाही, कारण त्यामुळे तुम्हाला काही गंभीर परिणामांना तोंड द्यायला लागण्याचा धोका संभवतो.

मग अशा वेळी एका मुलीनं काय करावं? तुम्हाला जर एखादा बॉयफ्रेंड असेल, तर तुम्हाला अशा प्रकारात रस नसल्याच्या पुराव्यासाठी त्याला सादर करा. सकाळी तुम्हाला कामावर सोडताना, संध्याकाळी पिक-अप करताना, नोकरीच्या ठिकाणी तो प्रत्येकाला दिसू द्या. तुम्हाला त्याच्याबद्दल जर कोणी विचारलं आणि बहुतेक ते विचारलं जाणारच, एक गूढ नि:श्वास टाका, तुमचं त्याच्यावर किती प्रेम आहे ते व्यक्त करा.

आणि समजा तुम्हाला जर बॉयफ्रेंड नसेल, पण अभिनयाचं अंग असेल, तर अस्तित्वात नसलेला बॉयफ्रेंड असल्याचं भासवा. एखाद्या मित्राला बॉयफ्रेंडचं नाटक करायला सांगा, त्याच्या कानात 'स्वीट नथिंग्ज' कुजबुजा. तुमच्या लंच टाईमच्या वेळी त्रास देणाऱ्या व्यक्तीच्या ऐकण्याच्या टप्प्यात हे सगळं चालू द्या. तुमच्या काल्पनिक लव्हरबरोबर रोमँटिक डेट्सवर जा. ऑफिसच्या 'गॉसिप'मध्ये ह्या सगळ्याचा अंतर्भाव व्हावा म्हणून मुद्दामहून तुमच्या काल्पनिक भेटींचा वृत्तान्त प्रसृत करा. त्यामुळे त्या काल्पनिक कथा जोमाने पसरतील..

खरंच, मला माहीत आहे तुम्हाला तुमचं खाजगी आयुष्य खाजगीच ठेवायचंय. पण ते खाजगी जीवन जर केवळ कल्पनेतच असेल, तर त्या नियमांचा भंग करता येईल. उद्देश असा आहे की तुम्ही उपलब्ध नसल्याचा संदेश सर्वांना मिळावा.

तरीही काही लोक मागे हटणार नाहीत आणि तुमच्यावर सारं लक्ष एकवटतील. त्यावेळेला ते फ्लर्टेशन न राहता पूर्णपणे सेक्शुअल हॅरासमेंटमध्ये बदलेल. पण त्याचा विचार आपण पुढे करू.

**खुबीने कसं टाळायचं?**

* गळाला न अडकता काय चाललंय याबद्दल अनभिज्ञ असल्याचं भासवा.

त्यामुळे त्यांचा इंटरेस्ट नाहीसा होऊन ते इतरत्र वळण्याची शक्यता आहे.

* लैंगिकतेने भारलेल्या वातावरणात एखादा हजरजबाबी शेरादेखील तणाव कमी करायला उपयोगी पडतो.
* कोणत्याही पुरुषाला त्याचे फ्लर्टेशनचे प्रयत्न हास्यास्पद ठरत असल्याचं आणि त्यामुळे त्याची लैंगिक धगधगती इच्छा व्यक्त होण्याऐवजी तो करमणुकीचा विषय होत असल्याचं कधीही आवडणार नाही. त्यामुळे तुम्ही जर हा सगळा प्रकार एखाद्या विनोदाचा भाग असल्याचं जाणवून दिलंत, तर त्याचा 'इगो' दुखावला जाईल आणि तो त्याचं विसाव्याचं ठिकाण दुसरीकडे कुठेतरी शोधेल.
* अशा प्रकारचा गर्भित 'ॲप्रोच' जर यशस्वी होत नसेल, तर जरा अधिक उघड बनण्याची गरज आहे. एखाद्या सहकाऱ्याला पूर्ण विश्वासात घेऊन तुम्ही त्या मुली फिरवणाऱ्याबरोबर बाहेर जात असल्याचं सांगा. तुम्हाला कळायच्या आधीच ही बातमी सगळ्या ऑफिसात होईल. तुमच्या त्या प्रशंसकाला कळून चुकेल की त्याचे चान्सेस शून्य आहेत.
* तरीही नो लक? कदाचित त्यालाच तुमच्या विश्वासात घेणं अपेक्षित परिणाम घडवून आणेल. तुम्ही जर तुमच्या प्रेमजीवनाबद्दल त्याला सारखं सांगत राहिलात, तर तो त्याच्या विफल ठरलेल्या प्रयत्नांचा पाठपुरावा करण्याची शक्यता अगदीच कमी आहे, नाही का?

**आणि ते सुखात नांदले?**

झेरॉक्स मशीनजवळ तुमच्याशी फ्लर्ट करणाऱ्या व्यक्तीला नाउमेद करण्याची तुमची इच्छा नसेल तर? किंवा एखाद्या कॉर्नर ऑफिसमधली व्यक्ती तुमची 'सोलमेट' आहे आणि त्या व्यक्तीला जर तुम्ही ते कळवलं नाहीत तर आयुष्यात काही अर्थ उरणार नाही असं तुम्हाला वाटत असेल तर? कामाव्यतिरिक्त तुमच्या इतर लोकांशी गाठीभेटी होत नसतील आणि एखादा ऑफिस रोमान्स सुरू केला नाही तर एक प्रौढ कुमारिका म्हणून आपला शेवट होईल, अशी भीती तुम्हाला वाटत असेल तर?

'पॅनिक बटन' एवढ्यातच दाबण्याची गरज नाही. कामाच्या ठिकाणी तुम्हाला प्रेम मिळण्याची शक्यता आहे... असे लाखो लोक ह्या जगात आहेत, ज्यांना त्यांचे जोडीदार नोकरी करताना भेटले आणि ही कथा जगाला सांगण्यासाठी ते मागेही उरले. कथेचा गोड शेवट होणं शक्य आहे, (लग्न, मुलं, उपनगरात घर, दोन गाड्या आणि एक पूर्ण वेळ काम करणारी मोलकरीण!) जोपर्यंत तुम्हाला तुम्ही काय

करताय ह्याचं आकलन झालेलं आहे आणि वैयक्तिक जीवनात यशस्वी होण्यासाठी कामाच्या ठिकाणी काही गोष्टींवर पाणी सोडण्याची तुमची तयारी असेल, तरच.

जेव्हा तुम्ही प्रेमात पडता, तेव्हा त्या पुरुषाच्या चमकदार हास्याच्या आणि एखाद्या कुत्र्याच्या पिल्लासारख्या तपकिरी डोळ्यांच्या व्यतिरिक्त दुसऱ्या कशावर लक्ष केंद्रित करणं कठीण आहे. पण तुमच्या इच्छा-आकांक्षांना थोडा लगाम घाला आणि नोकरीच्या ठिकाणी रोमान्सबद्दल ऑफिसचं धोरण काय आहे, ह्याचा शोध घ्या. काही ऑफिसात रोमान्सबद्दल धोरण बरंचसं मवाळ असतं, एवढंच नव्हे तर अशा प्रकारच्या रोमान्सला ते उत्तेजनच देतात; उद्देश हा की कर्मचाऱ्यांमध्ये उत्साहाचं, आनंदाचं वातावरण राहावं. व्यावहारिक दृष्टिकोनातून हे धोरण अर्थपूर्ण वाटतं. कारण बरेच लोक त्यांच्या सहकाऱ्याबरोबरच दीर्घ काळ घालवतात आणि ऑफिसच्या बाहेर अशा प्रकारचा रोमान्स फुलण्याऐवजी अंतर्गतच आकाराला येण्याची शक्यता अधिक असते. तुमचं एखाद्यावर प्रेम असेल, तर त्याच्याबरोबर ऑफिसमध्ये काम करत वेळ घालवायला तुम्हाला अधिक आवडेल; ऑफिस सुटताक्षणीच घरी पळण्याची ओढ लागणार नाही.

पण प्रेमाचा मार्ग नेहमीच इतका सोपा नसतो आणि तुम्ही दोघंही जर एकाच ऑफिसात असाल, तर लवकरच गोष्टी गुंतागुंतीच्या होऊ शकतात. आठवतंय, एका मित्राच्या लग्नाला गेल्यावर, तुम्हाला तिथे तुमचा पूर्वीचा बॉयफ्रेंड आडवा आल्यावर तुमची परिस्थिती कशी विचित्र झाली? बरं, आता कल्पना करा, की त्या व्यक्तीला तुम्हाला रोज कॉफी मशीनजवळ, स्टाफ मीटिंगला, कॉन्फरन्सला, ऑफिस पार्टीच्या वेळेला, लिफ्टमध्ये, प्रत्येक दिवशी समोरासमोर यावं लागलं तर?

कदाचित म्हणूनच बऱ्याच कंपन्या 'ऑफिस रोमान्स'च्या विरोधात असतात. काही ठिकाणी अशी मान्यता नसणं हे उंचावलेल्या भुवयांतून व्यक्त होतं, कधीकधी कपाळाला आठ्याही घातल्या जातात, तर इतर काही कंपन्या अशा गोष्टींना प्रतिबंध करण्यासाठी नियम देखील आखतात. त्यातलाच एक नियम म्हणजे दोघांपैकी एकाला नोकरी सोडावी लागेल आणि ती दुसरीकडे शोधावी लागेल, ही अट. काही कंपन्यांत हा नियम त्या दोघांनी लग्न केल्यावर लागू होतो, तरीदेखील कामाच्या ठिकाणच्या प्रेमप्रकरणांना मान्यता नसणं उघड असतं.

एका पातळीवर ह्या पोझिशनचा सहानुभूतीपूर्वक विचार करणं सोपं आहे. ऑफिसातलं सत्तेचं राजकारण कधीच सोपं नसतं, पण एखाद्या विवाहित जोडप्याचा जेव्हा प्रश्न असतो, तेव्हा गोष्टी अधिकच गुंतागुंतीच्या होतात. सहकाऱ्यांना एखाद्या जोडप्याच्या जवळिकीबद्दल नेहमीच भीती वाटत असते. त्यांना संशय येतो की ते इतरांबद्दल काहीतरी कारस्थान करतायत. एखाद्या वाईट केसमध्ये तर असं जोडपं, सत्तेचं केंद्र होऊ शकतं, आजूबाजूला असुरक्षितता पसरवण्यासाठी अगदी योग्य परिस्थिती.

ज्या लोकांबद्दल आपण चर्चा करतोय, त्या व्यक्ती जरी अगदी उत्कृष्ट रीतीने वागल्या, तरीही त्या कधीही संशयातीत नसतील. ती प्रमोशनला खरोखरच लायक होती, की तिच्या बॉयफ्रेंडचा त्यात हात होता? त्याबद्दल त्याला धन्यवाद द्यायला हवेत? त्याची बायको जर पर्सोनेल डिपार्टमेंटमध्ये नसती, तर त्याला ती पोस्ट मिळाली असती का? लवकरच धुरळा उडायला लागतो आणि दोघांच्याही व्यावसायिक प्रतिष्ठेवर गंभीर आपत्ती ओढवते.

त्या दोघांच्या वेगळं होण्याने देखील गोष्टी सोप्या होत नाहीत. एकमेकांशी वागताना त्यांना अवघडल्यासारखं होतं, एवढंच नव्हे तर त्यांच्या भोवतालच्या इतरांनाही तेवढंच विचित्र वाटतं. एकमेकांच्या संमतीने जरी दोघं वेगळे झाले असले, तरी देखील परिस्थिती अडचणीचीच असते. बाकीच्या सर्वांनादेखील ती परिस्थिती अतिशय नाजुकपणे हाताळणं भाग पडतं. लवकरच त्यांच्या सहकाऱ्यांना कोणाना कोणाचीतरी बाजू घेणं भाग पडतं. एखादं युद्ध सुरू व्हावं, तशी परिस्थिती ऑफिसमध्ये निर्माण होते. कोणत्याही क्षणी तसं युद्ध छेडलंदेखील जाऊ शकतं.

लोकांच्या डोळ्यांसमोर जर असं नाटक होणार असेल, तर कामावर कोणाचं लक्ष केंद्रित होईल? त्यामुळे कामावरदेखील परिणाम होतो. दोघांपैकी एकाला मग हे अधिक काळ सहन होत नाही आणि मग ती व्यक्ती कंटाळून दुसऱ्या नोकरीसाठी काम सोडून जाते. अर्थातच ती व्यक्ती म्हणजे दोघांतली चांगलं काम करणारी आणि नोकरीच्या चांगल्या संधी उपलब्ध असणारी असते. कंपनीने त्या व्यक्तीच्या प्रशिक्षणावर केलेला सगळा खर्च फुकट घालवून ती व्यक्ती भुर्रकन उडून जाते. आता तुम्हाला बऱ्याच कंपन्या नोकरीच्या ठिकाणी चालणाऱ्या रोमान्सकडे वक्रदृष्टीने का बघतात, ते लक्षात आलंच असेल!

तरीही सगळ्या प्रेमात पडलेल्या लोकांसाठी आशेचा किरण असतोच. पण आपण सत्याचा सामना करूया. तुम्ही प्रेमात पडण्यासाठी कोणाची निवड केली आहे, या गोष्टीवर सगळ्याचा योग्य शेवट होण्याची शक्यता अवलंबून आहे. तुमच्या एवढ्याच वरिष्ठ पदावर असणारा सहकारी हा सर्वांत चांगला पर्याय आहे. ह्या संबंधांमध्ये सत्तेचं राजकारण उद्‌भवण्याचा प्रश्न नसल्याने फार थोडे धोक्याचे इशारे मिळतील. तुम्हा दोघांमध्ये अहंकाराचं काहीसं घर्षण होण्याची शक्यता आहे, पण हे सगळं सोपं असेल असं तर कोणीच म्हटलेलं नाही.

तुमचं ज्याच्यावर प्रेम आहे, तो जर तुमचा निकटचा बॉस असेल तर अडचणी निर्माण होऊ शकतात. ह्या गोष्टीला छुपा किंवा उघड विरोध होऊ शकतो. कारण बऱ्याचजणांचे हितसंबंध त्यात गुंतलेले असतात. तुमच्या सहकाऱ्यांनाही तुमची प्रत्येक हालचाल संशयास्पद वाटल्याने ते तुमच्याशी तुसड्यासारखे वागतील आणि तुम्हाला त्याचा समाचार घ्यावा लागेल. तुमच्या यशाचं श्रेय बॉसशी

असलेल्या तुमच्या संबंधांना दिलं जाईल.

तुम्हीच जर बॉस असाल आणि तुमचा बॉयफ्रेंड जर एखादा खालच्या पातळीवरचा कर्मचारी असेल, तर मात्र गुंतागुंत अधिकच वाढेल. खट्याळ हास्याच्या फवाऱ्यांना तोंड द्यायला सज्ज राहा, कारण तुमचं ज्याच्यावर प्रेम आहे तो जर तुमच्यापेक्षा वयाने लहान असेल, अगदी एक-दोन वर्षांनी देखील, तर लोक तुम्हाला हसल्याशिवाय राहणार नाहीत.

'वयाने लहान असणाऱ्यांच्या मागे धावणारी' अशी विशेषणं तुम्हाला लावली जातीलच, पण असाही एक समज रूढ होईल की तुम्ही तुमच्या योग्यतेपेक्षा कमी पातळीवर संबंध ठेवता, मग ते लैंगिक असोत किंवा विवाहबंधनाचे. तुम्ही मग कितीही प्रयत्न केलात तरी तो समज तुम्हाला नाहीसा करता येणार नाही. लोकांच्या गुणवत्तेचं मूल्यमापन करताना मग तुम्ही ते कितीही वस्तुनिष्ठ आणि चांगुलपणाने केलं, तरी प्रत्येकजण वेगळंच गृहीत धरेल. तुमच्या अधिकारात सुद्धा बाधा निर्माण होईल आणि आत्मसन्मानाला ठोकर बसेल.

सर्वांत गोंधळ माजवणारी परिस्थिती म्हणजे तुम्हा दोघांपैकी जर एकजण विवाहित असेल, किंवा तुमचं दोघांचंही लग्न झालेलं असेल, (अर्थात इतर कुणाशी) जर तुम्ही दोघं एकत्र काम करत नसाल, पण एकाच ऑफिसात असाल तर मात्र चांगलाच त्रास होतो. तुमचं गुपित लपवण्याचा तुम्ही कितीही प्रयत्न केलात तरी शेवटी ते उघड होईलच आणि ते सुद्धा अगदी विचित्र पद्धतीने.

तुम्हां दोघांपैकी एकाच्याही जोडीदाराच्या कानावर जर ह्या गोष्टी आल्या, तर तुम्हाला त्याची चांगलीच किंमत चुकती करावी लागेल. नोकरीच्या ठिकाणी तुम्हाला शिवीगाळ करणारे फोन येतील, प्रेमाच्या ह्या त्रिकोणात रडारड होण्याचे प्रसंगदेखील ओढवतील आणि सगळं जग जर तुमच्या विरोधातच गेलं, तर मांजरासारखं एकमेकांना ओरबाडण्यापर्यंत देखील मजल जाईल. त्यानंतर तुमची प्रतिष्ठा तुम्हाला परत मिळणार नाही.

## कामाच्या ठिकाणी प्रेमात पडणार असाल, तर एक अधिकृत नियमावली

* **तुमच्या आयुष्याचे कप्पे पाडा**
  सगळा दिवस एकत्र घालवताना, वैयक्तिक आणि व्यावसायिक जीवनाच्या सीमारेषा धूसर होण्याचा धोका असतो. ऑफिसातल्या इंटरकॉमवरून तुमच्या प्रेमिकाशी तासन्तास गप्पा मारू नका. ऑफिस ई-मेलवरून

एकमेकांना गोड-गोड प्रेमाच्या गोष्टी सांगण्याचं, किंवा त्याहूनही वाईट म्हणजे एकमेकांना चावट संदेश देण्याचं टाळा.

* **सावधगिरीने वागणं ही एक गुरुकिल्ली आहे**
तुमचं नातं नोकरीच्या ठिकाणी उघड करू नका. सिगारेट ओढण्याच्या बहाण्याने जिन्यात रेंगाळणं, स्टाफ मीटिंगच्या वेळी एकमेकांकडे सहेतुक कटाक्ष टाकणं, टेबलाखाली दुसऱ्या कोणाच्या लक्षात येणार नाही असं गृहीत धरून एकमेकांच्या पायांशी 'फूटसी' खेळणं टाळा.

* **तुमच्या आयुष्याचा एक 'सोप ऑपेरा' बनवू नका**
कामाच्या ठिकाणी तुमच्या प्रेमजीवनाचा आलेख आणि बारीकसारीक तपशील लोकांबरोबर 'शेअर' करण्याची गरज नाही. तुमचा बॉयफ्रेंड किती चांगला आहे हे लोकांना कळावं अशी तुमची इच्छा असेल, तर तुमच्या एखाद्या इतर ठिकाणी काम करणाऱ्या मैत्रिणीला सांगा. तुमच्या दोघांमध्ये फार मोठा पेचप्रसंग निर्माण झाला असेल, तर तुमच्या सहकाऱ्यांना कोणाचीही बाजू घ्यायला सांगू नका. त्यामुळे त्यांची परिस्थिती चमत्कारिक होईल. आणि कृपा करून तुमची प्रेमाची भांडणं नोकरीच्या ठिकाणी आणू नका, तुम्हाला सन्मानाने वागवलं जावं असं वाटत असेल, तर तुम्हीदेखील त्याच पद्धतीने वागायला पाहिजे.

* **तुमचं काम घरी आणू नका**
वैयक्तिक आयुष्य आणि व्यावसायिक आयुष्य ह्याची गल्लत करू नका. एकाच कंपनीत, त्याच त्याच लोकांबरोबर, तेच ते प्रश्न घेऊन आणि सारख्याच तणावाखाली काम करताना, तुमच्या फावल्या वेळात तुम्ही त्याबद्दल बोलणं नैसर्गिक आहे. पण ऑफिसच्या बाबतीत तुम्ही जेवढ्या व्यापून जाल, तेवढ्याच तुम्ही तुमच्या वैयक्तिक संबंधांसाठी कमी वेळ द्याल आणि परिणामस्वरूप त्याच्यावर परिणाम होईल.

* **कीप इट झिप्ड!**
कामाच्या ठिकाणी सेक्स करण्याचा मोह टाळा. ऑफिसात कोणीही नसेल आणि एखादा आरामशीर रिकामा सोफा काहीतरी घडण्याची वाट बघत असेल, तरीही. नाहीतरी सोड्स लॉला अनुसरून तुम्ही रंगात यायला आणि कोणीतरी परत येऊन तुमचं विव्हळणं, कण्हणं ऐकायला एकच गाठ पडेल. एकतर पँट्स डाऊन किंवा स्कर्ट अप पोझिशनमध्ये तुम्ही पकडल्या जाल आणि त्या कंपनीतलं तुमचं करिअर तरी निश्चितच संपुष्टात येईल.

# 'लैंगिक छळ'

(आपण जेव्हा तो बघतो, तेव्हाच कळतं)

ऑफिसमधलं प्रेमप्रकरण हे काहीसं अडचणीचं ठरू शकतं, पण नोकरीच्या ठिकाणी अनावश्यक लक्ष दिलं जाण्याचं लक्ष्य ठरणं त्यापेक्षा अधिक धोकादायक आहे. संधी मिळताच तुमच्या कमरेभोवती हात लपेटणारा तो तुमचा सहकारी असू शकतो, किंवा सूचक लैंगिक संदर्भ बोलण्यात आणणारा तुमचा वरिष्ठ, नाहीतर अधिक उघडपणे, त्याच्या मागण्यांना तुम्ही बळी पडावं, ह्यासाठी तुम्हाला धमकावणारा तुमचा बॉस! लैंगिक छळ हे एक चकवणारं जनावर आहे आणि जोपर्यंत गोष्टी खरोखरीच गंभीर स्वरूप धारण करत नाहीत, तोपर्यंत बहुतेक प्रकरणांत तुम्ही बव्हंशी तुमच्या अस्वस्थतेच्या भावना झटकून टाकत असाल. पण हे सगळं केवळ फक्त तुमच्या डोक्यातच नसतं. कोणी काहीही म्हणो, जगातल्या इतर कुठल्याही ठिकाणाप्रमाणे, तुमच्या ऑफिसमध्ये देखील तुम्ही स्वतःच्या अंतःप्रेरणांवरच विश्वास ठेवणं श्रेयस्कर. आणि एकदा का ह्या अंतःप्रेरणा तुमच्या मर्मस्थानी खुपायला लागल्या, की त्यांच्याकडे अजिबात दुर्लक्ष करू नका. स्पष्ट बोला, तुमच्या भावना उघड करा, तुमचे हक्क काय आहेत ते शोधा आणि त्यांच्यासाठी लढण्यास सज्ज व्हा. तो जर लैंगिक छळ भासत असेल, तर तो लैंगिक छळच आहे.

## डिसकम्फर्ट झोन

पण लैंगिक छळाची व्याख्या कशी करायची? आणि अधिक महत्त्वाचं म्हणजे, नोकरीच्या ठिकाणी होणाऱ्या लैंगिक छळात कशाचा अंतर्भाव होतो? ह्या प्रश्नांची उत्तरं सोपी नाहीत. वस्तुतः आपल्याला असंही म्हणावं लागेल की ह्या प्रश्नांची अचूक उत्तरंदेखील नाहीत. तुमच्यात रस घेणारा, तुम्हाला बाहेर जेवायला नाहीतर सिनेमाला जायला आमंत्रण देणारा, तुमच्या नवीन हेअर स्टाइलची स्तुती करणारा, हा प्रत्येकजण लैंगिक छळ करणाराच असतो, असं नाही. ते सगळं परिस्थितीच्या बारकाव्यांवर आणि तुमच्या स्वतःच्या 'कम्फर्ट लेव्हल'वर

अवलंबून असेल.

एखाद्या सहकाऱ्याच्या हातची तुमच्या पाठीवरची थापदेखील तुम्ही स्वीकाराल, कारण त्याच्याकडून तुम्हाला सेक्स व्यतिरिक्त न धमकावणारा संदेश जाणवतो. पण दुसरा एखादा फक्त तुमच्या खांद्यावरून वाकून कॉम्प्युटरवर काय आहे हे बघत असेल, तरीही तुम्ही अंग आक्रसता, कारण तुमची खात्री झालेली असते की तो तुमच्या वक्षस्थळांच्या मधल्या घळीकडे निरखून बघतो आहे (आणि खरं सांगू, बहुतेक तो बघतच असणार!) तुमच्या एखाद्या वरिष्ठ सहकाऱ्याने तुम्हाला लंचला चलण्याविषयी दिलेलं आमंत्रण तुम्हाला धोक्याची सूचना देणार नाही, कारण तुम्हाला ठाऊक आहे की ते फक्त तेवढंच आहे, लंचचं आमंत्रण!

पण दुसऱ्या एखाद्या व्यक्तीने कॉफीसाठी जरी बोलावलं, तरी ते पुढे ढकलण्यासाठी तुम्हाला हजार कारणं मिळू शकतील, कारण तुमचं अंतर्मन तुम्हाला सांगत असतं, की तुमच्या कॅपुचिनोवरचा फेस खाली बसायच्या आधीच ती व्यक्ती तुमच्यावर हल्ला करू शकेल. एका पुरुष सहकाऱ्याबरोबर 'कार पूल' करायला तुम्हाला काही वावगं वाटणार नाही, पण दुसऱ्या एखाद्याबरोबर मात्र घरी शेवटी सोडलं जाण्याबद्दल धाकधूक वाटेल.

वयात येत असताना नको असलेल्या नजरांच्या संदर्भात स्त्रिया एक अंतर्गत 'रडार' विकसित करतात आणि जेव्हा त्या नोकरीला लागतात, तेव्हा त्यांचं हे 'रडार' एवढं प्रगल्भ झालेलं असतं की एखाद्या लैंगिक छळ करणाऱ्या व्यक्तीने त्यांचं डोळ्यांनी वस्त्रहरण करून होण्यापूर्वीच त्या त्याला बरोबर ओळखू शकतात. पण 'सेक्शुअल इंटरेस्टची अभिव्यक्ती' आणि 'सेक्शुअल हॅरासमेंटचं एक्स्प्रेशन', ह्याच्यात गल्लत करू नका.

असं म्हणूया की तुम्ही काम करत असलेल्या फूड-चेनमधल्या तुमच्या वरच्या हुद्द्यावर काम करणाऱ्याने तुम्हाला बाहेर भेटण्याचं निमंत्रण दिलं, तुम्ही ते नाकारलं. तो माघार घेतो आणि ह्या विषयाचा पुन्हा काही उल्लेख होत नाही. त्याने तुम्हाला बाहेर बोलावलं आणि तुमच्यामध्ये असलेलं आकर्षण व्यक्त केलं, ह्याचा अर्थ तो लैंगिक छळ आहे? नाही, तो लैंगिक छळ नाही. पण समजा, तुमचा बॉस तुम्हाला बाहेर यायला सारखं विचारत राहतो, तुम्ही वारंवार नकार देऊनदेखील आणि मग तुमच्या मूल्यमापनाच्या अहवालात तुम्हाला वाईट दर्जा दिला जातो. ही सेक्शुअल हॅरासमेंट आहे? निश्चितच, तुम्हाला ते सिद्ध करता आलं नाही तरीसुद्धा. आणि एखादीची खपली धरलेली जुनी जखम पण असू शकते, तुमच्या करिअरमध्ये तुम्हाला मदत करण्यासाठी तुमच्याकडून 'सेक्शुअल फेवर्स' मागितल्याची?

नोकरीच्या ठिकाणी तुमचा लैंगिक छळ होतोय, अशी तुम्ही रोखठोकपणे कधी तक्रार करू शकता? अगदी मूलभूत पातळीवर जर विचार करायचा झाला,

तर तुमच्या नोकरीच्या ठिकाणचं वातावरण एवढं लैंगिकतेने भारलेलं आहे, ह्याची तुम्हाला जाणीव होत असेल आणि ती भावना एवढी तीव्र असल्याने तिथे काम करताना तुम्हाला अस्वस्थ वाटत असेल, तर तुम्ही लैंगिक छळाच्या बळी आहात.

तुमच्यावर सक्रियपणे रोख नसेल, पण तुमचे सहकारी अश्लील साहित्य दाखवत असतील, घाणेरडी चित्रं फिरवत असतील, तुमच्या भोवताली उघडपणे लैंगिक अर्थ असणारे विनोद करत असतील, तर तुम्ही लैंगिक छळाची तक्रार करू शकता. ते ठरवण्यासाठी तुमची कम्फर्ट किंवा डिसकम्फर्ट लेव्हल हा विचारार्ह मुद्दा आहे, म्हणून उघडपणे बोलायची भीती बाळगू नका.

तुमच्या खाजगी आयुष्यात जर कोणी अतिक्रमण करत असेल, सरळ सरळ किंवा संकल्पनेच्या स्वरूपात, तर तो लैंगिक छळच आहे. एखादी व्यक्ती जर सारखी तुमच्या अंगाला अंग घासून जात असेल, अयोग्य रीतीने स्पर्श करत असेल, तुमच्या कामाच्या ठिकाणी भिरभिरत असेल, तर तुम्हाला तक्रारीसाठी सबळ कारण आहे. तुमच्या 'सेक्स लाईफ'मध्ये, किंवा तुमच्यामध्ये कोणी अवास्तव औत्सुक्य दाखवत असेल, तर तो लैंगिक छळ होऊ शकतो, विशेषतः तुम्ही त्याबद्दलची तुमची नाराजी प्रकट केल्यावर जर कोणी तुम्ही कशा दिसता ह्याबद्दल शेरे देत असेल, तुमचा कौमार्य भंग केव्हा झाला हे विचारत असेल, तुम्ही आणि तुमचा बॉयफ्रेंड एकमेकांबरोबर झोपता का, ह्याची खोदून खोदून चौकशी करत असेल, तर तुम्हाला तक्रारीसाठी पुरेसा वाव आहे; जरी तुम्हाला उघड लैंगिक प्रस्ताव दिलेला नसेल, तरीही! तुमच्या खाजगी आयुष्यात सेक्शुअल कॉमेंट्सनी आणि प्रश्नांनी अतिक्रमण होत असेल, तर लैंगिक छळ सिद्ध करण्यासाठी ते पुरेसं आहे.

पण गोष्टी कोणत्या थराला गेल्यावर तुम्ही त्याचा पाठपुरावा करू शकता? तुमची नाराजी व्यक्त करण्यापासून ते अधिकृत तक्रार नोंदवण्याची वेळ कोणती? ते खरं म्हणजे तुमच्या सहनशक्तीच्या पातळीवर अवलंबून आहे. काही स्त्रिया अशा प्रासंगिक लैंगिक अतिक्रमणाचा समाचार घ्यायला स्वतःला समर्थ मानतात, बहुतेक प्रसंगात 'तुम्ही काळजी करू नका', अशाच कडवट उलट उत्तरांनी काम भागतदेखील असेल. पण बाकीच्या स्त्रियांचा पुसटत्या अविचारी वागण्याकडेदेखील दुर्लक्ष करण्यावर विश्वास नसतो आणि त्रास होण्याचं पहिल लक्षण दिसताच, अधिकाऱ्यांकडे जाणं त्यांच्या अधिकाराच्या कक्षेत बसतं.

हे मान्य केलं तरी प्रत्येक आमंत्रण, प्रत्येक स्तुतीदर्शक शेरा आणि प्रत्येक चावट शेरा हा लैंगिक छळाशी संबंधित आहेच, असं मानू नका. त्याचा वरवरचा विचार करा, हसून साजरं करा, किंवा तुम्हाला खरोखरच अस्वस्थ वाटत असेल, तर तुमच्या भावना व्यक्त करा. पण थोड्याशा खुल्या बोलण्याला 'सेक्शुअल

हॅरासमेंट' म्हणून संबोधू नका. नाहीतर 'लांडगा आला रे आला', म्हणून उगाचच हाकाटी करणाऱ्या गोष्टीतल्या मुलासारखी तुमची अवस्था होईल. आणि जेव्हा खरोखरच काहीतरी गंभीर प्रसंग ओढवेल, तेव्हा तुमचा कोणीही गांभीर्याने विचार करणार नाही.

**तुमचा लैंगिक छळ होतोय!**

* जर कोणी घाणेरडी चित्रं, अश्लील साहित्य दाखवत असेल, किंवा तुमच्यासमोर उघडपणे लैंगिक संदर्भ असलेले जोक्स मारत असेल,
* तुम्हाला उघडपणे अस्वस्थ वाटतंय, हे कळत असूनदेखील तुमच्याभोवती बुद्धिपुरस्सरपणे, अप्रिय, लैंगिकतेने भारलेली भाषा वापरून बोलत असेल,
* तुमच्या सेक्स लाईफमध्ये कोणी अनावश्यक इंटरेस्ट दर्शवून तुम्हाला सातत्याने त्याबद्दल प्रश्न विचारत असेल आणि वैयक्तिक स्वरूपाचे शेरे मारत असेल,
* कोणी तुमच्या वैयक्तिक आयुष्यावर अतिक्रमण करून तुमच्या अंगाला हेतुपुरस्सर अंग घासून जात असेल, तुम्हाला अयोग्य स्पर्श करीत असेल आणि तुमच्याभोवती उगाचच भिरभिरत असेल,
* तुमचा काहीतरी फायदा होणार आहे, असा समज करून घेऊन तुमच्या दिशेने कोणी 'सेक्शुअल ॲडव्हान्सेस' करत असेल,
* एखाद्याला तुम्ही लैंगिक सुखासाठी नकार दिल्याने ती व्यक्ती तुम्हाला त्रास देत असेल, किंवा तुम्हालाच वेगळं काढून पगारवाढ किंवा बढती द्यायला नकार देत असेल; नोकरीवरून काढून टाकायचीदेखील धमकी देत असेल,

**स्पीक आऊट ॲन्ड स्पीक अप**

ओके, तुम्हाला बघितल्यावर ते कळतंय, पण जर तुम्हीच लैंगिक छळाचं लक्ष्य बनला असाल, तर त्याबद्दल तुम्ही काय करणार? आणि अधिकच मुद्देसूद बोलायचं झालं तर, तुम्ही त्याबद्दल काय करू शकता?

कामाच्या ठिकाणचा पहिला नियम– भानगडी स्वत:हून जाऊन शोधू नका. (त्या एनी वे तुमच्यापर्यंत शेवटी पोहोचतीलच!) म्हणून तुम्हाला लैंगिक छळाचं लक्ष्य केलंय, अशी तुमची खात्री पटलेली असली, तरी लगेच नेहमीची खडबडून उठण्याची प्रतिक्रिया टाळा. तुमचा राग अनावर होईल, तुमच्या हक्कांचा भंग झाल्याचीदेखील भावना मनात येईल, पण आदळआपट किंवा धुसफूस करून काहीही साध्य होणार नाही.

अशा प्रकारच्या बऱ्याचशा प्रसंगांत तुमच्या शब्दाला त्या व्यक्तीच्या शब्दापेक्षा जास्त वजन असेल, पण लैंगिक छळासारख्या गंभीर आरोपाच्या बाबतीत फक्त तुमचा शब्द हा पुरावा म्हणून ग्राह्य धरता येणार नाही. तुमची बाजू भक्कम करण्यासाठी तुम्हाला पूरक पुरावे सादर करावे लागतील. तेव्हा जे आरोप तुम्हाला सिद्ध करता येणार नाहीत, ते करू नका. तुम्ही बरोबर असलात तरी इतर लोक जर त्या गोष्टीवर विश्वास ठेवणार नसतील, तर त्याचा फारसा उपयोग नाही. तुम्ही तुम्हाला छळणाऱ्या व्यक्तीचं नाव सांगून त्याला शरमिंदा करू शकाल, पण म्हणून तुम्ही त्यातून सहीसलामत सुटणार नाही.

ह्या सगळ्या प्रक्रियेत जर फक्त तुमचा अभिमानच दुखावला जाणार असेल, तर ती गोष्ट सहन करणंच श्रेयस्कर. पण तुमच्या वैयक्तिक आत्मगौरवाबरोबरच, तुमच्या एका व्यावसायिक म्हणून असलेल्या प्रसिद्धीलाही फार गंभीर स्वरूपाचा धक्का पोहोचेल. तुमची कहाणी तिखटमीठ लावून प्रसारित होईल आणि प्रत्येक वेळी ती अधिकच चटकदार बनेल. काही लोकांनी जरी तुमच्याबद्दल सहानुभूती व्यक्त केली, तरी बाकीच्यांना मात्र तुम्हीच भानगडीच्या आहात, असं वाटल्याखेरील राहणार नाही. काही कडवट लोकांना तर असं वाटेल, की नोकरीवरची तुमची वाईट कामगिरी इतरांच्या लक्षात येऊ नये म्हणून त्यांचं लक्ष विचलित करण्यासाठी तुम्ही हे करताय. इतर काही लोकांचा ग्रह होईल की तुम्हीच हे ओढवून घेतलेलं असणार.

ह्या गोष्टींची चर्चा नैसर्गिकरीत्या लोपदेखील पावणार नाही. तुम्ही त्याच ऑफिसात राहणार आणि लोक तुमच्याशी हातचं राखूनच वागणार, कारण तुम्ही एक ठासून भरलेली तोफ आहात, असं त्यांना वाटत असणार. तुम्ही जर दुसरीकडे नोकरीसाठी प्रयत्न केलात, तर तुमच्याबाबतीत लैंगिक छळाचं प्रकरण झालंय, ही वस्तुस्थिती तुमच्या विरोधात जाईल. (हे न्याय्य नसलं, तरी ते असंच घडतं.) समजा तुम्ही नोकरी बदलण्यात जरी यशस्वी झालात, तरी तुमच्याबद्दलच्या अफवा आधीच तिथे पोहोचल्याने, कोऱ्या पाटीने नवीन नोकरीवर सुरुवात करणं तुम्हाला अशक्य होईल.

ह्याचा अर्थ नोकरीच्या ठिकाणी तुम्ही लैंगिक छळाविरुद्ध तुमचा सर्वाधिक चांगला प्रतिकार म्हणजे मौन धारण करणं, असा होतो का? निर्विवादपणे 'नाही!' लैंगिक छळ आपोआप बंद होईल, ह्या आशेने तिकडे दुर्लक्ष करणं, हे कधीच करू नका. त्यामुळे तुमचा छळ करणाऱ्या व्यक्तीला अधिकच स्फुरण चढेल आणि छळ करण्याच्या पातळ्यादेखील उंचावण्याची त्याची हिंमत वाढेल, कारण एकतर त्याचा समज होईल की तुम्ही घाबरला आहात, किंवा मग तुमची ह्या प्रकाराला मूक संमती आहे.

तेव्हा, तुम्हाला जर वाटत असेल की नोकरीच्या ठिकाणी तुमचा लैंगिक छळ होतोय, तर नेमक्या आणि स्पष्ट शब्दांत, पण धमकीवजा शब्दांचा वापर न करता, तुमच्या भावना उघड करा. भावनाप्रधान किंवा रडवेलं न होता, शांत राहून, दीर्घ श्वास घेऊन, तुमचा छळ करणाऱ्याला तुम्हाला काय वाटतंय ते सांगा.

मीटिंगच्या वेळेला तुम्हाला पुढे ढकलण्यासाठी त्याने जर तुमच्या पाठीवर हात टाकला असेल, तर तो नुसताच बाजूला करून चालणार नाही, त्याच्याकडे वळून स्मितहास्य करत म्हणा, 'क्षमा करा, पण माझ्या पाठीवरून तुमचा हात बाजूला करता का? तुमच्या मनात मला त्रास देण्याचा हेतू नसेलही, पण मला मात्र त्यामुळे चमत्कारिक वाटतंय.' लिफ्टमध्ये जर तो तुम्हाला अगदी खेटून उभा राहात असेल, किंवा खुर्चीच्या मागे चिकटून उभा राहत असेल, तर फक्त अंग चोरून बाजूला सरकणं, एवढंच न करता, त्याच्याकडे वळून त्याच्या डोळ्याला डोळा भिडवा आणि म्हणा, 'मला खात्री आहे, तुमच्या लक्षात आलेलं नाही, पण तुम्ही मला इथे वावरणं पण कठीण करताय. थोडं मागे सरकून उभं राहाता का? आय वुड रिअली ॲप्रिशिएट दॅट.'

ही परिस्थिती हाताळण्यासाठी तुम्ही त्या व्यक्तीला एकदम उघडं न पाडता, तुमच्या आवाजाची पट्टी काहीशी क्षमायाचनेची ठेवून, त्याला हा संदेश दिला पाहिजे की त्याचं खुर्चीला खेटून उभं राहणं, वगैरे कृती बुद्धिपुरस्सरपणे केलेल्या नसून नकळत झालेल्या आहेत. तसंच तुमच्या देहबोलीतून असं ध्वनित झाले पाहिजे की त्याच्यामुळे तुम्ही घाबरून गेलेल्या नाही. तो जर पडतं घ्यायला लागला, तर तुम्ही ती गोष्ट फार मनाला लावलेल्या नाही आणि जर तो तावातावाने बोलू लागला– (बव्हंशी लोक त्यांची चूक दाखवून दिल्यावर तसे होतात) तुमची प्रतिक्रिया तशी करू नका. पण हे त्याच्या मनावर ठसवा की भविष्यात त्याने अशा प्रकारचा गोंधळ किंवा गैरसमज व्हायला काही वाव ठेवू नये.

श्रेयस्कर हेच ठरेल, की तुम्ही हा प्रसंग हाताळताना शक्यतो तुमच्या दोघांपुरतंच ते मर्यादित ठेवावं. म्हणजे मग तो प्रकार षट्कर्णी होत नाही. तसंच त्याच्या मित्रांसमोर त्याची मान खाली होणार नाही, किंवा वरिष्ठांसमोर अपमान होणार नाही. दोन्ही पक्षांनी जर एक प्रगल्भतेचा सुवर्णमध्य गाठला, तर परिस्थिती अधिक चिघळणार नाही. झालं गेलं विसरून तुम्ही एका मित्रत्वाच्या नात्याकडे पुन्हा परतू शकता.

पण त्याचं असं आक्षेपार्ह वागणं जर त्याने पुढेही चालूच ठेवलं, तर मात्र तुम्हाला ठेवणीतली अस्त्रं बाहेर काढून त्याला चार लोकांसमोर सुनवावं लागेल. दोन उद्देश त्यामुळे साध्य होतील. एकतर तुम्हाला जर औपचारिक तक्रार नोंदवायची असेल तर तुमच्या बाजूने पुरेसे साक्षीदार उपलब्ध होतील आणि दुसरं, इतरांसमोर

त्याला कोंडीत पकडल्याने त्याला शरमल्यासारखं होऊन तो काढता पाय घेण्याचीही शक्यता आहे.

अर्थात, ह्या कार्यप्रणालीचा उलटाही परिणाम होण्याची शक्यता आहे. त्याला एवढं लाजिरवाणं वाटेल, की त्यामुळे तो तुमच्यावर सूड उगवण्याचा निश्चय करण्याचीही शक्यता आहे. 'हल्ला करणं हा बचावाचा सर्वांत चांगला मार्ग असतो' ह्या न्यायाने तो तुमच्याबद्दल वेगवेगळ्या भाकडकथा प्रसृत करण्याची शक्यता आहे. सर्वांत चलनी प्रतिक्रिया म्हणजे तुम्हीच त्याच्या मागे लागला होता, पण त्याने थंडा प्रतिसाद दिल्याने तुम्ही खवळून उठलात, (शेक्सपिअरने वर्णन केलेली 'ए वुमन स्कॉर्न्ड!') आणि इरेला पेटून उठलात! अशा प्रकारच्या सुरस कथा प्रसृत होतील, ह्याची तयारी ठेवा, पण ताठपणाने काहीही झालं तरी तुमची बाजू लढवत राहा.

लोकांचा ह्या कपोलकल्पित कथांवर विश्वास बसेल काय? अं... ऑफिस हे असं ठिकाण आहे की, अर्थातच काहीजण त्या धडधडीत खोट्या 'गॉसिप'वर विश्वास ठेवतील देखील. पण इतर काही असे असतील जे तुम्हाला संशयाचा फायदा देतील आणि मग असेही लोक असतील, जे तुमच्या पाठीशी ठामपणे उभे राहातील.

गोष्टी जर सोप्या करायच्या असतील, तर सुरुवातीलाच तुमच्या भरवशाचा एखादा सहकारी किंवा वरिष्ठ ह्यांना विश्वासात घ्या. असा एखादा विचलित करणारा प्रसंग घडेल, तेव्हा तुमच्या ह्या विश्वासू लोकांना सहभागी करा. छळवादाचा प्रत्येक तपशील, प्रत्येक घटना पुढे कळवा. जेव्हा तुम्ही तुमचा छळवाद करणाऱ्याला दोषी ठरवाल, तेव्हा आजूबाजूला साक्षीदार असू द्यात, म्हणजे ते तुम्हाला पाठिंबा देऊ शकतील. अधिकृतपणे तक्रार करावी लागणार असेल, तर त्यासाठी तुमची केस मजबूत उभी रहावी, ही कल्पना ह्याच्या मागे आहे.

तुम्हाला जर कोणी छळत असेल, तर त्याने हे प्रकार पूर्वीही केलेले असण्याची शक्यता आहे. सूज्ञपणाने आडून आडून त्याबद्दल थोडी चौकशी करा. दुसऱ्या कोणाला असा अनुभव आलाय, किंवा पूर्वी त्यांना त्रास झालाय का, ह्याची माहिती काढा. अशी एखादी समधर्मी तुम्हाला आढळली, तर तुमचं आणि तिचं उद्दिष्ट एक करा. म्हणजे तुमच्या प्रकरणाला बळकटी येईल; त्याचा तुमच्या हितासाठी उपयोग करा. अधिकृत तक्रार केल्याने हाहाकार उडेल, म्हणून ती महिला तसं करायला तयार नसली, तरी तुम्ही असा छळ सोसणाऱ्या एकट्याच नाही हे कळल्याने तुम्हाला बरं वाटेल, तुमची चूक नाही हे देखील कळून येईल आणि सर्वांत महत्त्वाचं म्हणजे ही केवळ तुमच्या डोळ्यातली भ्रामक कल्पना नाही, हेही तुम्हाला समजेल.

गोष्टी जर अधिक अप्रिय व्हायला लागल्या, तर वेगळ्या मार्गाने त्या सोडवण्याचा प्रयत्न करा. एखाद्या वरिष्ठाला हस्तक्षेप करण्याची विनंती करून तुमचा लैंगिक छळ करणाऱ्या व्यक्तीशी खाजगी बोलणं करा. तो जर डोकं स्थिर ठेवून तुमचं म्हणणं ऐकून घेत असेल आणि मागे हटायला तयार होत असेल, तर तो सर्वांत निरुपद्रवी तोडगा ठरेल. पण अशीही शक्यता आहे की तो तुमचे आरोप फेटाळून लावेल आणि ही तुमची सगळी कल्पना आहे असं आग्रहाने प्रतिपादन करेल. समोरासमोर मीटिंग घेऊन तुम्हाला त्या 'सत्या'ची जाणीव करून देण्याबद्दलही तो मागणी करेल.

पण गोंधळून न जाता तुम्हाला तुमच्या बाजूला चिकटून राहायला हवं. त्याच्या ह्या आविर्भावाने खाली मान घालावी लागेल ही शक्यता फेटाळून लावा. त्याने केलेल्या छळवादाचा प्रत्येक तपशील स्पष्टपणे आणि शांतपणे समोर मांडा. तो जर असं म्हणाला की त्याचा तुम्हाला त्रास देण्याचा हेतू नव्हता, तर ते म्हणणं सकृद्दर्शनी स्वीकारा. हे देखील स्पष्ट करा की असं वर्तन तो पुढेही करत राहिला, तर हे प्रकरण वरिष्ठांकडे नेण्याशिवाय तुम्हाला पर्याय राहणार नाही.

त्या व्यक्तीने त्याचं वागणं पुढे तसंच चालू ठेवलं, तर मात्र एक औपचारिक तक्रार करायला लाजू नका. विशाखा विरुद्ध स्टेट ऑफ राजस्थान ह्या ऑगस्ट १९९७ च्या प्रकरणात, सुप्रीम कोर्टाने घालून दिलेल्या लैंगिक छळवादासंबंधीच्या मार्गदर्शक तत्त्वांनुसार, लैंगिक छळवादाची कोणतीही तक्रार असल्यास, कंपनीला कायद्यानुसार एक कमिटी नेमून त्याची छाननी करणं अनिवार्य आहे. त्या कमिटीचे निदान निम्मे सभासद स्त्रिया असाव्यात. कमिटीची मुख्य अध्यक्ष एक स्त्री कर्मचारी असावी, तसंच कमिटीवर एखाद्या स्वयंसेवी संस्थेचा प्रतिनिधी किंवा एखादा स्वतंत्र निरीक्षक असावा. म्हणूनच गोष्टींना गंभीर वळण लागलं नाही तर तुम्हाला एका न्याय्य सुनावणीची अपेक्षा करता येईल.

तुमची केस सादर करताना तुम्हाला जेवढे काही बळकट पुरावे देता येतील, तेवढे सादर करा. या प्रकरणात तुमच्या शीलाचं खच्चीकरण करण्याचा प्रयत्न आहे असं जर तुम्हाला जाणवलं, तर तुमचे काही सहानुभूती असलेले सहकारी किंवा वरिष्ठ, तुमच्या एकनिष्ठतेची ग्वाही देतील. ऑफिसातील दुसऱ्या कोणा महिला कर्मचाऱ्यांनाही अशाच प्रकारचा छळवाद सोसावा लागला असेल, तर त्यांनाही ते उघडपणे बोलण्याबद्दल तयार करा, म्हणजे तुम्हाला एक निश्चित वृत्ती सिद्ध करता येईल. शरमिंदा करणाऱ्या, खोलात जाऊन विचारलेल्या प्रश्नांची उत्तरं द्यायला तयार राहा. प्रश्नांमध्ये गुंतून न राहता शक्य तेवढ्या निर्विकारपणे उत्तरं द्या. एखाद्या क्लिनिकमध्ये असावा. तशा प्रकारचा तटस्थ शांतपणा दाखवा.

तुमच्या मनाप्रमाणे घडलं आणि तुमच्या छळवाद्याला बाहेरचा रस्ता दाखवण्यात

झाला, तर छानच. पण त्या सुनावणीत विजय मिळेलच असं गृहीत धरू नका. अशीही शक्यता आहे की कमिटी तुमची केसच होऊ शकत नाही असा निर्णय घेईल. अशा परिस्थितीत तुमच्याकडे 'प्लॅन-बी' तयार असण्याची गरज आहे. ऑफिसमध्ये तुम्हाला अनावश्यक ताण वाटत नसेल, तर तुम्ही तिथेच काम चालू ठेवू शकता. पण जर तुम्हाला शरमल्यासारखं वाटत असेल किंवा तुम्हाला सूचकपणे असं सांगण्यात येत असेलं की तुम्ही दुसरीकडे काम करून अधिक खूष राहू शकाल, तर मात्र दुसरी नोकरी शोधायला सुरुवात करा. तुमची माहिती तयार ठेवा, तुमच्या बाजूने असणाऱ्या वरिष्ठांकडून शिफारसपत्र मिळवा आणि नव्याने सुरुवात करायला कचरू नका.

तुम्ही झुंज जिंकली नसेल, पण स्वत:च्या मुद्द्यांवर ठाम राहून आणि उघडपणे बोलण्याचं धैर्य दाखवून युद्ध नक्कीच जिंकलं आहे. आणि तुम्ही कुठेही नोकरी केलीत, तरी त्याबद्दलच्या समाधानाची एक उबदार भावना तुमच्या सगळ्या करिअरमध्ये तुमच्याबरोबर राहील.

## दु:खी होण्यापेक्षा सुरक्षित असणं श्रेयस्कर

लैंगिक छळवादाची शिकार आपण होऊ नये, ही खात्री पटवण्यासाठी काय करावं लागेल? जो खराच छळवादी असतो, त्याला कोणत्याही प्रकाराने छळवादापासून परावृत्त करता येत नाही, हे बरोबर आहे; मग तुम्ही शालीन वेषभूषा करा, सुसंस्कृतपणे वागा, किंवा कडक 'डोंट-मेस-विथ-मी' असं ध्वनित करा. नोकरीच्या ठिकाणी चुकीचे संदेश जाऊ देणं, ह्यात देखील काहीच फायदा नाही. जेव्हा धक्का देता देता ढकलून दिलं जातं तेव्हा फार तर लोक असा विचार करतील की तुम्हाला नीट मार्गदर्शन करण्यात आलं नव्हतं किंवा तुम्ही अनभिज्ञ होतात, वाइटात वाईट ते  हा विचार करतील की ही परिस्थिती तुम्हीच ओढवून घेतली आहे.

तुमची प्रतिमा ही कामाच्या ठिकाणी फार महत्त्वाची आहे. तुम्ही एक 'सेक्शुअल' व्यक्ती आहात अशी तुमची प्रतिमा तयार होत असेल, तर जो संदेश मिळतो तो तशीच वागणूक तुम्हाला मिळावी हाच असतो. लोकांच्या लक्षात येण्यासाठी वेषभूषा करत असाल, तर मग लोकांनी त्याची दखल घेतल्यावर भडकून काय उपयोग? सेक्ससाठी तुम्ही उपलब्ध आहात, अशा पद्धतीचं जर तुमचं वागणं असेल आणि तसं तुम्हाला जर वागवलं गेलं, तर 'लैंगिक छळ' झाल्याची बोंब तुम्ही ठोकू शकत नाही.

लैंगिक छळाच्या बाबतीत बोलायचं झालं तर ज्युलियस सीझरच्या पत्नीप्रमाणे तुम्ही संशयातीत असायला हवं. ह्याचा अर्थ तुम्ही असं वागायला हवं, ज्यामुळे

लोक तुमच्याशी आदराने वागतील. अशी स्टाइल असू नये, ज्यामुळे लैंगिक छळ व्हायला खतपाणी घातले जाईल. जसे पाहिजे तसे कपडे घालण्याचा तुम्हाला हक्क आहे, ह्या स्त्रीवादी मूर्ख बडबडीकडे लक्ष देऊ नका. आणि तुमच्या हक्कांचं रक्षण करत असतानाच, कुठल्याही प्रकारचं अनावश्यक लक्ष तुमच्याकडे वेधलं जाणार नाही अशा प्रकारेच वेशभूषा करा. ऑफिसच्या वातावरणात शिष्टाचाराचे काही अलिखित नियम असतात, त्यांचं पालन न करता, केवळ तुम्ही एक स्त्री आहात म्हणून तुम्हाला त्याचं उल्लंघन करण्याचा काय अधिकार?

तुम्ही म्हणाल की कामाला येताना तोकडे स्कर्ट्स घालणं हा आमचा हक्क आहे, पण मग तुमच्या मजल्यावरचे पुरुष सहकारी जर पूर्ण दिवस तुमच्या पायांकडे बघून चहाटळपणा करायला लागले, तर तो त्यांचा हक्क नाही काय?

झिरझिरीत साडीतून, लो-कट ब्लाऊजमधून तुमच्या वक्षस्थळांची पन्हळ दाखवण्याचा अधिकार तुम्हाला आहे, असं ग्राह्य धरलं आणि मग ऑफिसातले पुरुष तुमच्याकडे जर टक लावून बघायला लागले, तर केवळ तुम्हाला अस्वस्थ वाटतंय म्हणून तुम्ही त्यांना रोखलेल्या नजरा हटवण्याचा नियम लागू करू शकत नाही. त्यांनी तुमच्या पायांकडे किंवा वक्षस्थळांकडे रोखून बघण्याचं कारण आहे तुम्ही ते बघण्यासाठी उपलब्ध करून देताय म्हणून!

स्वातंत्र्य जबाबदारी बरोबर येतं आणि एका सेक्सला ते द्यायचं आणि दुसऱ्या सेक्सला नाकारायचं असं होऊ शकत नाही. स्त्रियांनी जसे पाहिजे तसे कपडे घालावेत, पाहिजे तसं वागावं आणि पुरुषांनी मात्र सभ्यतेच्या मर्यादा पाळून संयमाने राहावं, असं म्हणणं म्हणजे 'सेक्सिझम'चा रिव्हर्स अर्थ झाला. कोणत्याही सामाजिक वातावरणात तुम्हाला ज्या पद्धतीची वागणूक मिळावी अशी अपेक्षा आहे, तसं तुम्ही देखील वागायला पाहिजे आणि ऑफिसचं वातावरण त्याला अपवाद नाही. लैंगिकता उद्दीपित करणारी वेशभूषा तुम्ही कराल, तर तुमच्या भोवतालचं वातावरणही लैंगिकतेने भारलं जाईल. ह्या परिस्थितीचा मग जर कोणी फायदा घ्यायचा प्रयत्न केला, तर तशी परिस्थिती निर्माण होण्याबद्दलची जबाबदारी देखील तुम्ही स्वीकारायला पाहिजे.

ह्याचा अर्थ असाही होत नाही की तुम्ही जुन्या पद्धतीने किंवा शालीनतेने वेशभूषा केलीत, तर अनावश्यक लक्ष तुमच्याकडे वेधलंच जाणार नाही. अर्थात समजा असं लक्ष वेधलं गेलं तरी लोक निदान तुमच्या पाठीमागे असं तरी म्हणून शकणार नाहीत की, 'वेल, तिची काय आणखी अपेक्षा होती? कामाला येताना ती कसे कपडे घालून येते, बघितलंय तुम्ही?' तुमचे कपडे जरी तुमच्या लैंगिक छळवादाचं कारण होऊ शकले नाहीत, तरी त्याला पूरक ठरू शकतील अशाप्रकारे तो मुद्दा पुढे आणला जाऊ शकतो. म्हणूनच तुमच्या कपड्यातून योग्य तेच संदेश

मिळतील ह्याची खात्री पटवा.

मी आधीही सांगितलंय की तुमचं सेक्स लाईफ कामाच्या ठिकाणापासून वेगळं ठेवा. ह्याचा अर्थ असा नव्हे की तुमच्या सहकाऱ्यांबरोबर तुम्ही 'विशेष' भेटीगाठींना जाऊ नयेत, किंवा लैंगिक संबंध ठेवू नयेत. जरी त्याचा फायदा असला तरीही तुमचं खाजगी आयुष्य खाजगीच ठेवा. तुम्ही ज्याक्षणी तुमच्या सेक्स लाईफबद्दल बोलायला सुरुवात करून हा दरवाजा उघडता किंवा असंही बोलता की 'कामाच्या डोकं फिरवणाऱ्या ह्या तासांमुळे तुम्हाला सेक्स लाईफच उरलं नाही' त्यावेळी तुम्ही लोकांना तुमच्या खाजगी आयुष्यात दरवाज्यातून मुक्त प्रवेश करायचा हक्क देता, सगळ्या भोचक आणि आगाऊ प्रश्नांसह!

तुमच्या ऑफिसचं वातावरण जर अधिकच 'सेक्शुअल' असेल, लोक शरम वाटावी असे जोक्स मारत असतील, अर्धनग्न सुंदरींची चित्रं असलेली 'ॲडल्ट' मासिकं एकमेकांकडे पाठवत असतील, तर तुम्ही पण त्यांच्यापैकीच एक आहात असं दर्शवण्याच्या घाईने त्यांत सामील होऊ नका. तुम्ही कितीही चावट जोक्स मारलेत, किंवा कितीही 'पिन-अप्स'वर तुम्ही खळखळून हसलात, तरी शेवटी तुमच्याकडे एक बाई म्हणूनच बघण्यात येईल आणि अर्थातच एक भावी लक्ष्य म्हणूनही. तेव्हा तुम्ही तुमचं संरक्षक कवच नेहमीच तयार ठेवा. त्यांचा पराजय करणं तुम्हाला जमत नाही म्हणून, तुम्ही त्यांच्यात सामील झाला असाल, पण त्यामुळेच जेव्हा तुम्हाला परिस्थिती हाताबाहेर गेल्याचं जाणवेल, तेव्हा तुमचं आसन डळमळीतच असणार.

तुमच्या सहकाऱ्यांबरोबर फार हळवं होऊ नका. जिव्हाळ्याचं कोणतंही प्रदर्शन, मग तो खांद्याभोवती टाकलेला हात असो, मित्रत्वाने दिलेलं आलिंगन, किंवा गालावरचं ओझरतं चुंबन... ही एका गर्भित गैरसमजाची नांदी ठरू शकते. तुम्ही केवळ एका 'फ्रेंडली' पद्धतीने एखाद्या व्यक्तीला प्रेमभराने अलिंगनं दिलं तरी त्या व्यक्तीला तुमच्या मनात दुसरंच काहीतरी आहे असं वाटण्याची शक्यता आहे. म्हणूनच जोपर्यंत तुम्ही 'ऑफ-ड्यूटी' होत नाही, तोवर अलिंगनं आणि चुंबनं तुमच्याकडेच ठेवा, कामाच्या ठिकाणी, हस्तांदोलनापुरत्याच मर्यादित राहा.

एक व्यावसायिक 'फ्रंट' सर्वकाळ राखणं, ही संभाव्य लैंगिक छळ टाळण्याची गुरुकिल्ली आहे. अगदी ऑफिसची वार्षिक पार्टी जरी असली, तरी लगेच सगळा ताळतंत्र सोडून, बारकडे मोर्चा वळवून, तुमच्या 'पोल-डान्सिंग'चा नमुना बघण्याचा फायदा प्रत्येकाला देऊ नका. तसंच ऑफिसची पिकनिक एखाद्या समुद्र किनाऱ्याजवळच्या रिसॉर्टमध्ये गेली असेल, तर कल्पनेवर काहीही न सोडता 'सगळं' उघड दाखवणारी बिकिनी तुमच्या सामानात भरू नका; त्याऐवजी शहाणपणाने एखादा वन-पीस पोहोण्याचा ड्रेस ठेवा आणि तोच परिधान करा.

ध्यानात असू द्या, हेच लोक तुम्हाला ऑफिसमध्ये दुसऱ्या दिवशी भेटणार आहेत. तुम्ही काय काय केलं, हे ते लोक चांगलं लक्षात ठेवतील, त्यांनी ते विसरावं ह्यासाठी तुम्ही कितीही उत्सुक असलात, तरीही.

### लैंगिक छळाचा सामना करताना...

* ऑफिसमधलं वातावरण 'सेक्शुअल' आहे असं जाणवत असेल तर तसं स्पष्टपणे बोला.
* तुमच्या जिव्हाळ्याचे प्रश्न मांडताना ते प्रभावीपणे व्यक्त करा, पण शक्यतो कोणालाही उघडं करण्याच्या पद्धतींचा अवलंब न करता. यामागचा विचार असा आहे की टीकात्मक भूमिका स्वीकारण्यापेक्षा ग्राह्य वर्तनाच्या लक्ष्मणरेषा आखण्यात याव्या.
* तुमचा लैंगिक छळ करणाऱ्याने दुसऱ्या कोणालाही तसाच त्रास दिलाय किंवा काय, ह्याची सूज्ञपणाने चौकशी करा. तुम्हाला जेव्हा तशी औपचारिक तक्रार नोंदवायची असेल, त्यावेळी त्या इतर स्त्रियांचा पुरावा उपयोगी ठरेल.
* एखाद्या अशा सहकाऱ्याला किंवा वरिष्ठाला विश्वासात घ्या, जो तुमच्या म्हणण्याला तुमचा एक विश्वासार्ह साक्षीदार ह्या नात्याने दुसऱ्या व्यक्तीच्या विरोधात पाठिंबा देऊ शकेल.
* जसजशा घडल्या, तशी लैंगिक छळवादाच्या घटनांची नोंद असलेली एक तपशीलवार रोजनिशी ठेवा. तुम्हाला जर काही आक्षेपार्ह किंवा सूचक ई-मेल्स अथवा एसएमएस पाठवण्यात आले, तर ते नंतर पुरावा म्हणून सादर करण्यासाठी राखून ठेवा.
* जास्त उत्तेजित होणं टाळा. तुम्ही जेवढ्या जास्त व्यवहार्य दिसाल, तेवढीच लोकांनी तुमच्यावर अधिक विश्वास ठेवण्याची शक्यता वाढेल.
* तुमची कंपनी आणि ती व्यक्ती यामध्ये गल्लत करू नका. केवळ एका माणसाने तुमचं आयुष्य खडतर बनवलंय, ह्याचा अर्थ कंपनीची काही चूक आहे असं नाही.

### पुरुषांचाही लैंगिक छळ होऊ शकतो!

कामाच्या ठिकाणी लैंगिक छळ होण्याची तक्रार फक्त स्त्रिया करतात असं नव्हे. तर स्त्री-बॉसेसची संख्या जसजशी वाढायला लागली आहे, तसे पुरुष पण हीच तक्रार करायला लागले आहेत. म्हणजे तुम्ही जर स्वतःच एक लेडी बॉस

असाल, तर तुमच्यावरही लैंगिक छळ करणाऱ्या म्हणून आरोप ठेवला जाण्याची शक्यता आहे. हल्लीच्या काळात ऑफिस म्हणजे समान संधी देणारं एक ठिकाण मानलं जात असल्याने, निदान तत्त्वत: तरी, पुरुषांनाही लैंगिक छळाची शिकार होत असल्याचं वाटण्याचा तेवढाच हक्क आहे. काहींना असं बायकांसारखं तक्रार करणं त्यांच्या 'मॅचो मॅन' इमेजच्या विरोधात आहे असं वाटेल, तर इतरांना तसे आरोप ठेवण्यात काहीच लाजिरवाणं होणार नाही.

तुम्ही काळजीपूर्वक नीट वागूनही असं घडू शकेल? होय, निश्चितच; तुम्ही जरी कोणाचा लैंगिक छळ केला नसेल, तरीही. सेक्स हे स्त्रीच्या विरोधात वापरण्याचं एक प्रभावी शस्त्र आहे आणि काही पुरुषांना छोटेमोठे हिशेब चुकते करण्यासाठी ते वापरण्यामध्ये काहीही गैर वाटत नाही, त्यामुळे कोणाच्या प्रतिष्ठेला धक्का पोहोचेल, ह्याचीही त्यांना भीती नसते. पण ह्या प्रकाराबाबत टोकाची मतं व्यक्त न करणं श्रेयस्कर; कारण काही स्त्रियांनाही 'लैंगिक छळ होतोय' म्हणून बोंब ठोकण्याची सवय असते, विशेषत: जेव्हा गोष्टी त्यांच्या मनासारख्या घडत नसतील तेव्हा!

तुम्हाला सहजपणे कोणी गळाला अडकवू नये, म्हणून काय करावं लागेल? तुमच्या स्टाफबरोबर वागतानाचे काही साधे नियम आहेत, त्यांना तुम्ही चिकटून राहावं.

* तुमच्याबरोबर काम करणाऱ्या लोकांपैकी कुणा एकट्या-दुकट्या कर्मचाऱ्याबरोबर मीटिंग घेताना दार लावून घेऊ नका. तुम्हाला जर एखाद्याला रागवायचं असेल आणि ते बघण्यासाठी कोणीही साक्षीदार नको असतील, तर बुद्धिपुर:स्सरपणे दरवाजा चांगला सताड उघडा ठेवा, म्हणजे तुमच्याकडे लपवण्यासारखं काही नाही, हे सर्वांना कळेल.

* अगदी 'वर्किंग लंच'ला जरी जायचं असेल, तरी अशा 'सोशलायझेशन'च्या कार्यक्रमाला एकट्याच्याच बरोबर जाऊ नका. कोणास ठाऊक, त्याचा चुकीचा अर्थ लावला जाईल, किंवा त्या गोष्टीला वेड्यावाकड्या स्वरूपात सादर करून तुमच्या विरुद्ध त्या गोष्टीचा उपयोग केला जाऊ शकेल. छोट्या किंवा मोठ्या गटात तुमच्या स्टाफला तुम्ही बाहेर नेऊ शकता पण त्याचवेळी प्रत्येकाकडे व्यक्तिगत लक्षही पुरवा, म्हणजे त्यांना आपण कोणीतरी विशेष असल्यासारखं वाटेल.

* स्टाफला गाडीतून लिफ्ट देणं किंवा त्यांना परत करण्यासाठी 'पिक-अप' करणं, असे प्रस्ताव देऊ नका. बाकीच्या ऑफिस स्टाफला त्यामुळे चुकीचा संदेश मिळेल.

* फक्त एखाद्याच व्यक्तीबरोबर एकट्याच उशीरापर्यंत काम करत थांबू नका. नंतर तुमच्याबद्दल ती व्यक्ती सगळ्या प्रकारच्या कथा पसरवेल आणि त्याचं कथन खोटं ठरवण्याचा तुमच्याकडे कोणताही मार्ग नसेल. दुसऱ्या कोणालाही त्यावेळेस ऑफिसात थांबू द्या, अगदी तुमची सेक्रेटरी टिवल्या-बावल्या करत थांबली तरी चालेल.
* शहराच्या बाहेर कामानिमित्त जावं लागेल, तेव्हा सहकाऱ्याबरोबर जास्त अघळपघळ वागायची आवश्यकता नाही. हॉटेलच्या बारमध्ये जाऊन एकत्र ड्रिंक्स घेणं, रात्रीचं एखादं ड्रिंक घेण्यासाठी सहकाऱ्याला हॉटेलच्या खोलीवर बोलावणं आणि तुमचा नवरा आता तुमच्यावर प्रेम करत नाही असं तुम्हाला वाटतंय, हे त्याला विश्वासात घेऊन सांगणं हे सगळं टाळलं पाहिजे. तुम्ही जरी त्याच्याकडे आकर्षित झालेल्या नसाल, तरी त्याला तसं भासू शकतं. आणि आपणा सगळ्यांनाच ठाऊक आहे की झिडकारलेल्या पुरुषांची प्रतिक्रिया काय असते ती.

आपण जरी असं गृहित धरलं की सगळे नियम तुम्ही बायबलसारखे पाळले आहेत आणि तरीही तुमच्या स्टाफपैकी कोणीतरी तुम्ही त्याचा लैंगिक छळ करत असल्याचा आरोप करेल, अशा वेळी तुम्ही त्याचा कसा सामना कराल? प्रथम एक गोष्ट लक्षात ठेवा, की तुम्ही अपराधी नाही. त्याच्या डोक्यातच ह्या सगळ्या कल्पना असल्या, तरी त्या तुम्ही निर्माण केलेल्या नाहीत. तुमची सदसद्विवेकबुद्धी स्वच्छ आहे आणि लपवण्यासारखं तुमच्याकडे काहीही नाही.

संकटाची पहिली झुळूक लागताच तुमच्या उच्च व्यवस्थापनाला विश्वासात घ्या. परिस्थिती कशी निर्माण झाली, ह्याची त्यांना कल्पना द्या. तक्रारदाराशी तुमची इंटरॲक्शन कशीकशी घडत गेली, त्याचे तपशील त्यांना द्या. त्याच्या अशा वागण्यामागे त्याची काय भूमिका आहे, ह्याचं तुम्ही जर विश्लेषण केलं असेल आणि तुम्हाला असं वाटत असेल की त्याचं प्रमोशन होणार नाही अशी त्याला भीती आहे, किंवा त्याच्या प्रतिस्पर्ध्याला अधिक 'प्लम' पोझिशन मिळाली वगैरे, तर तुमच्या वरिष्ठांनाही ते कळू द्या. तुमच्याकडे असे काही साक्षीदार असतील, जे विपरीत काही घडलेले नसल्याची ग्वाही देतील; त्यांना त्याच वेळी हजर करा. त्यामुळे ह्या आरोपांची छाननी करण्यासाठी एखादी समिती नेमली जाण्यापूर्वीच, तुमची केस उभी राहायला मदत होईल.

ह्या पातळीवर तुमचं कदाचित निभावून जाईलही, पण तक्रारदाराला संशयाचा फायदा देण्यात येऊन तो संस्थेत रुजू राहील. बऱ्याच कंपन्या त्याची दुसरीकडे बदली करतील, म्हणजे त्याला तुम्हाला रिपोर्ट करावा लागणार नाही. पण तरीही तो तुमच्याच खात्यात असल्याने कधी ना कधी तरी त्याच्याबरोबर तुम्ही समोरासमोर

यालच. तुमच्या कडवट भावना त्यावेळी व्यक्त होणार नाहीत ह्याची खबरदारी घ्या. जेवढ्या निर्विकारपणाने आणि शांतपणे ते काम करणं शक्य असेल, तेवढं करा. तुम्हाला हलवून सोडल्याचं समाधान त्याला मिळू देऊ नका. तुम्ही ह्या सगळ्याच्या पलीकडे आहात, असं भासवणं हाच सर्वांत चांगला सूड ठरेल.

कंपनी त्याला नोकरी सोडून जायला लावेल आणि दुसरीकडे नोकरी बघायला लावेल तर उत्तम. पण ह्याचा उलट परिणाम असाही होऊ शकेल, की आता गमावण्यासारखं काहीच न राहिल्याने तुमच्याबद्दलच्या भयानक अफवा आणि अत्यंत आक्षेपार्ह माहिती तो पसरवेल. तुमची प्रतिष्ठा धुळीला मिळण्याची देखील तयारी ठेवा. तुम्हाला त्याबद्दल काहीही करता येणार नाही, फार तर नाचक्की केल्याबद्दल त्याला कोर्टात खेचू शकता आणि त्यामुळे अफवांना अधिकच खतपाणी मिळेल. म्हणून त्या गोष्टींकडे कानाडोळा करा, लक्षात ठेवा, हेही दिवस जातील.

पुरेसा पुरावा नसल्याने तुम्ही त्या आरोपातून सुटलात, तरी लैंगिक छळाची ती मलिन छटा तुमच्याभोवती नेहमीच रेंगाळतेय असं तुम्हाला जाणवत राहील. सर्वांत वाईट शक्यता म्हणजे समिती तक्रारदाराच्या बाजूने सहमत होण्याची. त्यावेळी तुमच्यापुढे काय पर्याय असू शकतात?

तुम्ही जेवढ्या निगरगट्ट असाल, तेवढी त्याच ऑफिसमध्ये पुढे नोकरी करत राहण्याची शक्यता अधिक; पण सुरुवातीच्या काही महिन्यातील अस्वस्थता आणि अवघडलेपण ह्यावर मात करू शकत असला तरच. मग तिथेच टिकून राहा. तुमचं नीतिधैर्य जर पूर्णपणे खचलं असेल, कंपनीने तुमच्यावर दाखवलेल्या अविश्वासाने तुम्ही हादरून गेला असाल, तर मात्र कोणत्याही भ्रमात न राहता तुमच्या वस्तू गोळा करा, टेबल साफ करा आणि मनही स्वच्छ करून पुढे निघा.

### कायदेशीर परिस्थिती

**लैंगिक छळवादाच्या संदर्भात सुप्रीम कोर्ट ऑफ इंडियाची मार्गदर्शक तत्त्वं :–**

बालविवाहाच्या विरोधात मोहीम चालवणारी, विमेन्स डेव्हलपमेंट प्रोग्रॅमची एक कार्यकर्ती विशाखा विरुद्ध स्टेट ऑफ राजस्थान आणि इतर, ही १९९७ ची एक महत्त्वाची सेक्शुअल हॅरासमेंट केस होती. सूड म्हणून विशाखावर सामूहिक बलात्कार करण्यात आला होता. तिला राजस्थान हायकोर्टात न्याय मिळाला नाही आणि बलात्कार करणाऱ्यांना सोडून देण्यात आलं. त्यामुळे स्त्रियांच्या एका संस्थेने विशाखाला सुप्रीम कोर्टात पब्लिक इंटरेस्ट लिटिगेशन दाखल करायला लावलं. सुप्रीम कोर्टाच्या जजमेंटमध्ये कायद्याने आखून दिलेली मार्गदर्शक तत्त्वं विकसित

करून सादर करण्यात आली. ही तत्त्वं कामाच्या ठिकाणी, युनिव्हर्सिटीत आणि इतर संस्थांनाही लागू होतील.

त्या मार्गदर्शक तत्त्वांचा गोषवारा खालीलप्रमाणे–

* लैंगिक छळवादामध्ये ज्या अप्रिय अशा लैंगिक हेतूने केलेल्या वर्तणुकीचा समावेश होतो, त्या खालीलप्रमाणे,
  अ. शारीरिक सलगी
  ब. लैंगिक सुखाची मागणी किंवा विनंती
  क. लैंगिक छटा असलेले शेरे
  ड. अश्लील साहित्याचं प्रदर्शन
  ई. लैंगिक स्वरूपाची अप्रिय, शारीरिक, शाब्दिक किंवा शाब्दिक नसलेली वागणूक.
* कोणतीही स्त्री, जी पूर्ण पगारावर किंवा मानधनावर अथवा स्वयंसेविका ह्या नात्याने कोणत्याही संस्थेत काम करत असेल, (सरकारी, खाजगी किंवा असंघटित क्षेत्रात) ती ह्या मार्गदर्शक तत्त्वांखाली संरक्षणाची मागणी करू शकते. सगळ्या तक्रारींचा निवाडा करण्यासाठी आणि लैंगिक छळवादाचा प्रतिबंध करण्यासाठी ज्या कार्यपद्धतींचा वापर करण्याची गरज आहे, त्या पद्धतींचा वापर करणं हे त्या संस्थेच्या प्रमुखांचे किंवा मालकांचे कर्तव्य आहे.
* सरकारी किंवा खाजगी क्षेत्रातील संस्थांनी ह्या संदर्भात जे प्रतिबंधक उपाय योजण्याची आवश्यकता आहे, ते उपाय खालीलप्रमाणे–
  अ. लैंगिक छळवादाचा प्रतिबंध उघडपणे सूचित करून त्यासंबंधीच्या सूचना सर्व संस्थांत फिरवल्या गेल्या पाहिजेत.
  ब. सरकारी आणि पब्लिक सेक्टर संस्थांच्या नियमावलीत लैंगिक छळवादाच्या प्रतिबंधाचा समावेश करण्यात आला पाहिजे.
  क. इंडस्ट्रियल एम्प्लॉयमेंट (स्टँडिंग ऑर्डर्स) अ‍ॅक्ट, १९४६ प्रमाणे खाजगी संस्थांच्या मालकांनी त्यांच्या स्टँडिंग ऑर्डर्समध्ये लैंगिक छळवादावरच्या मनाईचा उल्लेख केला पाहिजे.
  ड. कामाच्या ठिकाणचं वातावरण त्रासदायक असू नये आणि स्त्रियांना काम, मोकळा वेळ, आरोग्य आणि स्वच्छता ह्या क्षेत्रात काम करण्याची परिस्थिती योग्य असावी. नोकरीच्या ठिकाणी तिची गैरसोय होतेय, ह्याबद्दल तिला तक्रार करायला वाव राहू नये.

तक्रार जेव्हा नोंदवून घेतली जाईल, तेव्हा कंपनीने खालील नियमांचे पालन करणे गरजेचं आहे–

अ. एका स्त्रीच्या अध्यक्षतेखाली आणि निम्मापेक्षा अधिक सभासद स्त्रिया असलेली तक्रार निवारण समिती स्थापन करावी.

ब. लैंगिक छळवादाच्या प्रश्नांशी ज्यांचा परिचय आहे, अशा स्वयंसेवी संस्थेच्या प्रतिनिधीचा समितीत समावेश असावा.

क. एका विशिष्ट कालमर्यादेत तक्रारीचा परामर्श घेतला जावा.

ड. तक्रारीसंबंधीची प्रक्रिया खाजगी ठेवण्यात यावी.

इ. तक्रारदार किंवा साक्षीदार ह्यांना वेगळं पाडणं किंवा त्यांना त्रास देणं, हे प्रकार होऊ नयेत.

ई. संबंधित गव्हर्नमेन्ट डिपार्टमेंटला तक्रार निवारण समितीने वार्षिक अहवाल सादर करावा, त्यात तक्रारींचा तपशील तसंच त्यांच्यावर घेतलेल्या ॲक्शन्स संबंधीचं विवरण असावं.

* असं वागणं जर नोकरीच्या नियमांनुसार गैरवर्तनात मोडत असेल, तर त्याबद्दल शिस्तभंगाची कारवाई केली गेली पाहिजे. अशा प्रकारचं वर्तन जर भारतीय दंडविधान कायद्यानुसार गुन्हा ह्या स्वरूपात समाविष्ट होत असेल, तर मालकाने योग्य त्या अथॉरिटीकडे तक्रार नोंदवावी.
* लैंगिक छळवादाची शिकार ठरलेल्या व्यक्तीला तिची किंवा छळ करणाऱ्याची बदली मागण्याचा पर्याय राखून ठेवलेला असावा.
* योग्य त्या व्यासपीठावर, तसंच कामगारांच्या सभेत, मालकांच्या आणि कामगारांच्या एकत्रित मीटिंगमध्ये वगैरे लैंगिक छळवादाचा मुद्दा जोर देऊन चर्चेला घेण्यात यावा.
* स्त्रीकामगार आणि त्यांचे मालक, ह्यांना त्यांच्या हक्कांची जाणीव असावी, ह्यासाठी कोर्टाने नेमून दिलेली मार्गदर्शक तत्त्वं, सहज दिसू शकतील अशा पद्धतीने सूचित करण्यात यावीत.
* थर्ड पार्टी किंवा बाहेरच्या लोकांकडून लैंगिक छळवाद होणाऱ्यांना मालकाने साहाय्य करावं.
* सेंट्रल आणि स्टेट गव्हर्नमेंटने अशा उपायांची योजना करावी, ज्यामध्ये आणि खाजगी संस्थांचे मालकदेखील ह्या मार्गदर्शक तत्त्वांचे पालन करतील ह्याची खातरजमा पटवता येईल.

# निरोगी राहणं

नोकरी करणाऱ्या सगळ्या स्त्रियांची ही एक मोठी तक्रार असते, की त्यांना व्यायामाला वेळच मिळत नाही. एवढ्या वेगवेगळ्या कामाच्या व्यापातून रोजचा 'वर्कआऊट' करणं, नाहीतर प्रासंगिक 'पिलेट्स'क्लासला जाणं, ह्याला लागणाऱ्या वेळेचं गणित कसं घालता येईल? ब्रेकफास्टची तयारी, मुलांना शाळेत जाण्यासाठी तयार करणं आणि हे सर्व एका पूर्णवेळ नोकरीच्या दिवशी? गोष्ट अशक्यच वाटते. अर्थात, त्यांना 'वीक-एंड'च्या दिवशी थोडाफार वेळ काढता येतो, पण जेव्हा अंगावर ट्रॅक-सूट, नाहीतर ट्रेनरचे कपडे चढवण्याच्या निव्वळ विचारानेच त्यांना थकून जायला होतं, त्या व्यायाम तरी कसा करणार?

पण तुम्हाला ठाऊक आहे? खरं म्हणजे ही काही सबब होऊ शकत नाही. तुमचं 'शेड्यूल' कितीही गच्च भरलेलं असलं, व्यायामासाठी तुम्ही वेळ काढायलाच पाहिजे. तुमच्या 'करिअर'चं आरोग्य त्याच्यावर अवलंबून आहे.

**तंदुरुस्त राहा, नाहीतर रवानगी बाहेर!**

*मला माहीत आहे, ह्या मुद्द्यावर तुम्ही स्वत:ला काय विचारताय – "का फिकीर करा?" ह्यामुळे काय फरक पडणार आहे? जोपर्यंत तुमची 'बॉटमलाईन' छान दिसतेय? तुमच्या कमरेचा घेर किती अनारोग्यकारक आहे, तोपर्यंत. सामोसे खायचं सोडून देऊन मोड असलेली कडधाने खाऊन जगायचं, किंवा ट्रेड-मिलवर रोज व्यायाम करायचा, हा उपद्व्याप कोणी सांगितलाय? उगाच वेळ आणि ऊर्जा दोन्ही खर्च होणार, त्यापेक्षा ती तुमचं काम करायलाच वापरली तर?*

तुम्हाला माहीत आहे, तुम्ही ह्यापेक्षा अधिक चुकीचं वागूच शकत नाही. नोकरीच्या ठिकाणी तुम्ही चांगल्या शेपमध्ये असणं हे आता अनिवार्य झालंय. ते दिवस गेले आता जेव्हा एक्झिक्युटिव्ह लोक त्यांची सुटलेली पोटं, हनुवटीखालच्या तिहेरी वळकट्या आणि आकाशाला भिडणारी कोलेस्टॉरॉलची पातळी दिमाखात मिरवत असत. तुम्ही आता 'हार्ट ॲटॅक येण्याची जणू काही वाटच बघतेय!' अशा दिसूच शकत नाही. पोट सुटायला लागल्याचं पहिलं लक्षण जाणवलं की लोक

तुमच्याकडे बघून तोंडात बोट घालायला सुरुवात करतील.

सडपातळ आणि सुटसुटीत व्यक्तींना शिस्तप्रिय आणि उत्साही समजलं जातं. स्थूल आणि बेढव, म्हणजे गबाळग्रंथी आणि आळशी कारभार, असाच अर्थ काढला जातो.

मतितार्थ असा, की जर तुम्ही स्वत:लाच चांगल्या 'शेप'मध्ये ठेवू शकत नाही, तर तुमच्या त्या कंपनीचा शेप काय असेल?

'वर्क-आऊट' करणं, 'हेल्दी' खाणं आणि स्वत:च्या आकारमानाचा तोल सांभाळणं, या गोष्टी काही आता केवळ अहंकाराचे विषय राहिलेल्या नाहीत. तुमच्या कामाच्या वर्णनाचा तो आता एक अंगभूत घटक आहे. म्हणूनच आरोग्य आणि 'फिटनेस लेव्हल' ह्यावरच्या वादांमुळे जर तुम्ही आजवर जास्त चिंतित होत नसाल, तर ह्या स्पष्टीकरणामुळे कदाचित तुम्ही 'कुकीज आणि क्रीम'पासून स्वत:ला दूर ठेवू शकाल. आजच्या काळातल्या आधुनिक नोकरीच्या ठिकाणचं बोधवाक्य आहे, ''शेप अप, ऑर गेट शिप्ड् आऊट!''

ह्याचा अर्थ अस नव्हे, की अगदी 'बिकिनी-परफेक्ट' बॉडी बनवण्यासाठी रोज दोन तास घाम गाळून वर्क-आऊट करण्याचं शेड्यूल पाळण्याची गरज आहे. त्याची गरज आहे सिनेतारकांना, टेलिव्हिजन स्टार्सना आणि मॉडेल्सना! आणि आपण त्यांना त्यासाठी सुयश चिंतू या! वैद्यकीय संशोधनाने असं सिद्ध केलंय, की जर आपलं हृदय आदर्श स्थितीत ठेवायचं असेल, तर प्रत्येकाने आठवड्यातून पाच दिवस, रोज तीस मिनिटं ॲरोबिक व्यायाम केला पाहिजे. सर्वसाधारणपणे प्रत्येकाने कामाच्या 'डेडलाईन्स' आणि डोकं फिरवून टाकणारी 'शेड्यूल्स' बाजूला ठेवून एका वेगळ्याच जगात जगत असल्यासारखं, आठवड्यातून चार वेळा, प्रत्येक वेळी एखादा तास तरी व्यायामाला दिलाच पाहिजे.

पण तुम्ही व्यायामाची सांगड जर सूज्ञपणाने काय खायचं ह्याच्या नियोजनबद्ध आखणीशी घातली नाहीत, तर विशेष असा फरक पडणार नाही. की-वर्ड आहे 'सेन्सिबल'. उगाच नसती फॅड्स घेऊन तुमच्या आहारातले सगळे कार्बोहायड्रेटस छाटून टाकू नका. फक्त फळं खाऊन दोन आठवड्यात दहा किलो वजन कमी करण्याचाही प्रयत्न करू नका. तुमच्या आहारातल्या प्रोटिन्स आणि कार्बोहायड्रेटसचा वेगवेगळा विचार करू नका.

दीर्घ मुदतीत त्याचा फायदा होणार नाही, विशेषत: जर तुम्ही कामानिमित्ताने बराचसा प्रवास करत असाल, किंवा मग कॉर्पोरेट एंटरटेनमेंटच्या कारणांमुळे तुम्हाला बाहेर खावं लागत असेल, तर तुम्ही कंटाळून जाल, थकाल आणि सपाटून ताव मारायला अशी काही सुरुवात कराल, जणू काही उद्याचा दिवस उजाडणारच नाही; आणि मग आधी होतं त्यापेक्षाही तुमचं वजन वाढेल.

संतुलित आहार, व्यायाम आणि विश्रांती ह्यांचा योग्य प्रमाणात समावेश केलेली जीवन पद्धती अंगिकारणं हे तुमचं उद्दिष्ट असलं पाहिजे. निरोगी राहाणं म्हणजे डाएटिंग करून महिन्याच्या शेवटी एरवीपेक्षा बारीक दिसणं नव्हे. शरीर, मन आणि उत्साह ह्या तिन्ही प्रकारे 'हेल्दी' राहाणं, म्हणजे निरोगी असणं.

**'फिट' कसं राहावं?**

प्रश्न असा आहे की आपल्या 'वर्क-कल्चर'मुळे व्यायाम करायला फार कमी वेळ उरतो. रात्रीच्या जेवणासाठी वेळेवर पोहोचलो, तर स्वत:ला नशीबवान समजणाऱ्या आपण, आपल्याला डिनरच्या आधी फिरायला जायला वेळ आहे कुठे? आपण लवकर उठूही, पण जवळच्याच बागेत फिरायला जायला आपल्याला वेळ नसतो. कारण इतरांच्या आधी आपल्या टेबलाजवळ पोहोचून कामावर आपली किती भक्ती आहे, हे आपल्याला सिद्ध करायचं असतं.

मग काय करायला पाहिजे? ठीक आहे, सुरुवात म्हणून तुमच्या 'फिटनेस-रूटिन' वर खर्च केलेला वेळ विचारात घ्या. सकाळच्या वेळी तुम्हाला अगदी दहा मिनिटं जरी मोकळी मिळाली, तरी ती चांगल्या प्रकारे उपयोगात आणा. अंग सैलावा, काही योगासनं करा, किंवा मग चटईवर 'पायलेट्स मूव्हज' करा. ह्यामुळे तुमचं वजन कमी व्हायला मदत झाली नाही, तरी तुमच्या शरीराची लवचीकता आणि स्नायूंची ताकद सुधारायला त्याचा उपयोग होईल.

जिममध्ये जायला तुम्हाला कमीतकमी तीस मिनिटंदेखील मिळाली, तर त्याचा अधिकाधिक फायदा करून घेण्यासाठी इंटरव्हल ट्रेनिंग करा. म्हणजेच हार्ट रेट सर्वाधिक वाढवण्यासाठी जोमदार व्यायाम आणि मग काही मिनिटे आराम, पुन्हा एकदा तो वाढवायचा. हा व्यायाम सर्वांत उपयुक्त अशासाठी आहे, की तुम्ही जास्तीत जास्त कॅलरीज 'बर्न' करता, तुमच्या हृदयाला चांगला व्यायाम होतो आणि तुमचा 'बी.एम.आर' म्हणजेच 'बेसल मेटाबॉलिक रेट' अधिक कालावधीसाठी उच्चतम राहतो. म्हणून तुम्ही जेव्हा विश्रांती घेत असता, तेव्हादेखील तुम्ही तुमचे उष्मांक खर्च करत असता. बी.एम.आर उच्च ठेवण्याचा दुसरा एक मार्ग म्हणजे कार्डिओ रूटिन आणि वेट्स ह्यांच्यामध्ये अदलाबदल करणं; पण त्यांच्यामध्ये एखादा दिवस तुम्ही तुमच्या स्नायूंना विश्रांती द्या.

व्यायामासाठी जर तुम्हाला असा चुकलामाकला अर्धा तासही काढणं शक्य नसेल, तर अगदी 'सगळंच संपलं!' असं समजू नका. तुमच्या दैनंदिन नित्यक्रमात तुम्ही कोणत्यातरी प्रकाराने एखाद्या व्यायामाची सांगड घालू शकता. तुमच्या लाईफ स्टाईलमध्ये थोडासा बदल करून हे उद्दिष्ट साध्य करणं सुलभ आहे.

लिफ्टने जाण्याऐवजी जिन्याचा उपयोग करा. तेवढं चढून जाणं शक्य होत नसेल, तर निदान काही मजले आधी लिफ्टमधून उतरा आणि उरलेले चढून जा. हार्ट रेट वाढवायचा असेल तर एका वेळी दोन दोन पायऱ्या चढा किंवा पळत पळत देखील जिना चढा. जवळपासच्या उपाहारगृहात जेवायला जाताना गाडीने जायच्याऐवजी चालत जा. जलदगतीने, घाम येईल अशा पद्धतीने चालत गेलात, तर भूकही लागेल आणि जेवणही चांगलं पचेल. तुमचं काम जर फक्त टेबलाजवळ बसून करायचं असेल, तर प्रत्येक तासाला तिथून उठून पटकन कॉरिडॉरमध्ये जाऊन फिरून या.

टेबलाजवळ बसलेल्या असताना देखील तुम्ही व्यायाम करू शकता. जेव्हा तुम्हाला प्रसाधनगृहात जाण्यासाठी उठायचं असेल, तेव्हा तुमच्या 'क्युबिकल'मधून उठायच्या आधी काही मिनिटं शरीराला थोडा ताण द्या. टेबलाजवळ बसताना सरळ बसा आणि पोट आत घ्या. त्यामुळे तुम्ही अधिक चांगल्या तर दिसालच, तुमचे पोटाचे स्नायू अधिक घट्ट होतील आणि कमरेच्या आजूबाजूचा घेर वाढलेला दिसणार नाही.

कॉम्प्युटरवर काम करत असताना 'केगेल' व्यायामाच्या प्रकाराने स्त्रिया त्यांची 'पेल्व्हिक फ्लोअर' अधिक घट्ट बनवू शकतात. ज्या स्नायूमुळे तुम्ही तुमच्या मूत्रविसर्जनाच्या संवेदनेवर नियंत्रण ठेवता, तो स्नायू आकुंचन-प्रसरण करण्याचा व्यायाम करायचा. ह्या व्यायामामुळे तुमचं सेक्स-लाईफ अधिक परिपूर्ण व्हायला तर मदत होईलच, भविष्यकाळात उद्भवू शकणारा नकळत मूत्रविसर्जन होण्याचा प्रश्नही रोखता येईल.

आणखी काही करावंसं वाटतंय? लंच-ब्रेकमध्ये सहकाऱ्यांबरोबर टिवल्या-बावल्या करण्यापेक्षा, एखादा ग्रुप एक्झरसाईज करा. तुमच्या ऑफिसमध्ये जर जिम असेल तर तुम्ही एकट्या वर्क-आऊट करू शकता, किंवा एखाद्या मित्र-मैत्रिणीला बरोबर घेऊन देखील करता येईल. त्यामुळे तुम्हालाही व्यायाम करण्याची प्रेरणा मिळेल.

गेम्स रूम असेल, तर टेबल-टेनिसचा एखादा दुसरा राऊंड खेळा. जर काहीच नसेल, तर इतरांनाही बरोबर घेऊन जरा फिरून या. ह्या प्रकारात जर तुम्ही थोडी स्पर्धात्मकतेची भावनाही जागवलीत, उदा. ठरावीक वेळात कोण अधिक फिरून येते, वगैरे तर त्याच्यातही मजा वाटेल आणि मजा वाटणाऱ्या गोष्टी एकत्र करणं, हा टीम स्पिरीट मजबूत करण्याचा एक चांगला मार्ग आहे.

कामाव्यतिरिक्त तुमच्याकडे किती कमी वेळ उरतो, तो काही प्रश्न नाही. त्या प्रत्येक क्षणाचा उपयोग होऊ शकतो. जेवणानंतर जर तुमच्याकडे अर्धा-एक तास मोकळा असेल, तर नुसतंच टी.व्ही. बघत बसू नका. तुमचा नवरा, बॉयफ्रेंड, कुत्रा

ह्यांपैकी (जे कोणी तयार असतील!) कोणाला तरी सोबतीला घेऊन पटकन फिरून या. अगदी वीस मिनिटं जरी फिरून आलात, तरी बिलकूल न जाण्यापेक्षा ते अधिक चांगलं आणि जर तुमची टी.व्ही. बघायची सवय मोडता येत नसेल, तर एखाद्या कोपऱ्यात क्रॉस-ट्रेनर किंवा ट्रेड-मिल ठेवता येईल, म्हणजे तुमचा आवडता कार्यक्रम बघता बघताच 'वर्क-आऊट' ही करता येईल.

कामानिमित्ताने प्रवास करत असताना, दोन मीटिंगच्या मधल्या मोकळ्या वेळात हॉटेलच्या जिममध्ये जा, नाहीतर नुसतंच पळून या. प्रवास करताना नेहमी तुमच्या बरोबर स्नीकर्सचा किंवा ट्रेनर्सचा एक जोड बरोबर ठेवा, म्हणजे तुमची पंचाईत होणार नाही. तुमच्या गाडीत, नाहीतर टेबलाच्या ड्रॉवरमध्येदेखील तुम्ही एखाददुसरा जोड ऐन वेळी वापरता येण्यासाठी ठेवू शकता. वस्तुस्थिती अशी आहे की एखादी गोष्ट तुम्हाला अगदी निकडीने मिळवायचीच असेल, तशी ओढ असेल, तर तुम्हाला त्यासाठी वेळ काढता येतोच.

शरीराला व्यायाम देत असतानाच, तुमच्या मनालाही व्यायामाची गरज आहे, ह्या गोष्टीकडे दुर्लक्ष करू नका. 'वर्क-आऊट' नव्हे, तर कामापासून विश्रांती, ध्यान, मंत्रजप, किंवा शांत बसून घोंगावणाऱ्या विचारांपासून मन स्थिर करण्याचा प्रयत्न करणं ह्या प्रकारे मनाला विश्रांती देता येईल. कामाच्या ताणाखालीही डोकं शाबून ठेवण्यासाठी मधून मधून कोंडलेल्या वाफेला वाट करून द्यावी, तसं मनावरचं ओझंही उतरवण्याचीही गरज आहे.

काहींना आध्यात्मिक गोष्टींमुळे दिलासा मिळतो, तर इतरांना दिवसभर काम करून थकल्यावर संगीत ऐकायला आवडतं. तुमच्या विरंगुळ्याची पद्धत तुम्हीच निवडा आणि मग कितीही कमी वेळ मिळाला तरी तो त्या पद्धतीने घालवा.

## ऑफिस रूटिनच्या दहा पायऱ्या (तुमच्या अक्कलहुशारीने त्यांचा वापर करा)

* कॉम्प्युटरसमोर सतत बसून येणारा ताण कमी करण्यासाठी खुर्चीत सरळ बसा. दोन्ही हात तुमच्या डोक्याच्या वर उंचावून शरीराला ताण द्या. एक हात ताणून उंचावा आणि नंतर दुसरा, असं दहा वेळा करा. तुमची मान, पाठ आणि खांदे, ह्यांवर येणारा ताण ह्या बसल्या जागीच केलेल्या व्यायामामुळे कमी व्हायला मदत होईल.
* तुमच्या डोळ्यांनाही 'वर्क आऊट' द्या. साधारण प्रत्येक अर्ध्या तासाने डोळे दोन्ही दिशांना वर्तुळाकार फिरवा. कॉम्प्युटर स्क्रीनपासून मधून मधून दूर जा, म्हणजे तुमच्या डोळ्यांनाही वरचेवर विश्रांती मिळेल.

* कॉम्प्युटरवर काम करून हातांना पेटके येत असतील, तर तुमची मनगटं गोलाकार फिरवा, प्रथम मूठ घट्ट वळा आणि ती दाबा. हात लांब ताणा आणि बोटंही मोकळी करा.
* तुमचे खांदे कानाच्या दिशेने वर करा आणि पुन्हा विश्रांतीच्या स्थितीत खाली आणा. मग दहाच्या गणतीत खांदे पुढल्या आणि मागल्या दिशांनी गोल फिरवा.
* मानेवरचा ताण कमी करण्यासाठी डोक्याच्या बाजूंना तुमचे तळवे टेकवा. ते सरळ ठेवून तुमचं डोकं त्यांच्यावर दाबा. दोन्ही बाजूला आळीपाळीने हा व्यायाम करा. मग तुमचा तळवा डोक्याच्या मागच्या बाजूला टेकवा आणि मग तुमच्या कपाळावर, तोच व्यायाम दहा वेळा करा.
* खुर्चीत सरळ बसा. खुर्चीच्या दोन्ही हातांवर तुमचे हात ठेवा. हातांचा उपयोग करून स्वत:ला वर उचला. मध्ये 'पॉझ' घ्या आणि मग शरीर खाली करा, सीटपासून थोड्या अंतरावर थांबा. ह्यामुळे तुमच्या दंडांना, पाठीला आणि ढुंगणाला व्यायाम मिळेल. पाच वेळा करण्यापासून सुरुवात करून  हळूहळू प्रमाण वाढवा.
* खुर्चीत पुढल्या बाजूला बसा. तुमचे हात मागच्या बाजूला पूर्णपणे घेऊन हातांची बोटे एकमेकात गुंतवा. खांदे ताणून धरा, पाठ मोकळी करा. डोकं सरळ ठेवा आणि समोर बघा. दीर्घ श्वास घ्या.
* खुर्चीत बसलेल्या असताना कुल्ले आक्रसून घ्या आणि मग सैल सोडा. त्यामुळे त्यांना घट्टपणा येईल. तुम्ही पोटाच्या स्नायूंना व्यायाम देण्यासाठी देखील प्रथम ते आत ओढणं आणि मग सैल सोडणं असं करू शकता.
* तुमच्या टेबलाच्या समोर उभ्या राहा. टेबलाच्या कोपऱ्यांवर तुमचे हात टेकवा. तुमचं वजन त्यावर तोललं जाईल, ह्याची खातरजमा करा. मग काही पावलं मागे जाऊन 'पुश-अप्स' काढता येतील एवढं अंतर ठेवून, ते आरामात काढता येतील ह्याची खात्री करा. दिवसातून दोनदा, एका वेळेला दहा ह्याप्रमाणे 'पुश-अप्स' काढा.
* भिंतीला किंवा फायलिंग कॅबिनेटला टेकून उभ्या राहा. तुमची एक टाच वर उचलून तुमच्या कुल्ल्याला टेकवा. (जेवढी वर जाईल, तेवढी उंचावून) सहा आकडे मोजेपर्यंत ह्या स्थितीत राहा. मग टाच खाली आणा. दुसऱ्या पायाचा गुडघा त्यावेळेला वाकलेल्या स्थितीत ठेवा. पायातल्या स्नायुबंधनांवर आलेला ताण दूर होण्यास ह्या व्यायामाने मदत होईल. असंच दुसऱ्या पायाने करा. दहाने सुरुवात करून वीसपर्यंत जा.

## खा, प्या पण निरोगी राहा

वेड्यासारखं तासन्‌तास काम करणं आणि परिणामत: ताणाची पातळी सतत उंचावत राहाणं, हे काही चांगल्या खाण्याला पूरक नाही. दोन जेवणांच्या मध्ये दीर्घ अंतर सोडल्याने आपल्याला सपाटून भूक लागते आणि मग आपण जेवायला बसल्यावर मूर्खासारखे पोटाला तडस लागेपर्यंत बकाणे भरतो. बाहेर जेवायला गेलो तर हेल्दी ग्रीन सॅलड टेबलावर यायची वाट बघायच्याऐवजी, आपण ब्रेड-बास्केट असलेल्या पदार्थांवर ताव मारत राहतो.

आपण रात्री घरी परततो, तेव्हा आपल्याला सपाटून भूक लागलेली असते; पण स्वयंपाक करण्यासाठी मात्र थकून गेल्यामुळे एनर्जी नसते. मग आपण एखाद-दुसरा बिस्किटाचा पुडा, नाहीतर एखादं कुरकुरीत खाण्याचं पाकीट हातात घेतो आणि ते खाता खाता बिछान्याकडे जातो. आपण काय खाल्लंय, ते पचवण्याची संधीदेखील आपण आपल्या शरीराला देत नाही. म्हणूनच मग आपण दुसऱ्या दिवशी उठतो तेव्हा आपण आळसावलेले असलो आणि उशीरापर्यंत काम करण्यासाठी कॉफीचे कपच्या कप रिचवावे लागणार असतील, तर त्यात काय आश्चर्य?

खरं म्हणजे, आपली आधुनिक जीवनशैलीच अशी काही झालीय, की पौष्टिक खाण्यातली शिस्तबद्धताच त्यामुळे आपण गमावून बसलोय. चांगला ब्रेकफास्ट हा दिवसाची सुरुवात करण्याचा एक उत्तम मार्ग आहे, हे प्रत्येकजण मान्य करतो, पण प्रत्येक सकाळी आपण एवढे घाईत असतो, की एखादा कप चहा, किंवा कॉफी, नाहीतर दूध, टोस्टचा एखादा तुकडा एवढ्यावरच भागवतो. कामाला जाताना जेवणाचा डबा बरोबर नेणं आपल्याला एवढं बालिशपणाचं वाटतं, की शेवटी आपण ऑफिसच्या कॅन्टिनमध्ये नाहीतर, जवळच्या रेस्टॉरंटमध्ये काहीतरी खातो. हे सांगायची गरज नाही, की शेवटी आपण तेलकट, हाय कॅलरीज पदार्थ पोटात ढकलतो, मग तो कुरकुरीत डोसा असो, काळी डाळ, नाहीतरी मग तळलेलं, चिली चिकन!

कामाच्या ठिकाणी मिळणारे खाद्यपदार्थ क्वचितच आरोग्यदायक असतात. एकतर व्हाइट ब्रेडची सँडविचेस, नाहीतर तेलकट भजी, किंवा मग तसंच काहीतरी. आपल्यातले काही 'गुणी' लोक हाय-फायबर बिस्किटं खाऊन आपण आपल्या कमरेच्या घेरावर उपाय करतोय अशा भ्रमात राहातील. पण त्या बिस्किटांबरोबर दिवसभरातल्या खाल्ल्या जाणाऱ्या त्यांतील साखर आणि क्रीमचीही कल्पना करा, म्हणजे मग तुमचे ट्राऊझर्स तुम्हाला आरामशीरपणे का 'फिट' होत नाहीत, ह्याचं उत्तर मिळेल! आणि ह्यात तुम्ही घेता त्या दूध-साखर घातलेला चहा किंवा कॉफी यांचा अंतर्भाव केलेला नाही. संध्याकाळी मोकळं वाटण्यासाठी घेतलेली एक-दोन

ड्रिंक्स त्याच्यात मिळवा आणि मग तुम्हाला कळून येईल की एका पूर्ण एक्स्ट्रा जेवणाइतक्या कॅलरीज तुमच्या लक्षात न येताच तुमच्या शरीरात गेल्यात.

डाएट गुरूंनी पुरस्कार केल्याप्रमाणे ठरावीक वेळाने खाणं आपल्या कामाच्या घाईगर्दीच्या स्वरूपामुळे आपल्याला कधीच जमत नाही. त्याऐवजी आपण डाएटवर लिहिलेल्या पुस्तकातली प्रत्येक चूक करतो. दोन जेवणामध्ये अधिक अंतर सोडणं, धावपळीतच कसंतरी खाणं, कधी उपास, तर कधी मनमुराद पुख्खा झोडणं, वगैरे. आपल्याला ह्याची कल्पनादेखील येत नाही, कारण दिवसभरात चुकूनमाकून खाल्लेलं बिस्किट, नाहीतर घेतलेला चहा, ह्याचा पुस्तकात उल्लेख नसतो. पण ह्या सगळ्यामुळे आपल्या कमरेचा घेर वाढण्यावर नक्कीच परिणाम होतो.

आणि मग ऑफिस एंटरटेनमेंटचा भाग म्हणून बाहेर खाणं आलंच, ज्यातून तुमची सुटका नसते.

ह्यातला दैवदुर्विलास असा आहे की जेव्हा तुम्ही तरुण असता, तेव्हा तुमचा मेटाबॉलिक रेट पण उच्च असतो, ज्यामुळे तुम्ही काहीही खाल्लं तरी तुमचं वजन वाढत नाही. तुम्हाला वरचेवर जेवणाची निमंत्रणंही येत नाहीत. पण जसं तुमचं वय वाढतं आणि त्याबरोबर तुमचा मेटाबॉलिक रेटही संथ होतो तसं तुम्हाला लोकांना एंटरटेन करण्याचे प्रसंगही अधिक येतात आणि तुम्हालाही 'स्टाईलमध्ये' एंटरटेन करण्यात येतं.

आणि अर्थात, तुम्ही डाएटवर आहात, 'नो वाईन, थँक्स, मी फक्त पाणी आणि ग्रीन सॅलड घेईन.' असं काही तुमच्या पाहुण्यांना सांगून तुम्ही त्यांचा हिरमोड करू शकणार नाही. मग तुम्ही एक जबरदस्त तीन कोर्सचं जेवण अगदी डेझर्टसह ऑर्डर करता, ते पचवण्यासाठी भरपूर दारूही रिचवता. अर्थातच पाहुण्यांना 'कंपनी' देण्यासाठी असं आठवड्यातून दोन-तीन वेळा झालं, की तुमच्या वजनावर आणि कोलेस्टरॉलवर त्याचा वाईट परिणाम झाल्याशिवाय कसा राहील?

ह्या सगळ्या बेबंद मिश्रणात ऑफिसमधलं तुमच्यावरचं 'हाय प्रेशर' मिसळा आणि मग तुमच्या लक्षात येईल की हृदयरोग, उच्च रक्तदाब आणि मधुमेह ह्या रोगांच्या बाबतीत स्त्रियाही पुरुषांच्या बरोबरीने का आढळायला लागल्या आहेत ते. वरताण म्हणजे अधिक ताणामुळे कोर्टिसोल ह्या हार्मोनचा स्राव वाढतो आणि त्यामुळे वजनही वाढतं. ह्या सगळ्या गोष्टींचा नीट विचार करा आणि मग तुम्हाला कळून चुकेल की तुम्ही कामाला सुरुवात केली, त्या दिवसापासून ते आजतागायत तुमचा 'शेप' आता एवढा वाईट का आहे, एवढंच नव्हे, तर दिवसेंदिवस बिघडतच का चालला आहे!

मग, ह्याचा अर्थ असा आहे का, की तुम्ही प्रयत्नच सोडून द्यावेत, किलोवर

किलो वजन वाढू द्यावं आणि हेवी पण 'हॅपी' राहावं? अजिबात नाही. प्रत्येक प्रश्नाला उत्तर असतं आणि कामाच्या ठिकाणी सोडवाव्या लागणाऱ्या इतर प्रश्नांपेक्षा हा प्रश्न कमी गुंतागुंतीचा आहे. तुम्हाला फक्त त्या प्रश्नाचा अभ्यास करायचाय, अडचणी शोधून काढायच्या आहेत आणि एका शिस्तबद्ध पद्धतीने प्रश्नाचा समाचार घ्यायचाय.

प्रथम कशावर ताबा मिळवावा लागेल तर तो तुमच्या डाएटवर. आणि तुम्ही जर स्वयंप्रेरित आणि सुसूत्रपणे वागणाऱ्या असाल, तर ते सुलभ होईल. तुमचं सडपातळ असतानाचं चित्र तुमच्या ड्रॉवरमध्ये दिसेल असं लावून ठेवणं हा डाएटवर टिकून राहायचा एक उत्तम उपाय आहे. जेव्हा कधी तुम्हाला एखादं बिस्किट खांवसं वाटेल, तेव्हा ड्रॉवर उघडा आणि एक ओझरती नजर त्या फोटोकडे टाका. तुम्हाला पुन्हा तसं दिसायचंय? ठीक आहे तर, बिस्किटं तुमच्यासाठी नाहीत.

आणि त्याचा उपयोग होत नसेल, तर जेनिफर ॲनिस्टनचा बिकिनीमधला, नाहीतर एलिझाबेथ हर्लीचा 'रेड कार्पेट'वर चालताना परिधान केलेला इव्हिनिंग गाऊनमधला फोटो, तुमच्या कॉम्प्युटरचा स्क्रीन सेव्हर म्हणून ठेवा. त्यात लोकांना तुमच्या लैंगिक ओढीविषयी कुतूहल निर्माण होण्याची शक्यता आहे, पण त्या दोघींची ती आदर्श, कमावलेली शरीरं, सडपातळ पोटं आणि घट्ट पोटऱ्या, तुम्ही डाएटवर असताना फसवणार नाही, ह्याची खात्री देतील.

'हेल्दी' खाण्यासाठी तुमच्या सहकाऱ्यांनादेखील प्रवृत्त करा. तुमच्या भोवतालचे लोक पिझ्झावर नाहीतर हॅम्बर्गरवर ताव मारत असताना, तुम्ही मात्र एखादं सफरचंद, नाहीतर परतलेल्या भाज्या खाऊन राहणं कसं शक्य आहे? म्हणून मग कामाच्या ठिकाणी आरोग्यपूर्ण खाण्यासंबंधी एक मोहीमच सुरू करा. कामावर येताना होल व्हिट सँडविचेस आणि सॅलड घेऊन या. तुमच्या सहकाऱ्यांबरोबर तुमचं लंच 'शेअर' करा. म्हणजे तुमच्या आत्मसन्मानाच्या भावनेत ते देखील सहभागी होतील.

त्यांनाही तसंच करायला प्रवृत्त करा. सगळेजण जर विचारपूर्वक खात असतील, तर तुमच्या सगळ्या चांगल्या संकल्पांना धरून राहाणं तुम्हाला अधिक सोपं होईल.

तुमचा एक डाएट-चार्ट बनवण्यासाठी थोडा वेळ द्या. योग्य व्यावसायिक सल्ल्यासाठी एखाद्या डाएटिशियनला भेटा आणि नंतर त्याप्रमाणेच वागा. तुम्ही तुमच्या डाएटशी अप्रमाणिक होण्याची आणि फार भूक लागल्याने डाएटला धुडकावून खाण्याची शक्यता केव्हा अधिक असू शकते, हे शोधून काढा. भुकेच्या कळा आवाक्यात ठेवण्यासाठी त्यावेळेस तुमचं लक्ष खाण्यापासून विचलित होईल, अशी दक्षता घ्या, नाहीतर मग अयोग्य खाण्याऐवजी काहीतरी 'हेल्दी'

पदार्थ खा. उदाहरणार्थ, चहाच्या वेळी बिस्किटं खाण्याऐवजी एखादं पेअर खा.

योग्य त्या खाण्याच्या सवयी अंगात बाणवा. कितीही घाई झाली तरी जवळजवळ रिकाम्या पोटी कामाला जायला निघू नका. एखाद्या बाऊलमध्ये शुगर-फ्री सिरिअल घेऊन त्यात थंड दूध घालायला फार श्रम लागत नाहीत. तुमच्या कामाच्या शेड्यूलमुळे एग-व्हाईट घुसळून ऑम्लेट बनवायला वेळ नसेल, तर सिरिअल खाणं हा एक आरोग्यदायी पर्याय आहे.

तुमची हाडं मजबूत राहावी, ह्यासाठी लो-फॅट दुधाच्या एका ग्लासबरोबर मल्टी व्हिटॅमिन आणि अँन्टि-ऑक्सिडंटच्या गोळ्या गिळून टाका. तुमच्या डाएटमधून जर तुम्ही डेअरी प्रॉडक्ट्स बाद केली असतील, तर सोया मिल्क देखील चालेल. हा पर्याय जर एवढा चविष्ट वाटत नसेल, तर मग कॅल्शियमच्या गोळ्या पटकन तोंडात टाका.

तुम्हाला दिवसाच्या पहिल्या भागात जर विशेष भुकेलेलं वाटत नसेल, तर एक बाऊल भरून फळं खा. कलिंगड आणि पपई जवळजवळ कॅलरी-फ्री असतात. गाडीने जाता जाता एखादं केळं खा. तुम्हाला तुमच्या तब्येतीची खरोखरच काळजी घ्यायची असेल, तर आदल्या रात्री एखादं डाळिंब सोलून फ्रीजमध्ये ठेवा. डाळिंबामध्ये आरोग्यदायी, जादू घडवून आणणारे घटक असतात. डाळिंबामुळे कोलेस्टॉरालची पातळी कमी होण्यास मदत होते, हे देखील सिद्ध झालेलं आहे. डाळिंब खाल्ल्याने तुम्ही दिवभर फ्रेश आणि तरतरीत तर राहालच, पोट भरल्यासारखं वाटल्याने जेवणापूर्वीचं एखादं चटक-मटक खाणं मागवण्याच्या मोहालादेखील तुम्ही बळी पडणार नाही.

कॅफेनवर अवलंबून राहाण्याच्या सवयीवर देखील मात करा. अगदीच गळल्यासारखं वाटत असेल, तर ती सवय सावकाशीने, पण निश्चितपणे सोडवा. सकाळी एक आणि संध्याकाळी एक, एवढेच कॉफीचे कप घ्या. कॅपुचिनो कॉफीपासून दूरच राहा, कारण त्यात घातलेल्या दुधामुळे तुमच्या एकूण कॅलरीज वाढतात. काळी कॉफीच प्या, नाहीतर मग लेमन टी, ज्यामुळे तुमचे पाचक रस स्रवत राहातील. चहा किंवा कॉफी पिताना चवीने प्या. तुमच्या शरीराला जणू काही इंधनाची गरज आहे, अशा प्रकारे एका घोटात घशाखाली पेय उतरवू नका.

रात्रंदिवस डाएट कोक, नाहीतर खराखुरा कोक रिचवत राहू नका. थंड पेय प्यावंसं वाटलं, तर घरीच बर्फ घातलेला आणि लिंबू नाहीतर पुदिन्याच्या पानांची चव दिलेला चहा तयार करून तो फ्लास्कमध्ये भरून, ऑफिसला बरोबर घेऊन जा. तरतरी येण्यासाठी काहीतरी थंड पिण्याची गरज वाटेल, तेव्हा ग्लासात चहा ओतून घ्या. चायनीय किंवा जापनीज टी हा दुसरा एक चांगला पर्याय आहे. विशेष करून त्यात साखर किंवा स्वीटनर घालावं लागत नसल्याने ते अधिक योग्य ठरतं.

तुमच्या चहा-कॉफीत जर तुम्हाला शुगर पाहिजे असेल, तर मग दिवसातून एखादाच कप घ्या.

हे सगळं करत असतानाच, रोज निदान एक लिटर पाणी प्यायला पाहिजे, ह्या गोष्टीकडे दुर्लक्ष करू नका. त्यासाठी सर्वांत उत्तम मार्ग म्हणजे कामाला आल्याआल्या एक मोठी पाण्याची बाटली तुमच्या टेबलावरच ठेवा. घरी जाईपर्यंत ती रिकामी व्हायला हवी. काम करताना मधून मधून पाण्याचे सिप घ्या.

कामाच्या ठिकाणी चांगल्या प्रकृतीचं चमकतं उदाहरण असणं ठीक आहे, पण घरच्या खाजगी आयुष्यात परतल्या परतल्या तुम्ही पुन्हा जुन्या सवयींकडे वळत असाल, तर ते चांगलं नाही. लक्षात ठेवा, तुम्हाला नेहमीच 'हेल्दी' खाल्लं पाहिजे. आणि घरात तुम्ही चटपटीत नमकीन, तेही व्हिनिगरची चव दिलेलं, नक्की कुठे ठेवलं आहे हे लक्षात असेल, तर ते खाण्याचा मोह तुम्हाला आवरणार नाही. तब्येत चांगली ठेवायची असेल, तर त्या मोहापासून दूर राहावंच लागेल. उत्तम म्हणजे हे मोहच तुमच्यापासून दूर ठेवा. ह्याचाच अर्थ, स्वयंपाकघरातून आणि फ्रीजमधून हे सगळे नकोसे पदार्थ हटवून टाकणं.

एकदा तुम्ही तुमच्या कपाटातील खण रिकामे केले की तिथे हेल्दी खाद्यपदार्थ आणि पेयं ह्यांचा साठा करा. उदाहरणार्थ, जेवणाच्या टेबलावर सहजपणे मिळू शकतील, अशा प्रकारे भरपूर फळं ठेवा. म्हणजे तुम्हाला दिवसभरात अपेक्षित पाच वेळा खाण्याइतकी फळं मिळू शकतील. पण आंबे, चिक्कू आणि केळी मात्र थोड्या प्रमाणात खा. साप्ताहिक सुटीच्या वेळेला चिकन स्टॉक तयार करून फ्रिजमध्ये ठेवा, म्हणजे तुम्हाला कामावरून घरी आल्यावर पटकन पोषक सूप बनवून घेता येईल. जेव्हा तुम्हाला वेळ मिळेल, तेव्हा पास्ता सॉस अधिक प्रमाणात तयार करा आणि फ्रिजमध्ये ठेवून द्या. मग केव्हाही पास्ता उकळून घेऊन, त्यात भरपूर हिरव्या भाज्या चिरून टाकल्या, म्हणजे एक चवदार जेवण पटकन तयार होईल.

रात्रीच्या वेळी उशिरा जेव्हा तुम्हाला चॉकलेट खाण्याची तीव्र इच्छा होईल, तेव्हा त्याऐवजी खाण्यासाठी भरपूर हेल्दी स्नॅक्सचा साठा असू द्या. तळलेल्या पदार्थांपेक्षा भाजलेले पदार्थ खाणं अधिक योग्य. सुक्या मेव्याची आणि दाण्यांची एखादी पिशवी उपयुक्त ठरेल. जर चॉकलेट खायचंच असेल तर ते कोकोचं प्रमाण अधिक असलेलं डार्क चॉकलेटच आहे, ह्याची खात्री ठेवा. चॉकलेट बिस्किट चघळण्याला हा एक आरोग्यपूर्ण पर्याय आहे, पण ते फक्त काही चौकोन खाण्यापुरतंच मर्यादित ठेवा.

जेव्हा तुम्ही हेल्दी स्नॅक्सची खरेदी करता, तेव्हा ती दोन लॉट्समध्ये करा. एक लॉट घरासाठी, दुसरा ऑफिससाठी. तुमचा जागृतावस्थेला अधिकांश वेळ

तुम्ही ऑफिसमध्येच घालवत असल्याने, तुम्ही ऑफिसमध्ये गलितगात्र होणार नाही, ह्यासाठी ते आवश्यक आहे.

पण नोकरी करणाऱ्या स्त्रियांना सर्वांत मोठा धोका आहे तो बाहेर खाण्याचा. तुम्ही जेवणाच्या वेळेला जर फक्त सूप आणि सॅलड एवढ्यावरच भागवलंत, तर प्रत्येकजण तुमच्याकडे चकित होऊन बघायला लागेल आणि बहुतेक तुमच्या 'इटिंग डिसऑर्डर'बद्दल कुजबुज सुरू होईल. म्हणून मग तुम्ही खरं म्हणजे ही एक सवय म्हणून असं वागू शकणार नाही, कारण त्यावरून लोकांची वेगवेगळे अंदाज वर्तवायला सुरुवात होईल आणि काही काळानंतर हे फार कंटाळवाणं होऊ लागेल, ह्या सत्याचा सामाना करायची तयारी ठेवा.

मग बाहेर खाऊनही वजन वाढणार नाही, हे एखाद्याला कसं शक्य होईल? सोपं आहे. डिनरच्या वेळेला हाय-प्रोटिन, लो-कार्बोहायड्रेट पद्धतीला धरून राहा. तुम्ही जर मांसाहारी असाल, तर ते अधिकच सोपं होईल. एखादं मस्त वाफवलेलं फिश भाज्यांसह ऑर्डर करा, मश्रूम्ससह रोस्टेड चिकन मागवा, किंवा सॅलडसह कबाबची प्लेट मागवायलादेखील हरकत नाही. तुम्ही स्वत:कडे फारच लक्ष देताय असं वाटत असेल, तर बटाटे साइड डिश असलेलं मटण मागवायला देखील हरकत नाही, पण विशेष जेवण असल्याखेरीज पोटॅटो फ्राईज मागवू नका. ब्रेड टाळण्याचा शक्यतो प्रयत्न करा. पण जर ते शक्य होणार नसेल, तर निदान तो लोण्याने माखून खाण्याऐवजी ऑलिव्ह ऑईलमध्ये बुडवून खा.

तुम्ही जर शाकाहारी असाल, तर लो-कार्ब डाएटला धरून राहाणं थोडं त्रासदायक होईल, पण अशक्य मात्र नाही. सुरुवात म्हणून तुम्ही फेटा चीज घातलेलं ग्रीक सॅलड, नाहीतर बाल्सॅमिक ड्रेसिंगचं रॉकेट सॅलड, किंवा मोझरेला चीज आणि टोमॅटोने सुरुवात करू शकता. थंडीच्या दिवसात क्रीम न घातलेलं सूपही चांगलं लागेल.

तुम्ही जर भारतीय पद्धतीचं जेवण मागवणार असाल, तर लो-कार्ब डाएटचे नियम पाळणं अधिकच अवघड होईल, पण अशक्य मात्र नाही. तुम्ही भरपूर ग्रीन सॅलडसह तंदुरी चिकन, नाहीतर फिश कबाब खाऊ शकता, पण ब्रेड आणि डाळ मात्र टाळा.

तुम्ही शाकाहारी असाल तर भरपूर भाज्या, रायतं मागवा आणि त्याबरोबर फक्त एखादी रोटी आणि थोड्या प्रमाणात भात खा. शक्य झालं तर कोंड्याची चपाती, नाहीतर बेसन घालून बनवलेली मिस्सी रोटी खा, म्हणजे तुमचा कार्ब काऊंट खाली राहील.

कठीण गोष्ट ही आहे की अल्कोहोलमधून मिळणाऱ्या कॅलरीज कशा टाळायच्या? तुम्ही जर लोकांना कॉकटेल्ससाठी भेटत असाल, तर त्याबरोबर तुम्हाला नमकीन

स्नॅक्स देण्यात येतील. कनॅपीजना नाही म्हणा, रेड वाईनमध्ये कॅलरीज सर्वांत कमी असतात, म्हणून व्हाईट वाईन किंवा शॅम्पेन घेऊ नका. ज्या ड्रिंक्समध्ये सर्वांत कमी कॅलरीज असतील, तेच ड्रिंक घ्या. ड्रिंकचे हळूहळू सिप घेत राहा, म्हणजे डिनरपर्यंत तुम्ही वेळ काढू शकाल. डिनरच्या वेळी पाणीच प्या. एखादं फारच विशेष जेवण असेल, त्याचवेळी डिनरबरोबर वाईन घेणं योग्य.

सगळ्या कॅलरीजचा संचय होत असतो, म्हणून ज्यामुळे तुम्हाला छान वाटेल आणि ज्या कॅलरीजसाठी तुम्हाला तो न टाळता येणारा व्यायाम करावा लागणार आहे, त्याच कॅलरीज घ्या. ह्याचाच अर्थ चीप वाईनला, बेकार चीजला, बेचव करीजना आणि नीट न बनवलेल्या बिर्याणीला नाही म्हणणं. पण वेळ प्रसंगी मेजवानी झोडायला हरकत नाही, म्हणजे तुम्हाला नेहमीच कशावर तरी पाणी सोडावं लागतं, असं वाटणार नाही. म्हणून मग तो चॉकलेट केक फारच छान दिसत असेल, तर एखादा स्लाइस खायला हरकत नाही. पण कृपा करून फक्त एकच स्लाइस, अख्खा केक नव्हे, फॉर गॉड्स सेक! आणि फक्त कधी कधी तुम्ही प्रत्येक वेळी तुम्ही त्या विशिष्ट रेस्टॉरंटमध्ये डिनरसाठी जाल, तेव्हा दरवेळी केक खाल्लाच पाहिजे असं नाही.

तुम्ही काय काय खाता, ह्याची नोंद ठेवण्यासाठी एक फूड डायरी लिहीत जा. एखाद्या चांगल्या दिवशी तुम्ही किती गोष्टी टाळल्या आणि वाईट दिवशी किती अनहेल्दी गोष्टी खाल्ल्या, ह्याच्या नोंदी बघून तुम्हालाच आश्चर्य वाटेल. आठवड्यातून एकदा तरी वजन करा. एखाद-दुसऱ्या किलोनेदेखील वजन वाढलं असेल, तर ताबडतोब कृती करा. नाहीतर तुम्हाला कळायच्या आत तुम्ही तुमच्या मूळ आकाराच्या दुप्पट फुगलेल्या असाल! आणि मग तुम्हाला अगदी मामुली खाण्यावाचून दुसरा मार्ग उरणार नाही.

### फूड डायरी ऑफ ए हेल्दी इटर

**सकाळी ८ वाजता –** एका लिंबाचा रस घातलेल्या कोमट पाण्याच्या ग्लासाने तुमच्या मेटाबॉलिझमला चालना द्या. दोन चमचे मोड आलेलं कडधान्य चावून खा. दोन्ही पदार्थांत मधाचा वापर ऐच्छिक, नंतर रात्रभर पाण्यात भिजवलेले पाच बदाम खा.

**सकाळी साडे आठ वाजता –** लिंबू पिळलेला दोन कप चहा, किंवा एक मग ब्लॅक कॉफी पिऊन तरतरीत व्हा. पेपर चाळता चाळता फळांच्या तुकड्यांसह एक बाऊल लो-फॅट योगर्ट, नाहीतर मग लो-फॅट दुधाचा एक मोठा ग्लास घ्या. किंवा मग एका होल व्हीट टोस्टसह अंड्याच्या पांढऱ्या बलकाचं बनवलेलं

ऑम्लेट खाऊ शकता. पण टोस्टला बटर अगदी नावापुरतंच लावा, किंवा मग लो-फॅट दुधाच्या बाऊलमध्ये साखर न घालता सिरिअल घालून खा.

**११ वाजता —** कामातून वेळ काढा आणि एखादं सफरचंद नाहीतर पेअर साल तशीच ठेवून खा. त्यानंतर गोड न केलेला एक मग चायनीज ग्रीन टी, किंवा जॅपनीज ब्लॅक टी घ्या.

**दु. १ वाजता —** शेवटी एकदा लंच! काकड्या, टोमॅटो, भरपूर लेट्यूस, आरूगुला, ढोबळी मिरची, फेटा चीजचे काही तुकडे घातलेलं एक मोठं बाऊल भरून सॅलड, एक बाऊल क्रीम न घातलेलं सूप (शाकाहारी किंवा मांसाहारी) आणि होल-व्हीट ब्रेडचा एक तुकडा.

दुसरा पर्याय म्हणजे एक मोठा बाऊल भरून भाजी, थोडी डाळ, एक चपाती किंवा एक छोटा बाऊल भरून भात, बरोबर ग्रीन सॅलड.

**चार वाजता —** आत्तापर्यंत छान वागलात, आता त्याचं बक्षीस म्हणून एक कप कॅपुचिनो कॉफी आणि छोटंसं बिस्कीट आणि अगदी आरोग्यदायी वाटत असेल, तर एक मग आइस्ड टी आणि बरोबर तोंडात टाकायला सुकवलेल्या बिया-सूर्यफूल, भोपळा किंवा फ्लॅक्सच्या?

**आठ वाजता —** रात्रीच्या जेवणासाठी घरी परत? टोमॅटो सॉसमध्ये केलेला साधासा पास्ता, सोबत सॅलड किंवा जरा गंमत म्हणून चायनीज पद्धतीने केलेलं, भरपूर हिरव्या भाज्या घातलेलं स्टर-फ्राईड चिकन बनवा.

भारतीय पद्धतीचं जेवण बनवायचा मूड असेल, तर मग डाळ, दोन भाज्या, एक चपाती किंवा एक छोटा बाऊल भात आणि भरपूर ग्रीन सॅलड. तुम्ही जर फिश किंवा चिकन खाणार असाल, तर मग सिरिअल टाळा. बाहेर खाताना हेच नियम पाळा आणि जेवणाबरोबर एखाद-दुसरा रेड वाईनचा ग्लास घ्या.

**अकरा वाजता —** झोपण्यापूर्वी जरा मोकळं मोकळं व्हायचंय? एखादा कोमट दुधाचा ग्लास किंवा मग चामोमिल चहाचा एखाद-दुसरा कप. मध्यरात्री गोड खावंसं वाटलं, तर डार्क चॉकलेटच्या फक्त एखाद्या छोट्या चौकोनावर मजा करा.

# वेगवान आयुष्य

(किंवा नोकरीच्या ठिकाणी मुसंडी कशी मारायची?)

मधल्या फळीपर्यंत पोहोचणं सोपं आहे आणि अशा मध्यम स्थितीत पोहोचणं एवढीच जर तुमची आकांक्षा असेल, तर बायांनो पोहोचलात बरं, अगदी सुखरूप. (आणि अगदी वेळेवर पोहोचलात बरं, तुमच्या मुलांना अंथरुणात नीट निजवायला!)

पण जर तुम्ही तुमच्या निवडलेल्या व्यवसायात उच्च स्थानावर पोहोचण्याचं स्वप्न पाहात असाल, तर मग मात्र तुम्हाला एक चक्रावून टाकणारा प्रवास करायचाय. ह्या मार्गावर तुम्हाला प्रत्येक दिशेला चांगलेच धक्के बसतील आणि तुम्ही तुमच्या आवडीच्या ध्येयापर्यंत कधी पोहोचाल याची याची शाश्वति देता येणार नाही. पण गृहीत धरा की तुम्ही 'टॉप'ला पोहोचलात, तर तुम्ही काय साध्य करू शकता ह्या विचाराने तिथे जाण्याचा मोह टाळू शकाल?

## एक मुलगा बनायचंय?

दुःखाने नमूद करावं लागतंय की अगदी आजही नोकरीचं क्षेत्र हे स्त्रियांच्या दृष्टीने समान पातळीचं मैदान नाही. फार तर 'मीडिया'च्या क्षेत्राचा अपवाद वगळता, जिथे स्त्री-पुरुषांची संख्या थोडीफार समान आढळते. बाकीची सगळी क्षेत्रं अजूनही पुरुषांच्या जोमदार वर्चस्वाखाली आहेत. 'कॉर्पोरेट लॅडर'वर तुम्ही जसजशा वर चढायचा प्रयत्न कराल, तुम्हाला स्त्रिया अभावानेच आढळतील. वरिष्ठ व्यवस्थापनाच्या स्थानांवर निर्विवादपणे स्त्रियांची संख्या वाढली आहे तरी ते 'काचेचं छत' अजून पूर्णपणे निखळलेलं नाही.

प्रत्येक नयना लाल किडवाई किंवा इंद्रा नूयी,ज्या सहजगत्या 'कॉर्पोरेट' क्षितिजावर उदयोन्मुख ताऱ्यासारख्या चमकतायत, त्यांच्या मागे इतर हजारो 'करिअर विमेन' थबकलेल्या आहेत. ही शक्यता आहे की त्यातल्या काहींनी त्यांच्या कुटुंबाला करिअरच्या तुलनेत प्राधान्य देण्याचा निर्णय घेतला असेल, किंवा इतरांनी त्यांच्या नवऱ्याच्या 'करिअर'पुढे स्वतःचं ध्येय दुय्यम ठरवलं असेल... पण निव्वळ लिंगभेदाच्या निकषांवर अनुत्तीर्ण ठरल्या, अशाही स्त्रिया खूप

आहेत. विशेषत: जुन्या पद्धतीने चालवल्या जाणाऱ्या पारंपरिक कंपन्यांत स्त्रियांनी वरिष्ठ पदावर काम करणं तेवढंसं आरामदायी वाटत नाही.

जे उघडच आहे, ते कसं नाकारणार? पुरुषांनी समान हक्कांचे पुरस्कर्ते असण्याचा कितीही आव आणला, तरी बायांनो, पुरुषी कुरघोडीची प्रवृत्ती चांगलीच बाळसं धरून आहे आणि कामाच्या ठिकाणी तुमच्या पार्श्वभूमीवर छानपैकी दुगाण्या झाडते आहे.

ऑफिसच्या वातावरणात अजूनही सगळा पुरुषी प्रभाव आहे, क्रिकेट मॅचचं काय झालं, त्याची चर्चा आणि ऑफिस सुटल्यावर घरी जाण्यापूर्वी सगळ्यांनी मिळून संध्याकाळी घेतलेलं मजेशीर 'ड्रिंक'. एखादी स्त्री-सहकर्मचारी अशा प्रसंगी अभावानेच आढळेल आणि समजा त्यांनाही बरोबर यायला कोणी सुचवलंच, तर व्हाइट वाइनचे घुटके घेताना, बरोबरची पुरुषी मंडळी जरा रंगात येऊन चावट विनोद ऐकवत असतील, नाहीतर आजूबाजूच्या बायकांकडे बघून लघळपणा करत असतील तर, कोणत्या बाईला आरामशीर वाटेल? त्या तर अवघडूनच जातील ना?

म्हणजेच, थोड्या बीअरच्या बाटल्यांवर जर पुरुषांची गट्टी जमत असेल, तर मुली मात्र ऑफिस सुटल्यावर घराचा रस्ता पकडतात. आणि त्यांना खरं म्हणजे गरज असते ती बरोबरच्या सहकाऱ्यांबरोबर एका टीमची खेळाडू म्हणून संवाद साधण्याची.

वरिष्ठांबरोबर अनौपचारिक वातावरणात जर स्त्रिया विचारांची देवाणघेवाण करू शकल्या, तर त्यामुळे साधला जाणारा 'रॅपो' ऑफीसच्या वातावरणासाठी चांगला ठरू शकतो.

अनौपचारिक सामाजिक कार्यक्रमाच्यावेळी, तुमचा हजरजबाबीपणा, मोहकता ह्या गुणांनी जर तुम्ही छाप पाडलीत, तर ऑफीसमध्ये तुमचं अस्तित्व लक्षात येण्यासारख ठळक होतं.

मग, पुढे जायचं असेल तर त्या पुरुषांपैकीच एक व्हावं लागेल? वन ऑफ द बॉईज? सॉरी, उत्तर 'होय' असं दिसतंय.

वेल, फारतर तुम्हाला त्यांना मागे टाकायचं असेल, तर निदान त्यांच्यातलीच एक असल्याचा देखावा तरी करावा लागेल! म्हणजे त्या आंबट 'जोक्स'ना हसून दाद देणं, (गरज पडली तर स्वत:देखील तसे जोक्स मारण्याचा प्रयत्न करणं!) त्यांच्या बायका न्याहाळण्याच्या कार्यक्रमात निदान एक प्रेक्षक म्हणून सामील होणं, त्यांच्याबरोबर 'ड्रिंक' घेणं वगैरे.

विचार असा आहे की त्यांना झुलवून भ्रमात ठेवायचं आणि ते त्यांच्या 'हँगओव्हर'मुळे डुलक्या घेत असताना, तुम्ही 'एंट्री' घ्यायची, खेळी खेळायची

आणि त्यांना चांगलंच मागं सोडायचं. 'फिनिश लाईन'पर्यंत पोहोचताना तुम्ही त्यांना हरवलंत, की मग तुम्ही तुमचं 'नाटक' सोडून देऊ शकता. तोपर्यंत मात्र खेळत राहा आणि जिवणी चांगली फाकवून हसत राहा, गाल दुखले तरीही.

पण ऑफीसच्या बाहेर हे नाटक वठवणं जेवढं सोपं आहे, तेवढं कामाच्या ठिकाणी नसणार. आणि हो, स्त्रियांना दुप्पट प्रयत्न करून निम्मच चांगलं काम असल्याची पावती कशी मिळते, ह्या दृढ समजुती आज देखील खऱ्या ठरतात. स्त्रियांना उडी मारायची असेल, तर त्या वेळेला पुरुषांना उडी मारताना धरला जातो त्यापेक्षा बार उंच धरला जातो आणि प्रत्येकजण तुम्ही किती उंच उडी मारता ते लक्ष देऊन बघत असतो.

तुम्हाला फक्त बाकीच्यांपेक्षा जास्त नेटाने काम करायचं असेल, तर तुम्ही एक वेळ ते समजून घ्याल. पण फसवी गोष्ट ही असते की तुम्ही इतरांपेक्षा जास्त काम करता, हे दिसून देखील यावं लागतं. ह्याचा अर्थ चोवीस तास आणि सातही दिवस कोणाला मदत लागलीच, तर तुम्ही उपलब्ध असावं लागेल. कामाच्या ठिकाणी तुमचं अस्तित्व लक्षात येण्याजोगं असायला हवं, सभा असतील त्यावेळी तोंड उघडायला पाहिजे, फर्निचरचाच एक भाग असल्यासारखं गप्प बसून चालणार नाही, अटीतअटीच्या प्रसंगी जबाबदारीने वागावं लागेल, ह्याचाच अर्थ दिवसाच्या प्रत्येक मिनिटाला स्वत:ला सिद्ध करावं लागेल.

### महत्त्वाकांक्षा असणं वाईट नाही

का कुणास ठाऊक, स्त्रियांच्या संदर्भात महत्त्वाकांक्षा ह्या शब्दाला नकारात्मक अर्थ प्राप्त झाला आहे. आणि बहुतेक उदाहरणात तर तो अपमानास्पद तऱ्हेनेच वापरला जातो. काही वेळेला तर 'बिच्' शब्दाला पर्यायी म्हणून तो शब्द आहे असंच भासतं. महत्त्वाकांक्षी बाई म्हणजे नाक वर करून चालणारी चढेल बया, जी आपल्या घराचा किंवा कुटुंबाचा, नवऱ्याचा किंवा मुलांचा विचार करत नाही, पण एकाच विचाराने झपाटलेली असते– कामाच्या ठिकाणी पुढे कसं जायचं. मग त्यासाठी किती का समझोते करायला लागले, तरी बेहेत्तर, तिला एकच ध्यास आणि तो म्हणजे व्यावसायिक यश. स्वत:च्या खाजगी सुखाची आहुती द्यायलादेखील ती मागे पुढे बघणार नाही आणि आजूबाजूच्या इतरांचा बळी गेला, तरी तिला यश मिळवण्यासाठी त्याचं काहीच वाटणार नाही.

लोकप्रिय संस्कृतीत देखील ह्या ठोकळेबाज कल्पनेचा अंगिकार केलेला दिसतो, मग तो सिनेमा असो, नाहीतर टेलिव्हिजन. ज्या स्त्रियांचं लक्ष त्यांच्या कामावर व्यवस्थित केंद्रित झालेलं असतं, त्यांचं चित्रण बेपर्वा, थंड आणि

महत्त्वाकांक्षेने आंधळ्या झालेल्या असंच केलं जात नाही का? आठवतेय 'कभी अलविदा ना कहना' मधली प्रीती झिंटा? बिचारीला 'करिअर बिच्' असं बिरुद लावून असं दाखवण्यात आलं की तिच्या लहान मुलाची तिला पर्वा नाही, कारण ती एक फॅशन मॅगॉझिनची प्रभावी, सामर्थ्यवान संपादिका असते म्हणून?

तिच्या हार खाल्लेल्या नवऱ्यामुळे नव्हे, तर तिच्या लठ्ठ पगारामुळे त्यांचं घर चालतंय आणि उच्चभ्रू राहाणी शक्य आहे.

पुरुष आमच्यावर घर चालतं, ह्या गर्वात अपराधीपणाची पुसटशीदेखील भावना मनात न येता त्यांचे सगळे तास ऑफिसमध्ये घालवू शकतात. पण स्त्रियांनी मात्र कितीही लठ्ठ पगार घरात आणला, तरी जोपर्यंत त्या स्वतःच्या मुलांना वाढवण्यासाठी वेळ देऊ शकत नाहीत, तोपर्यंत त्या आई म्हणून आणि स्त्री म्हणून देखील अयशस्वी ठरल्या, असं मानण्यात येतं.

म्हणून मग ज्या स्त्रिया बिझनेसची चर्चा करण्यासाठी बोलावण्यात आलेल्या 'पॉवर ब्रेकफास्ट' वर पाणी सोडून मुलांना शाळेत सोडण्यासाठी जातात, त्यांनाच आदर्श समजलं जात. ज्या असं करायचं नाकारतात, त्यांना वाईट ठरवण्यात येतं, 'खलबतं करणाऱ्या' असा शिक्का बसतो आणि हो, पुन्हा तोच ठपका ''महत्त्वाकांक्षी!''

तुम्हाला हा महत्त्वाकांक्षी टाइप माहीत आहेच. स्वतःच्या पुढच्या बढती व्यतिरिक्त विचार करू न शकणाऱ्या, प्रतिस्पर्ध्यांना नेस्तनाबूद करण्यासाठी काहीही करणाऱ्या, हसत सहकाऱ्यांच्या पाठीत खंजीर खुपसणाऱ्या, केवळ बॉसची कौतुकाची थाप त्यांच्या पाठीवर पडावी म्हणून आणि त्यांचं ध्येय साध्य करण्यासाठी फक्त खून करण्याचं बाकी ठेवणाऱ्या!

ते काय आहे हे आपल्याला चांगलं ठाऊक आहे– त्यांना 'टॉप'ला पोहोचायचंय.

तुम्हाला ठाऊक आहे, ही इच्छा काही एवढी भयंकर नाही आणि महत्त्वाकांक्षा हा देखील काही वाईट शब्द नाही. जणू काही तो शब्द उच्चारला तर लोक आपल्याला निर्दय, उच्च व्यावसायिकतेच्या खवळलेल्या समुद्रावर घोंगावणारे पिरान्हा मासे म्हणून समजतील. इतरांपेक्षा पुढे जाण्याची इच्छा करण्यात वाईट काय आहे? वरचं स्थान मिळवण्याचं ध्येय ठेवण्यात? आपण 'बिग बॉस' व्हावं अशी इच्छा बाळगण्यात? सर्वोत्तम बनण्याचा ध्यास हेच ह्या सगळ्या धडपडीचं गमक आहे. इतरांपेक्षा चांगलं असण्याची इच्छा आपण सर्वांनीच बाळगायला हवी.

म्हणून उच्च पदावर पोहोचण्याची मनीषा बाळगण्याबद्दल दिलगिरी व्यक्त करू नका. ही अपेक्षा अगदी यथार्थ आहे आणि तुम्हाला त्याबद्दल अपराधी वाटण्याची काहीच गरज नाही. जोपर्यंत तुम्ही एखाद्याच्या अंगावर पाय देऊन त्याला ओलांडून जात नाही, तोपर्यंत तुम्हाला जलद गतीने प्रगती करण्याबद्दल काही चुकल्यासारखं वाटण्याची आवश्यकता नाही.

कधी कधी मात्र तुम्हाला पुढे जाण्यासाठी इतरांना ढकलण्याशिवाय पर्याय नसतो. तुमच्या ऑफिसच्या मुख्य कार्यालयात जर एकच जागा रिकामी असेल आणि तुमच्याबरोबर तुमची सर्वांत जवळची सहकारी पण स्पर्धेत असेल, तर तुम्ही आरामात बसून काय घडतंय, ह्याची वाट बघणार आहात का? केवळ ती तुमची चांगली मैत्रीण आहे म्हणून? एक वेळ मैत्री संपुष्टात आली तरी हरकत नाही, पण ती जागा मिळवण्यासाठी मोर्चेबांधणी करायची की नाही, हे सर्वस्वी तुमच्यावर अवलंबून आहे आणि तुमचं करिअर त्याच्यावर.

ऑफिस हे एक निर्दय ठिकाण आहे. इथे चांगले लोक मागे राहतात. तुम्ही कोणत्या गोष्टी प्राधान्याने करू इच्छिता, ते आधी निश्चित करा. तुमची प्रतिमा 'बाई खूप चांगल्या आहेत' अशी बनवायची, जी सगळ्यांना आवडते तर खरी, पण तिला कोणी गांभीर्याने घेत नाही? किंवा मग तुम्ही 'महत्त्वाकांक्षी बया' असं स्टाफने म्हटलं तरी चालेल, पण जी कोणालाही विशेष आवडत नसली, तरी 'टॉप'च्या स्पर्धेत एक गंभीर स्पर्धक अशी त्यांना दिसत असते?

नाही, नाही हे दोन्ही गुणविशेष एका आकर्षक, हुशार 'पॅकेज'मध्ये एकत्र करून सादर करणं शक्य नाही. वेल, काही झालं तरी सगळ्याच वेळी ते जमणार नाही. लोकांना तुम्ही आवडावं, म्हणून कितीही निकराने प्रयत्न केलात, तरी कधी ना कधी तुम्हाला हाताखालच्या लोकांना धारेवर धरावंच लागेल, निदान तुम्ही एक पक्के खेळाडू आहात, हे लोकांना उमजावं म्हणून.

महत्त्वाकांक्षी असणं म्हणजे काही एखादी लोकप्रियतेची स्पर्धा जिंकणं नव्हे. ध्येयावर अढळ नजर, तुम्हाला जेवढं चांगलं काम करता येईल तेवढं करणं आणि व्यवसायात उत्तम ठरणं, हीच तुमची महत्त्वाकांक्षा असायला हवी. हे काही एवढं वाईट नाही, नाही का?

पण नुसतीच महत्त्वाकांक्षी होण्याची कामना उराशी बाळगणं, ह्याने काही फरक पडणार नाही. ध्येय साध्य करायचं असेल, तर त्यासाठी इतरांच्या पुढे जाण्यासाठी एक रणनीती निश्चित करावी लागेल आणि सर्वांत महत्त्वाचं म्हणजे तुम्ही अग्रस्थानी आहात अशी तुमची प्रतिमा कशी तयार होईल, हे शिकून घ्या. एखाद्या लाजाळूच्या झाडासारख्या होऊ नका. तुमच्याशी कोणी आपणहून बोलायला आलं तरच बोलायचं, हे चालणार नाही. तुम्ही 'विनर' आहात हे त्यांच्या मनावर ठसवायला अपयशी ठरलात, तर लोक तुम्हाला 'लूझर'च समजतील.

म्हणून बोला आणि इतरांना ते ऐकवा. तुम्हाला एखादी गोष्ट मिळायला पाहिजे, असं वाटत असताना ती मिळत नसेल, तर मागून घ्या. तुमच्या लायकीपेक्षा तुम्हाला कमी मिळतंय, असं जाणवलं तर तसं स्पष्ट बोला. एखादी जबाबदारी निभावायची तुमची इच्छा असेल, तर हात वर करा. एखाद्या पुरुष कर्मचाऱ्यापेक्षा,

एकाच प्रकारच्या कामासाठी तुम्हाला कमी पगार मिळत असेल, तर त्याबद्दल आवाज उठवा. तुम्ही पगारवाढ किंवा बढती मागताय, ह्याचा अर्थ तुम्ही तुमचं घोडं पुढे दामटताय किंवा लोभी आहात, असा नव्हे. तुमची जे मिळण्याची पात्रता आहे, ते फक्त तुम्ही हक्काने मागताय.

एक गोष्ट लक्षात असू द्या, नोकरीच्या ठिकाणी तुम्हाला जे पाहिजे, ते नेहमीच मिळत नाही. ते सरळ मागून घ्यावं लागतं. मग जे तुमचं हक्काचं आहे, ते मागताना मानभंग होण्याचा प्रश्न येतोच कुठे? एक लक्षात ठेवा आयुष्यात जे पाहिजे असतं ते आयतं ताटात वाढून कोणी तुमच्यापुढे करत नाही. त्यासाठी लढावं लागतं. आणि नोकरीच्या ठिकाणी तर हा लढा अधिकच तीव्रतेने करावा लागतो. म्हणून स्वत:चं म्हणणं ठामपणे मांडण्यासाठी कचरू नका. तसंच तुम्ही काहीशा आक्रमक आहात, असं जरी लोकांनी म्हटलं, तरी त्याची भीती बाळगू नका. नोकरीच्या ठिकाणी थोडीफार आक्रमकता तुम्हाला बरंच काही मिळवून देईल.

स्त्रियांची जडणघडण अशी बनलीय, की त्या वातावरणात खळबळ निर्माण करू शकत नाहीत. म्हणून त्या काहीही मागून घ्यायला बुजत असतात. विशेषत: पगाराबद्दलची बोलणी हा एक थोडा धोक्याचा विषय आहे. पहिलं म्हणजे, स्वत:चं मूल्यमापन त्या कधीच फार उच्च पातळीवर करत नाहीत. दुसरं, अधिक मोबदला मागणं म्हणजे याचना करणं असं त्यांना वाटतं. 'चांगल्या मुली' असं करत नाहीत.

तुमची योग्यता कधीही कमी लेखू नका, नाहीतर बाकीच्या लोकांनाही तसंच करण्याचा मोह होईल. पगारवाढ किंवा बढती नाकारण्यात आली, तर एका बाजूला बसून कुढू नका. 'बॉस'बरोबर मीटिंग घेण्याची विनंती करा. तुम्हाला कसं वाटतंय, ते समजावून सांगा. तुमची बाजू हिरीरीने मांडा आणि 'बॉस'ला योग्य ते करायची विनंती करा. त्याने तसं केलं, तर तुम्हाला जे पाहिजे ते मिळू शकेल. आणि नाहीच केलं, तर तुमची सध्याच्या नोकरीच्या ठिकाणी काही किंमत नाही, हे तुम्हाला कळून येईल, तुम्हाला इतर पर्यायांचा विचार करण्याची वेळ आलीय, हे स्पष्ट होईल.

तुमच्या पहिल्या किंवा दुसऱ्या नोकरीच्या ठिकाणी आरामशीर वाटणं सोपं आहे, जर काही गंभीर बिघाड नसेल तर बदल करायची तुम्हाला अशा वेळी भीती वाटते, कारण तुमचं ऑफिसमधल्या लोकांशी चांगलं पटतंय आणि दुसरी नोकरी धरल्यावर तिथले लोक तुमच्याशी एकदम वाईट वागले तर? इथे तर वातावरण चांगलं आहे, काही राजकारण नाही, दुसरं ठिकाणही कशावरून असंच तणावमुक्त असेल? सध्याच्या कंपनीत रुळण्यासाठी तुम्ही बरेच कष्ट उपसलेत, मग तिथेच राहून फायदेही का मिळवू नयेत?

हे सगळे युक्तिवाद बिनतोड आहेत आणि तुम्हाला जर ते मनापासून पटले

असतील, तर मग त्याच ठिकाणी टिकून राहाण्यात आणि एकेक पायऱ्या वर चढत जाण्यात काही गैर नाही. ह्या जगात असे असंख्य स्त्री-पुरुष आहेत, ज्यांनी एकाच एका मालकाकडे नोकरी केली आणि त्या प्रक्रियेत समृद्ध आणि सफल आयुष्याची वाटचालही केली.

पण काही वेळा कंपनीमध्ये तुमची किंमत व्हावी असं वाटत असेल, तर तुमच्याकडे इतर पर्याय उपलब्ध आहेत, हे त्यांच्यापुढे स्पष्ट केलं पाहिजे आणि तुम्हाला नीट वागवलं गेलं नाही, तर तुम्ही चालू पडाल, असंही ध्वनित झालं पाहिजे.

इथंच टिकून राहायचंय, एखादा भूकंपच काय तो तुम्हाला हलवू शकेल, अशा पद्धतीने वागलात, तर तुमच्या वरिष्ठांचा तुम्हाला गृहीत धरण्याकडे कल होईल.

"ही बाई तर कुठे जाणार नाही," ते एकमेकांत चर्चा करतील, मग कशाला हिला घसघशीत बोनस द्यायचा! त्यापेक्षा त्या तडफदार, तरुण मुलीला का बक्षीस देऊ नये? तिच्या ई-मेल, इन-बॉक्समध्ये नेहमीच आकर्षक नोकरीच्या 'ऑफर्स' ओसंडून वाहात असतात." आणि तुम्हाला कळायच्या आधीच, प्रत्येकजण तुम्हाला भुर्रकन मागे टाकून जाईल. तुमच्या टेबलाजवळ बसून कामाचे ढीग तुम्ही उपसत राहाल! (कारण अद्याप तुम्हाला बसायला एखादं 'क्युबिकल' मिळण्याचीही तुमची योग्यता ठरवण्यात आली नसेल!)

सो, तुमचं मन योग्य त्या अवकाशानंतर नोकरी बदलण्यासाठी खुलं ठेवा. वेगळ्या ऑफिसात, वेगळ्या वातावरणात काम केल्याने तुमचं शिक्षण तर विस्तारतंच, तुमच्या वैयक्तिक माहितीलादेखील उठाव येतो. तुमचे संपर्क वाढतात, वेगवेगळ्या प्रकारचे लोक तुम्हाला भेटतात आणि तुमचा आत्मविश्वासही वाढीला लागतो.

तुमच्या व्यावसायिक जीवनात ज्या काही घडामोडी होतायत, त्याचा अचूक वेध घेण्यासाठी तुमच्या ऑफिसमध्ये आणि बाहेरच्या वर्तुळातदेखील, तुमची 'कनेक्शन्स' निर्माण होणं गरजेचं आहे.

म्हणूनच पूर्वीच्या सहकाऱ्यांच्या संपर्कात राहा, तुमच्याच कार्यक्षेत्रात काम करणाऱ्यांबरोबर मिसळा. 'नेटवर्किंग' हे कामात पुढे जाण्यासाठी अत्यावश्यक आहे.

पण स्नेह्यांसोबत 'कॉन्टॅक्ट्स' निर्माण करताना, तुम्हीही त्यांना मदत करण्यासाठी तत्पर राहा. तुमच्या भविष्यकाळात ते त्याच ईर्ष्येने तुम्हालाही मदत करतील, तुमच्या प्रतिस्पर्ध्यांवर मात करण्यासाठी आवश्यक असलेली माहिती तुम्हाला पुरवतील, अधिक चांगल्या नोकरीचा प्रस्ताव आणतील आणि त्यामुळे कदाचित

तुमच्या करिअरचा आलेख आमूलाग्र बदलून जाईल.

**देणं नाही, घेणं नाही**

तुम्ही जेव्हा अगदी नव्यानेच सुरुवात करता, तेवहा टीमची सर्वांत कनिष्ठ सभासद ह्या नात्याने बहुतेक सगळी धावपळ तुम्हालाच करावी लागेल; पण तुमच्या अननुभवी खांद्यांवर फार मोठ्या जबाबदाऱ्यांचं ओझंही नसेल.

एकदा का तुम्ही 'टॉप'ला पाहोचलात, बरंचसं नकोसं वाटणारं काम तुम्ही दुसऱ्यांवर सोपवून शेवटी जबाबदारी तुमच्यावरच येऊन पडत असली तरीदेखील, स्वत:च्या कामाची गती नियंत्रित करू शकता. पण ह्या दोन परिस्थितींच्या मधल्या अवस्थेत मात्र आगेकूच करण्यासाठी तुम्हाला सर्वाधिक त्याग करावे लागतील.

जिच्यावर दुष्परिणाम होतील अशी पहिली गोष्ट आहे तुमच्या वैयक्तिक आयुष्याची गुणवत्ता. तुम्ही जर अविवाहित असाल आणि अर्थातच् मुलांची जबाबदारी नसेल, तर एवढी अडचण येणार नाही. मैत्रिणींबरोबर भटकायला नाहीतर स्वत:ला आवडेल ते करायला तुमच्याकडे वेळ नसला, तरी तुम्ही समजून घेऊ शकता की अधिक चांगल्या गोष्टी मिळवण्यासाठी तुम्ही त्याग करताय आणि परिस्थितीशी जमवून घेतलं पाहिजे.

अर्थात हे काही इतकं सोपं नसेल! तुमचे जर कोणाशी संबंध जुळले असतील, विवाहित असाल किंवा मुलं असतील तर तुमच्या वेळेवर अधिक मागण्या असतील, तुम्हाला बऱ्याच अपेक्षा पूर्ण कराव्या लागतील आणि बऱ्याच निकषांवर उतरावं लागेल. पण मर्यादित वेळ आणि प्रचंड मागण्या, ह्यांचं गणित जुळवताना तुम्हाला काही त्रासदायक तडजोडी कराव्या लागतील.

तुमचं जर दीर्घकाळ चालणारं एखादं प्रकरण असेल, पण तुम्ही कोणाबरोबर 'लिव्ह-इन' संबंध ठेवले नसतील, तर तुम्ही थोडक्यात निभावू शकाल. बॉयफ्रेंडची नवऱ्यापेक्षा कमीच काळजी घ्यावी लागते. जरी तो जवळजवळ तुमच्या घरात राहावं, इतका वेळ तिथे घालवत असला तरी तुम्हाला काही त्याचं घर चालवायचं नसतं. आणि त्याची जर तुमच्याबरोबर बांधिलकी असेल, तर तो तुमच्या करिअर घडवण्याच्या महत्त्वाकांक्षेबरोबर देखील जुळवून घेईल.

शेवटी, तुम्ही तुमच्या व्यावसायिक बांधिलकीवर जेवढं अधिक लक्ष केंद्रित कराल, तेवढं तुमचं त्या गोष्टीकडे कमी लक्ष जाईल, की तुमच्या बॉयफ्रेंडने अजून हा प्रश्न उपस्थित केलेला नाही.

बराच काळपासूनचा बॉयफ्रेंड असेल तर त्याला सांभाळणं कदाचित सोपं असेल, पण तुमच्या करिअरच्या ह्या स्थितीत नवीन नाती निर्माण होणं म्हणजे

अडचणच. एखाद्याला दीर्घ कालावधीसाठी परिचित असणं आणि सहज समजून घेणं ह्यापेक्षा कोणाशीतरी नवीनच संबंध जुळल्यावर त्यांच्या उंचावलेल्या अपेक्षा पूर्ण करणं अशक्यच होईल.

तुम्हाला तुमच्या संध्याकाळी मोकळ्या ठेवाव्या लागतील, व्यवस्थित जामानिमा करून, आकर्षक बनण्यासाठी नीट रंगभूषा करून, तुमच्या नवीन बॉयफ्रेंडबरोबर वेळ घालवावा लागेल. संभाषणचतुर, मोहक, आधार देणाऱ्या, काळजी घेणाऱ्या, आकर्षक, अशा गुणांनी युक्त असावं लागेल. आणि हो, ते जुनं-पुराण 'डार्लिंग, आज माझं डोकं दुखतं,' हे कारण देऊन चालणार नाही. लैंगिक संबंध उत्कट असावे लागतील, नुसतंच निष्क्रियतेने निपचित पडून 'सेक्स' एन्जॉय करत असल्याचं नाटक करणं तर बिलकुल बाद!

यस, एक नवीन नातं जोडताना खूप प्रयत्न करावे लागतात आणि तुमच्यावर ह्या काळात असलेला कामाचा ताण लक्षात घेता, हे नातं तुम्ही टिकवू शकलात, तर तुम्हाला नशीबवानच म्हणावं लागेल. कधी नाटकाची तिकिटं फुकट जातील, कारण तुम्ही वेळेवर ऑफिसातून निघू शकला नाहीत, तुमच्या पहिल्या वीक-एंड एकत्र घालवण्याच्या बेतावर पाणी सोडावं लागेल, कारण तुम्हाला मुख्य कार्यालयात तातडीने जावं लागणार असेल. (विमानाची तिकिटं आणि हॉटेलचं बुकिंग, ह्यांचे पैसे परत मिळणार नसतील, म्हणून तुम्ही निम्मे पैसे द्यायची तयारी दाखवाल, तर प्रकरण अधिकच चिघळेल!)

तुमचा नाद सोडून दुसऱ्या एखाद्या, एवढं मागण्या करणाऱ्या करिअर नसणाऱ्या मुलीबरोबर मैत्री जुळवण्याचा प्रयत्न केला नाही तर तुमचा बॉयफ्रेंड एखादा संत-महात्माच असेल! तो असं करेल, असंही सांगता येत नाही, पण त्याला संधी मिळाली तर तो नक्कीच काढता पाय घेईल. तो जर तुमच्याशीच एकनिष्ठ राहिला, तर मग नक्कीच त्याला सोडू नका.

लोकांना मोकळं सोडणं, हा काही पर्याय नाही. तुमची वाट पाहणारं कुटुंब तुम्हाला असेल, म्हणजे तुम्ही ऑफिसमधून घरी परतल्यावर एकत्र जेवण्यासाठी ते तुमची वाट बघत असतील, तर तुम्हाला त्यांच्यासाठी वेळ काढावा लागेल. कामाचा ताण कितीही असला तरी. असं म्हटलं तरी असेही प्रसंग येतील, जेव्हा तुमचं लग्नाच्या वाढदिवसाचं 'डिनर' चुकेल, शाळेचा कार्यक्रम, पालक-शिक्षक सभा ह्यांना तुम्ही मुकाल, कारण एखाद्या महत्त्वाच्या नियोजित प्रकल्पाचं काम सुरू झालं असेल, किंवा तुमचे वरिष्ठ उशीरपर्यंत काम करत थांबले असतील, तर तुम्हाला त्यांच्याआधी घरी कसं निघता येईल?

तेव्हा हे सत्य स्वीकारा, की जर उच्च पदावर पोहोचायचं असेल, तर त्यासाठी तुमच्या वैयक्तिक आणि कौटुंबिक वेळेचा तुम्हाला त्याग करावा लागेल. ह्या

परिस्थितीचा शांतपणे स्वीकार करा.

अर्थात, तुमच्या कुटुंबाला हे पचनी पडणं तेवढंसं सोपं नाही. तुमच्या नवऱ्याला तुमची नोकरी त्याच्या नोकरीपेक्षा अधिक महत्त्वाची आहे, हे आवडणार नाही. कौटुंबिक आयुष्याचं मोल देऊन तुम्ही तुमचं यश मिळवताय, अशी त्याची कुरकुर सुरू होईल. तुमच्या मुलांना प्रत्येक दिवशी तुमची अनुपस्थिती जाणवेल. पण विशेषत: शाळेत स्पोर्ट्स डे असेल किंवा कोणाचा वाढदिवस असेल तर अधिकच. आणि ते त्यांच्या भावना तुमच्यापुढे स्पष्ट शब्दांत मांडतील.

म्हणून तुम्हाला ह्या स्तरावर तुमच्या कुटुंबाला ही गोष्ट समजावून सांगायचीच, की तुम्हाला वरचेवर अनुपस्थित का राहावं लागतंय. तुमचं हे एक आव्हानच आहे म्हणा ना! उत्तम मार्ग म्हणजे तुमच्या यशात त्यांनाही सामील करून घेणं. कुटुंबाची परिस्थिती सुधारावी म्हणून तुमचा आटोकाट प्रयत्न आहे हे त्यांना कळू द्या आणि त्यांनाही ह्यात फायदा होणार असल्याने त्यांनीही त्यात सहभागी होण्याची गरज आहे.

ह्याचाच अर्थ तुमच्या कुटुंबीयांनी तक्रार करणं, कण्हणं, कुंथणं, कुरकुरणं, नि:श्वास टाकणं, कुढणं सगळं बंद करावं. तुम्ही त्यांना जेव्हा पाहिजे तेव्हा उपलब्ध नसाल, हे त्यांनी एकदाच समजावून घ्यायला हवं.

हे खरं आहे की त्यांना तुमची उणीव भासेल, पण तुम्हालाही त्यांच्या अवतीभोवती नसण्यामुळे चुकल्याचुकल्यासारखं होईलच ना?

त्यांच्यापर्यंत तुम्हाला हा संदेश पोहोचवायचाय, की कामाच्या ठिकाणी यश मिळवण्यासाठी प्रत्येकाने आकांक्षा धरली पाहिजे. जे काही करायचंय, ते चांगलं झालं पाहिजे आणि काही मिळवायचं असेल तर ह्या प्रक्रियेत कशावर तरी पाणी सोडावंच लागतं.

शेवटी आयुष्य म्हणजे एक न संपणारा तोल सावरण्याचा खेळ आहे. कधी बरोबर जमतो, कधी चुकतो. पण जर तुम्हाला स्वत:ला घडवायचं असेल तर त्या ताणलेल्या दोरावरून तुम्हाला बाजूला होता येत नाही.

तुमच्या मुलांनादेखील हा एक आदर्श वस्तुपाठच ठरावा. त्यांची वाढ होताना त्यांना खऱ्याखुऱ्या वास्तवाचा सामना करण्याचं बाळकडू आपोआपच मिळत राहील आणि मोठे झाल्यावर ते स्वत:च त्यांचा मार्ग शोधतील.

### पुढे जा पूर्ण वेगाने

पण वेगाने प्रगती करायची असेल, तर तुमच्या अंगात कोणते गुण असावे लागतील? सर्वप्रथम, तुम्हाला हे ठसवायचंय की तुम्ही एक संघ सदस्य आहात.

केंद्रातील गटाचे तुम्ही एक महत्त्वपूर्ण सभासद असल्याची जेव्हा इतरांची खात्री पटेल, तेव्हाच तुम्हाला तुमची 'टीम लीडर' ही प्रतिमा ठसवता येईल. आणि त्यासाठी तुमच्या भात्यांत काही मूलभूत कौशल्यांची शस्त्रं असणं गरजेचं आहे.

**जनसंपर्काची कौशल्यं**

नेतेपणाची धुरा सांभाळायची असेल, राजकारणात असो किंवा व्यवसायात, तर पहिलं आवश्यक कौशल्य म्हणजे लोकांबरोबर जमवून घेता येणं. आजूबाजूच्या लोकांबरोबर जर सतत संघर्षाच्या ठिणग्या पडत असतील, तर तुमचं अग्रस्थानी असणं त्यांना मान्य होणं कधीच शक्य नाही. प्रत्येकाशी तुमचं वाजत असेल, तर मग तुमच्या बाजूचं कोण उरणार? आणि तुम्ही कितीही चांगल्या असलात किंवा स्वत:ला तसं समजत असलात, तरीही नोकरीच्या ठिकाणी प्रत्येकजण जर तुमच्या विरोधात असेल, तर तुमचा निभाव लागणं कठीण आहे.

तुमच्यात नेतृत्वगुण आहेत, हे सिद्ध करण्यासाठी लोकांना खूष ठेवण्याचा प्रयत्न करणं हे जरी अपेक्षित नसलं, तरीही तुमच्यामध्ये समाजात वावरण्यासाठी आवश्यक काही कौशल्यं असावी लागतील. तुम्हाला त्यांच्याबरोबर तुमचं जुळतं, हेच फक्त दाखवून चालणार नाही, तर तुम्ही घेत असलेल्या निर्णयाप्रमाणे त्यांनी वागावं हे तुम्हाला अपेक्षित असल्याचंही त्यांनी मान्य करायला हवं. सर्वांना बरोबर घेऊन काम करण्याची क्षमता, त्यांना प्रभावित करणं, हे गुणच तुम्हाला नेतृत्व करायला योग्य बनवतात. तुम्हाला उच्च स्थानापर्यंत पोहोचण्यासाठी हे गुण तुमच्यात पुरेपूर असावे लागतील.

पण फक्त इतरांना बरोबर घेऊन जाण्याचं कौशल्यच असून भागणार नाही. त्यांचंही एकमेकांशी पटायला हवं आणि तसं व्हावं ह्यासाठी तुम्हाला तसं वातावरण निर्माण करावं लागेल, त्यांना मदत करावी लागेल. वादग्रस्त परिस्थिती निर्माण झाली तर तंटे बखेडे सोडवून शांतता प्रस्थापित करण्याचं कामही तुमचंच असेल. प्रत्येकाला पटेल असा समझोता घडवून आणणं; आणि सगळे खूष झाले नाहीत, तरी निदान नाखूष तरी होणार नाहीत, हे पाहावं लागेल. लोकांनी पडतं घ्यावं, ह्यासाठी त्यांच्यावर मोहिनी घालावी लागेल. तुमच्या स्मितहास्याने त्यांना नामोहरम करणं, कोणी रागावून बोलत असेल तर हजरजबाबी शेरा मारणं, कठीण प्रसंगाचं गांभीर्य एखादा विनोद सांगून कमी करणं हे तुम्हाला शिकावं लागेल.

ही कौशल्यं विकसित करायची असतील, तर तुमच्या ऑफिसमधल्या वातावरणातच त्यांचं निरीक्षण करावं लागेल. तुमच्या ज्या सहकाऱ्यांच्या अंगात हे गुण असतील, त्यांना हुडकून काढा. त्यांचं बारकाईनं निरीक्षण करा. ते सहकारी

प्रश्न कसे सोडवतात, इतरांना त्यांचं ऐकायला कसं भाग पाडतात, त्यांच्याशी इतरांनी प्रामाणिक राहावं, त्यांचा आदर करावा हे ते लोक कसं जमवून आणतात ते निरखा. आणि मग, ती कौशल्यं तुमच्या व्यक्तिमत्त्वाचाही भाग बनतील ह्यासाठी प्रयत्नशील रहा.

एकदा का तुमच्या ऑफिसच्या 'कम्फर्ट झोन'मध्ये ह्या क्लृप्त्या वापरायला तुम्ही सरावलात, की त्यांचा प्रयोग बाहेरच्या लोकांवरही तुम्ही करू शकाल. नकारात्मक भूमिका आणि तिरकस दृष्टिकोन असलेल्या लोकांनी भरलेल्या मीटिंग रूममध्ये एखादी नवीन कल्पना मांडताना इतर लोक तुमच्या बाजूने उभे राहतील... खवळलेल्या ग्राहकांनी तुमच्या कंपनीच्या सेवेबद्दल अनुदार उद्गार काढल्यावर ते तुमच्या मदतीला धावतील. आणि जेव्हा मनासारखं काहीच घडत नसेल, तेव्हा ह्याच लोकांचा तुम्हाला आधार घेता येईल.

### नेतृत्वाची कौशल्यं

काही लोकांत हे गुण उपजतच असतात. ज्युनिअर स्कूलमध्ये मॉनिटर्स, सीनिअर इयरमध्ये 'हेड गर्ल्स'– परिसरातले कार्यक्रम आयोजित करण्यापासून ते महाविद्यालयीन कार्यक्रमात हिरीरीने भाग घेण्यापर्यंत अशा मुली नेहमीच प्रभावी असतात. अधिकार आणि सामर्थ्य, ह्या गुणांच्या तेजोवलयाने या व्यक्ती उजळून निघालेल्या असतात. निव्वळ त्यांच्या व्यक्तिमत्त्वाच्या प्रभावानेच लोक त्यांच्या बरोबर जात राहतात.

तुम्ही जर अशा नशीबवान लोकांपैकी एक असाल, तर उत्तमच. स्वयंप्रेरणेने तुम्हाला नेतृत्व कौशल्याबद्दल जे आपोआपच उमजतंय, त्याच्या पलीकडे शिकण्यासारखं विशेष काही नसेल. जे पाहिजे, ते तुमच्याकडे आहेच, प्रभावी व्यक्तिमत्त्व आणि त्याचा फायद्यासाठी पुरेपूर वापर कसा करून घ्यायचा, हेही तुम्हाला माहीत आहेच. म्हणजे तुम्ही अगदी तयारच आहात म्हणा ना!

पण वरील वर्णन तुम्हाला चपखल बसत नसेल, तर विशेष मनाला लावून घेऊ नका. तुम्ही जरी उपजतच ही कौशल्यं घेऊन जन्माला आला नसाल, तरी ती विकसित करणं शक्य आहे. आणि तुमच्या 'करिअर'ची वाटचाल करताना ती परिपूर्ण करणंही तुम्हाला जमू शकतं.

प्रथम, तुमची आघाडी सांभाळणं आणि तुमच्या दृष्टिकोनाचा पुरस्कार करणं, त्यासाठी लढा देणं हे आत्मसात करा. विरोध होताच तुम्ही लगेच ढेपाळलात, तर कोणीही तुमचा किंवा तुमच्या मतांचा गांभीर्याने विचार करणार नाही. निव्वळ थंड तर्कशास्त्र काम करत नसेल, तेव्हा चिकाटीने लोकांना पटवून देण्याचा प्रयत्न करा.

तुमचे विचार किती ठोस आहेत हे लोकांना पटावं, ह्यासाठी कौशल्याने आणि हिरीरीने ते समोर मांडा. तुमचा तुमच्यावर किती विश्वास आहे हे एकदा त्यांना पटलं की त्यांचा तुमच्यावर विश्वास ठेवण्याकडे कल वाढेल.

अधिक महत्त्वाचं म्हणजे, दुसऱ्याच्या बाजूने उभं राहायला शिका. एखाद्याला धारेवर धरलं जातंय किंवा त्याच्यावर अन्याय होतोय, असं वाटलं तर तोंड दुसरीकडे वळवून असं म्हणून नका, की 'हे माझं काम नाही.' कामाच्या ठिकाणी न्याय आणि समानधर्मी वातावरण निर्मितीकरिता हे तुमचेच काम आहे; हस्तक्षेप करा आणि गोष्टींना नीट वळण लागेल ह्यासाठी प्रयत्न करा. दबल्या गेलेल्या लोकांसाठी, त्यांच्या वतीने तुमचा आवाज उठवा. तुम्ही कदाचित त्यामुळे थोड्या काळासाठी अप्रिय व्हाल, पण तुमच्या ह्या कृतीमुळे तुम्हाला बरेच निष्ठावंत प्रशंसक भेटतील.

पुढची बाब – एखादं काम करण्यासाठी पुढाकार घेणं. ह्यात भीती बाळगू नका; मग ते काम चुकेल किंवा बरोबर होईल हा प्रश्न नाही. तुम्ही धैर्याने उभं राहून तुमचा आवाज नोंदवला, हे पुरेसं आहे. कोपऱ्यात दबकून बसून आपल्याला कोणी काही हातभार लावायला सांगणार नाही, अशा आशेने मागेच राहाणारे लोक कोणाच्या लक्षात देखील येत नाहीत. पण जे मान उंच करून बोलतात, त्यांना मात्र लोक लगेच ओळखू लागतात.

आणि शेवटचं म्हणजे निर्णयात्मक राहाण्याचा प्रयत्न करा. जी व्यक्ती प्रत्येक गोष्टीबद्दल तिचं मत बदलत राहाते, त्या व्यक्तीला लोक आदर देत नाहीत. कामासंबंधीच्या प्रश्नांबद्दल माहितीच्या आधारावर मत बनवा, विरुद्ध पक्षाची मतं ऐकण्याची तयारी दर्शवा आणि तुमचं मत ठाम बनवण्याच्या स्थितीत येईपर्यंत मन मोकळं ठेवा. पण त्यासाठी आठवडेच्या आठवडे, महिनेच्या महिने लावू नका. वेळ महत्त्वाचा असतो आणि कोणालाही त्यांचा वेळ वाया गेलेला आवडत नाही, तुम्ही जर 'यस', 'नो' आणि 'मे बी' ह्या तीन शब्दांत गिरक्या घेत राहिलात तर!

### संवादाची कौशल्यं

अगदी मूलभूत पातळीवर ही कौशल्यं म्हणजे तुमचे विचार स्पष्टपणे मांडता येणं; नुसते स्पष्टपणेच नव्हे, तर निर्भीडपणे आणि थोडक्यात. ह्याचा अर्थ शब्दबंबाळ, अवजड भाषा वापरण्याचा मोह टाळून साधं, सोपं इंग्रजी वापरायचा प्रयत्न करा. तुमचा मुद्दा समोरच्या व्यक्तीपुढे मांडताना, तुमची व्यवस्थापनाची जाण दर्शवताना दुर्बोध संज्ञांचा वापर केल्याने कदाचित मोठ्या लोकांवर तुम्ही छाप टाकू शकाल, पण त्याच वेळी जवळजवळ इतर सर्वांना तुम्ही अगम्य भासाल आणि एकंदरीत,

इतरांना भांबावून टाकणं फारसं उपयोगी नाही. त्यापेक्षा तुम्हाला लोकांनी समजून घेणं अधिक चांगलं, नाही का?

तीस मिनिटांत जी गोष्ट पटकन ठरवून मोकळं होता येईल, त्या गोष्टीवर चर्चा करण्यासाठी सभांवर सभा घेऊन तासन्तास फुकट घालवू नका. नेमकं आणि थोडकं बोला, लांबण लावू नका आणि मीटिंग म्हणजे एक वायफळ गप्पा मारण्याचं ठिकाण होऊ देऊ नका.

सभेच्या अजेंड्याला चिकटून राहा, तुमचं म्हणणं प्रभावीपणे आणि शक्य असेल तेवढं थोडक्यात मांडा, तसंच इतरांना काय म्हणायचंय तेही लक्ष देऊन ऐका. आणि ऐकणं म्हणजे ऐकणं. नुसतेच शब्द कानावर पडत राहातायत आणि तुम्ही विचार करताय, डिनरला काय करायचं ते! निर्णय घेण्यापूर्वी प्रत्येकाच्या कल्पना विचारात घेतल्या जाणं महत्त्वाचं आहे आणि तुम्ही जोपर्यंत ते समजावून घेत नाही, तोपर्यंत ते शक्य होणार नाही. नुसतंच माना डोलावूनही भागणार नाही. प्रत्येकाच्या कल्पनांची व्यवस्थित एकत्र गुंफण करून मगच कोणतेही निष्कर्ष काढा. मीटिंगमध्ये जर तुमचं लक्ष विचलित झालेलं असेल, तर ते प्रत्येकाला कळल्याशिवाय राहाणार नाही.

आधुनिक तंत्रज्ञानाचा सर्वोत्तम वापर करून संपर्कात राहा. काही स्पष्टीकरण द्यायचं असेल, तर सविस्तर ई-मेल पाठवा. त्यामुळे तुमचे विचार व्यवस्थित तर मांडले जातातच, नंतर कधी काही शंका असल्या, तर तुमच्याकडे एक लिखित स्वरूपातला दस्तऐवज उपलब्ध असतो. ई-मेल ज्याला पाठवण्यात येते, ती व्यक्तीदेखील कुठल्याही गोंधळात न राहता तुम्हाला काय पाहिजे, केव्हा पाहिजे हे समजून घेते.

ऑफिससंबंधी संवाद साधताना मुद्देसूद मांडणी करावी. म्हणजे प्रत्येक विषय त्याच्या वर्गवारीनुसार हाताळला जातो. त्यामुळे हाताळणीही सोपी होते आणि समजून घेणंही सहज होतं. ऑफिसचा अंतर्गत पत्रव्यवहार, मेमोज, ई-मेल्स किंवा इतर कोणत्याही प्रकारचा लेखी व्यवहार, ह्यांचा त्यात समावेश होतो.

पण कामाच्या ठिकाणी संवाद साधताना सर्वांत महत्त्वाचं म्हणजे पटकन प्रतिसाद देण्याची क्षमता आणि तीही अक्कलहुशारीने. कोणीही, कधीही, केव्हाही तुमच्यावर एखादा प्रश्न फेकतील तेव्हा त्याचं त्वरित उत्तर द्या.

तुमच्या टेबलावर जर पत्रव्यवहाराचा ढीग साचत असेल, ई-मेल्सकडे तुमचं दुर्लक्ष होत असेल आणि अंतर्गत तसंच बाहेरून येणाऱ्या तातडीच्या चौकश्यांना उत्तर देण्यात तुम्ही असमर्थ ठरत असाल, तर तुम्ही कधीच एक यशस्वी मॅनेजर होऊ शकणार नाही. तुम्हाला कोणी काही प्रश्न विचारला तर कृपा करून त्याचं उत्तर द्या. तुमच्याकडे उत्तर नसेल तर सरळ तसं सांगा. पण शांत राहू नका.

कामाच्या ठिकाणी संवाद कौशल्य साधताना, 'सायलेन्स इज नेव्हर गोल्डन.'

## वेळेच्या व्यवस्थापनाची कौशल्यं

हे एक असं कौशल्य आहे, जे यशस्वी कोण आणि अयशस्वी कोण हे ठरवतं. तुमच्या वेळेवर तुमचं नियंत्रण असलं पाहिजे. तुम्ही जर सातत्याने सभांना उशिरा पोहोचत असाल, 'डेड-लाईन' चुकवत असाल, सवय म्हणून काम उशिरा संपवत असाल आणि तुमच्याकडे नेहमीच काम जास्त असल्यासारखं भासवत असाल, तर तुमची प्रतिमा अशी तयार होईल की ह्या बाईला तिच्या स्वत:च्या वेळेचं व्यवस्थापन जमत नाही. तुम्हीच तुम्हाला घालून घेतलेल्या 'डेड लाईन्स' पाळणं जमत नसेल, तर इतर लोक त्यांच्या 'डेड लाईन्स' पाळतील ह्याची खात्री देणं तुम्हाला कसं शक्य आहे?

म्हणून जर 'टीम लीडर' अशी प्रतिमा निर्माण करायची असेल, तर वेळेचं व्यवस्थापन हे फार महत्त्वाचं आहे. ह्याची गुरुकिल्ली आहे 'नाही' म्हणायला शिकणं. तुमच्या 'बॉस'ला खूष ठेवण्यासाठी प्रत्येक प्रोजेक्टला 'हो' म्हणू नका. काहीतरी चमत्कार घडेल आणि अवास्तव डेडलाईन्स गाठणं तुम्हाला शक्य होईल, अशा खोट्या आशेवर काम पूर्ण करायला संमती देऊ नका. तुमच्या टेबलावर काय काय आहे, ते आधी नीट तपासा आणि ठराविक मुदतीत दुसरं काही काम संपवणं शक्य नसेल, तर तसं सांगा.

वरिष्ठांकडून मिळू शकणारे खास मर्जीतले गुण घालवून बसण्याच्या भीतीने हातातली सत्ता सोडू नका. एखादं काम हातात घ्यायला जर आधीच नाही म्हणण्याने तुम्ही जितक्या अप्रिय व्हाल त्याहून अधिक अप्रिय ठराल ते अंगावर घेऊन वेळेवर पूर्ण न करता आल्याने. एखाद्या छोट्याशा मुलीसारखी वरिष्ठांच्या बोलण्याला मान डोलावत राहण्याने तुम्ही फारशी प्रगती करू शकणार नाही. काही मर्यादित कालावधीसाठी तुम्ही लोकप्रिय व्हालही, पण दूरदृष्टीने विचार करता तुम्ही स्वत:चं नुकसानच करून घ्याल.

ऑफिसमध्ये तुमचा बराचसा वेळ मोडेल, पण त्याचबरोबर वैयक्तिक गोष्टींकडेही तुम्हाला लक्ष द्यावं लागेल. तुमचं कौशल्य आहे ते ह्या दोन गोष्टींची एकमेकांशी गल्लत होऊ न देण्यात. वेळेचं नियोजन करणारं एक पत्रक तयार करा आणि त्यात ह्या सगळ्या कामाचा समावेश करा आणि त्याबरहुकूम वागा. विशिष्ट कामांना ठरावीक वेळेचं गणित घाला आणि फक्त काही अतिशय गंभीर स्वरूपाची, तातडीची परिस्थिती वगळता, ह्या स्वत:च आखून घेतलेल्या कार्यक्रमापासून विचलित होऊ नका.

एखाद्या बरीच कामं करायची आहेत, अशा 'बिझी' कामाच्या दिवशी तुम्हाला बँकेत चेक भरायला जायचंय, म्हणून मध्येच निघून जाऊ नका. महिन्याच्या शेवटी कंपनीच्या मुख्य कार्यालयात ठेवण्यात आलेल्या महत्त्वाच्या मीटिंगवर लक्ष केंद्रित करताना, रोजचे रिपोर्ट्स देण्याच्या कामाकडे दुर्लक्ष करून कसं चालेल? पार पाडायच्या सगळ्या कामांची योजनाबद्ध आणखी करून, त्यांचं एक दैनंदिन 'शेड्यूल' बनवा आणि ते तुम्हाला रोज समोरच दिसेल असं तुमच्या टेबलावरच ठेवा - ते तुमच्या कधीच नजरेआड होणार नाही, अशा पद्धतीने. आठवड्याभरात कोणती कामं उरकता येतील, महिना पूर्ण होता होता कोणी कामं पार पाडलेली असावीत, ह्याचं आधीच नियोजन करा. ह्या 'डेडलाईन्स'ची प्रत्येक दिवशी तुम्ही स्वत:लाच आठवण करून देत चला.

जे मोठे प्रकल्प तुम्हाला यशस्वीरीत्या पूर्ण करायचे आहेत, त्यांची थोड्या छोट्या, व्यवस्थापन जमू शकेल अशा विभागात आखणी करून घ्या. बरेच वेळा जर उद्दिष्टं फारच गांगरून टाकणारी भासली, तर कामाला सुरुवात करण्याची पुरेशी प्रेरणा देखील निर्माण होत नाही. म्हणूनच शहाणपणाने स्वत:पुढे आधी, तुलनात्मकदृष्ट्या आवाक्यात येऊ शकणारी आणि पार पाडायला सोपी असलेली अशी उद्दिष्टं निश्चित करा. काम पार पाडल्याच्या यशस्वीतेचं समाधान तर तुम्हाला मिळेलच, नशिबानेही साथ दिली तर तुमची दीर्घ कालावधीत गाठावयाच्या उद्दिष्टांपर्यंतची एकूण वाटचालदेखील त्यामुळे सुसह्य होईल.

## परिस्थितीला तोंड देण्याची कौशल्यं

तुम्ही जर एक होऊ घातलेली 'लीडर' म्हणून स्वत:ला तयार करत असाल, तर जरा 'थिक स्किन्ड' होण्याचा प्रयत्न करा. त्यांच्या पातळीवर असताना जे लोक तुमच्याशी अगदी मित्रत्वाने वागत होते, ते लोक तुम्ही एकदा त्यांना मागे टाकून गेल्यावर तुम्हाला तीव्रतेने नाकारतील. तुमच्यावर सगळ्या प्रकारचे आरोप-प्रत्यारोप केले जातील, मनाला त्रासदायक अशा गोष्टींबद्दल तुम्हाला दोषी ठरवलं जाईल आणि निष्क्रीयता तसंच पाणउतारा, ह्या दोन्ही पद्धतींनी तुमच्यावर हल्ला करण्यात येईल.

आणि अर्थातच, एका स्त्रीला विशेषत: उच्च पदावर काम करणाऱ्या स्त्रीला, कोणत्या बाबतीत हल्ल्याचा सामना करावा लागत असेल, तर तिच्या लैंगिकतेसाठी. जर ऑफिसातले लोक कुजबुजायला लागले की फक्त तुम्हालाच ती बढती मिळाली, कारण तुम्ही एक्स, वाय किंवा झेडबरोबर झोपताय म्हणून, तर आश्चर्यचकित होऊ नका. नोकरीच्या ठिकाणी अगदी सरसकट चघळला जाणारा मुद्दा आहे हा.

'सेक्स'च्या आधारावर केल्या जाणाऱ्या आरोपांच्या संदर्भात स्त्रिया फारच दुबळ्या ठरतात आणि ऑफिस पॉलिटिक्सचा तर हा नियमच आहे, की जिथे जास्त घायाळ करता येईल, त्या ठिकाणी अवश्य वार करायचा.

अशा प्रकारच्या बोलण्याला खोडून काढण्याच्या सापळ्यात बिलकूल अडकू नका. त्यामुळे अफवांना अधिकच ऊत येईल, गावगप्पांना आणखीच खतपाणी मिळेल. असा आव आणा की ही सगळी 'कुजबुज मोहीम' कशाबद्दल आहे, हे तुम्हाला माहीतच नाही. असा अभिनय वठवा जणू काही तुम्ही ह्या सगळ्याच्या पलीकडे आहात. तुम्ही ह्या भाकडकथांकडे जेवढं तुच्छतेने बघाल, तेवढंच त्यांचं आयुष्य आपोआप संपुष्टात येईल. प्रत्येक वेळी तुम्ही जर तुमचा निष्पापपणा सिद्ध करण्यासाठी निषेधाची भूमिका घ्याल, तर त्या अफवांना अधिकच जोम येईल. अशा 'गॉसिप'ला सामोरं जाल, तर आणखी एका घाणेरड्या भाकडकथेला जन्म द्याल.

ह्यातून निभावून नेण्याचा सर्वोत्तम मार्ग म्हणजे मुक्या, बहिऱ्या आणि आंधळ्या असल्याचा देखावा करून सगळं काही ठीक चाललंय, असा आभास निर्माण करणं. तुम्ही जर ह्या 'गॉसिप'मुळे स्वत:ची मन:शांती ढळवून घेतलीत, तर तुमचा छळ करणाऱ्या व्यक्तीच्या हातात अगदी अलगदच पडाल आणि त्यांनी लावलेल्या आमिषाला बळी पडून तुम्ही जर ह्या अफवा पसरवणाऱ्या लोकांना समोरासमोर येऊन उघडं पाडण्याचा प्रयत्न कराल, तर त्यांना आयतंच समाधान मिळेल, तुम्हाला दुखावल्याचं! तर, दातओठ चावून गप्पच बसा, तुमच्या काल्पनिक प्रेमजीवनातला लोकांचा रस कमी होण्याची प्रतिक्षा करा, जो अर्थातच अटळपणे होणारच आहे आणि तुमची ऊर्जा ह्यापेक्षा मोठ्या, चांगल्या लढतीसाठी राखून ठेवा.

आणि हे करत असतानाच तुमचा तिरस्कार केला जाईल याची तयारी ठेवा. यश मिळालं तर जसे बरेच मित्र मिळतात, तसे शत्रूदेखील! आणि शत्रू त्यांची नावड स्पष्ट करण्याच्या कोणत्याही प्रयत्नात काही कसर बाकी ठेवणार नाहीत. प्रत्येक वळणावर ते अडेलतट्टूपणाने वागतील. असहकार दाखवतील, तुमच्या प्रत्येक हालचालीची ते थट्टा उडवतील आणि तुम्ही किती गर्विष्ठ आहात असं त्यांना वाटतं, हे दाखवून देण्याची एकही संधी ते गमावणार नाहीत.

तुमची पहिली स्वाभाविक प्रतिक्रिया अशी असेल, की ह्या लोकांना त्यांची जागा दाखवून द्यावी आणि बाहेरचा रस्ता दाखवावा. पण ह्या ऊर्मीवर नियंत्रण ठेवा. तुम्हाला कितीही क्लेशदायक झालं, तरी त्यांच्याशी तर्कशुद्ध वादविवाद करा. वस्तुस्थितीच्या आणि सत्याच्या आधाराने त्यांना समजावण्याचा प्रयत्न करा, बळाच्या जोरावर नव्हे. माझ्यावर विश्वास ठेवा, तुम्हाला अशा पद्धतीने मिळालेलं

यश अधिक सुखद असेल.

### 'टॉप'ला पोहोचण्यासाठी पाच सुलभ पायऱ्या

१. कामाच्या ठिकाणी असलेल्या मूलभूत गटाच्या एक महत्त्वपूर्ण सभासद ह्या नात्याने तुमचं अस्तित्व अधोरेखित करा. वरिष्ठांचं तुमच्याशिवाय पान हलणार नाही, अशा पद्धतीने स्वत:ला असाधारण बनवा.

२. ऑफिसमध्ये तुम्ही नेहमीच ठळकपणे दिसून याल ह्याची खात्री करा. 'ट्वेंटिफोर-बाय सेव्हन' उपलब्ध राहा, म्हणजे मग काहीही पेचप्रसंग निर्माण होईल, तेव्हा लोक तुमच्याकडेच प्रथम धाव घेतील.

३. हाताशी असलेल्या प्रत्येक साधनसामग्रीचा पुरेपूर वापर करा. तुमच्या लाघवीपणाचा लोकांना जिंकून घेण्यासाठी उपयोग करा. तुमचे विचार मांडताना तर्कशुद्ध आणि सुस्पष्ट बुद्धिकौशल्यांचा वापर करा. कठीण प्रसंगात विनोद आणि हजरजबाबीपणा, ह्यांच्या साहाय्याने गांभीर्य कमी करा.

४. करिअरच्या ह्या स्टेजला लक्ष करिअरवर केंद्रित व्हायला मदत होण्यासाठी वैयक्तिक आयुष्यात आवश्यक ते फेरफार करा.

५. पुढे जाण्यासाठी आग्रही भूमिका घेण्यात काही वावगं नाही, अर्थात जर तिचा योग्य परिस्थितीत खुबीने उपयोग केला गेला तरच! ठामपणे अशा पद्धतींचा उपयोग करा, ज्यामुळे तुमची प्रगती होईल.

# आय ॲम द बॉस– फायनली!

छान वाटतंय ना, शेवटी ते सर्वांत महत्त्वाचं 'प्रमोशन' मिळाल्यावर? आता तुम्ही अधिकृतपणे आहात 'वुमन ऑन टॉप'. ह्याचा अर्थ तुम्हाला ते कोपऱ्यातलं खास ऑफिस मिळणार. हो, तेच ते, बाहेरचं विहंगम दृश्य दिसू शकणारं, स्वतंत्र प्रसाधनगृह, भरपूर पैसा, अमर्यादित खर्च करण्याची मुभा, प्रथम वर्गाचा प्रवास आणि तुमच्यासाठी काम करणाऱ्यांवर अनिर्बंध सत्ता.

इतकी वर्षं घाण्याच्या बैलासारखं तेच ते काम केल्यावर आणि तुम्हाला हुकूम सोडणाऱ्या लोकांचं ओरडणं ऐकल्यावर, आता तुम्ही आहात निर्णय घेणाऱ्या, बाकीचे लोक तुमच्याभोवती त्या निर्णयांची अंमलबजावणी करण्यासाठी धडपडणार! कसं वाटतंय?

पण हे हवेत तरंगणं फार काळ टिकणार नाही. उद्भवलेला पहिलाच वाद निस्तरण्यासाठी, अटीतटीची परिस्थिती हाताळण्यासाठी, किंवा तुम्हाला देण्यात आलेलं आफिसातलं टोपणनाव समजल्यावर, तुम्ही जमिनीवर याल. पण ताण कितीही मोठा असला, तरी पुरुषी आणि 'टफ' वागण्याच्या मोहाला बळी पडू नका. तुमचे स्त्रीसुलभ गुण वापरलेत, तरच तुम्हाला अधिक फायदा होईल.

### मोठं चित्र

खोल श्वास घ्या आणि सोडा. तुम्ही जर ह्या स्थानासाठी लायक नसता, तर ह्या खुर्चीत बसलाच नसता! हे प्रश्न सोडवणं हा तुमच्या पोझिशनचाच एक भाग आहे. तुम्हाला काही अशा व्रात्य कर्मचाऱ्यांना तोंड द्यावं लागेल, जे तुमचा अधिकार डावलण्याच्या प्रयत्नात असतील. एखादी चडफडणारी बया पण असेल, जिला असं वाटत असेल की खरं म्हणजे तुमची खुर्ची तिला मिळायला पाहिजे होती. हो आणि प्रत्येक कार्यालयीन ठिकाणात असणारे असे महाभाग पुरुष कर्मचारी, ज्यांना 'स्त्री बॉस' बरोबर जमवून घ्यायला अवघड वाटतं.

ह्या अशा किरकोळ गुंतागुंतीत अडकू नका. मान्य आहे, तुम्हाला अशा गोष्टींना तोंड देताना खचल्यासारखं होईल, पण तसं होणार नाही ह्याची काळजी

घेणं  तुमच्याच हातात आहे. अशा छोट्या गोष्टींनी त्रासून जायचं नाही, हे स्वत:ला बजावा. जोपर्यंत तुम्ही कौल देत नाही, तोपर्यंत तुमच्यापेक्षा कोणीही वरचढ व्हायला धजावणार नाही.

तुम्ही प्राधान्य द्यायला हवं ते मोठ्या गोष्टींना. सुस्पष्ट, व्यावसायिक उद्दिष्टं अधोरेखित करावी लागतील, तुमच्यासाठी आणि ज्या कंपनीचं तुम्ही प्रतिनिधित्व करता तिच्यासाठी. एकदा का हे सगळं निश्चित केलंत, की तुमची कार्यप्रणाली ठरवून लक्ष केंद्रित करा, ज्यायोगे तुमची उद्दिष्टं सर्वांत उत्तम तऱ्हेने आणि शक्य तेवढ्या कमी कालावधीत साध्य करता येतील, मग तुमचा एक खास संघ तयार करा. हे सगळं एकदा पक्कं झालं की मग लागा कामाला.

यश मिळवायचं असेल, तर तुमच्या मुख्य ध्येयाकडे कधीही दुर्लक्ष करू नका. म्हणून मग प्रत्येक ऑफिसमध्ये जे चालतं, त्या किरकोळ राजकारणाने विचलित होऊ नका. त्यासाठी जे लोक त्यांच्या सहकाऱ्यांविषयी चहाड्या करतात, त्यांना नाउमेद करा, काही कर्मचारी अधिक आवडते आहेत असं भासवू नका, तुमचा रुबाब दाखवण्याचा मोह टाळा आणि केवळ तुम्हाला शक्य आहे म्हणून इतरांना हिणवू नका.

एक 'बॉस' म्हणून तुम्ही अविचल असणं जेवढं आवश्यक आहे, तेवढंच न्याय्य वागणंही महत्त्वाचं. कोणाचाही उथळपणा खपवून घेऊ नका; पण त्याचवेळी मतभिन्नतेलाही आवश्यक तेवढी मोकळीक द्या. मात्र निर्णय घेताना स्थिर आणि निर्णयांना चिकटून राहण्याइतक्या निश्चयी अशा विरोधी मतांचाही विचार करा. कायदे बनवताना रोखठोक वागा; पण 'कायदा गाढव असतो' असं जाणवलं तर ते मान्य करण्याचा मनाचा मोठेपणाही दाखवा.

तुमचा पाणउतारा होण्याची पहिली चिन्हं दिसताच तुमच्या भूमिकेवर ठाम राहा. पण हे विसरू नका की एखाद्याने तुमच्याशी असहमती दर्शवली, तर तो अप्रामाणिक आहे असा निष्कर्ष निघत नाही. सगळेजण सगळ्याच मुद्द्यांवर तुमच्याशी सहमत होतील, हे कसं शक्य आहे? एखादा तसा वागत असेल, तर लगेच त्याच्याशी कठोरपणे वागू नका.

काही प्रसंग असे असतात जेव्हा निकोप वादविवाद प्रत्येकाला प्रेरित, उत्तेजित करतात. कोणतीही एक बाजू न घेता अशा प्रकारचा मोकळा आणि मुक्त वादसंवाद होण्यासाठी उत्तेजन द्या. सर्वच बाबतींत वेळेचं भान सांभाळा; ह्यात सर्व काही सामावलंय. गोष्टी रेंगाळतील तर तुम्ही कमजोर आणि लेच्यापेच्या आहात, अशी तुमची प्रतिमा तयार होईल. वादविवादातून बहुमताने घेतलेला निर्णय योग्य वेळी घेतला, तर तुम्ही मोकळ्या मनाच्या, लवचीक आहात असं तुमच्या कर्मचाऱ्यांना दिसून येईल.

*गुंतागुंतीचं वाटतंय?* कदाचित शक्य आहे. पण ही तारेवरची कसरत पार पाडणं कठीण नाही, फक्त प्राधान्याने करायच्या गोष्टी तुमच्या मनात पक्क्या बिंबवलेल्या असू द्यात. तुमचं काम आहे ते सगळा गाडा नीट हाकण्याचं, कंपनीला यशस्वी करण्याचं आणि तुमची जबाबदारी आहे ती हे सगळं शक्य व्हावं, ह्यासाठी कार्यपद्धतींचा विचार करण्याची. जेवढ्या जास्त लोकांना बरोबर घेऊन काम करणं शक्य आहे तेवढ्या लोकांना प्रवृत्त करा.

तुमच्या करिअरमध्ये तुम्हाला जे काही सोसावं लागलं असेल, त्याचा बदला घेण्याची, किंवा जशास तसं वागण्याची ही वेळ नाही. तुम्हाला जर उत्पादनक्षम वातावरणात काम करायचं असेल, तर पूर्वीची तुमच्या सहकाऱ्यांबरोबरची प्रकरणं बाजूला ठेवून पुढे जावं लागेल. दहा वर्षांपूर्वी तुम्हाला कोणीतरी काहीतरी बोललं होतं, म्हणून ते उकरून काढून त्याची बढती तुम्ही आता रोखणार? हीच वेळ आहे, पाटी कोरी करून नव्याने सुरुवात करण्याची.

अर्थात, तुमच्या डोक्याच्या 'हार्ड डिस्क'मध्ये कोरलं गेलेलं सगळं काही पुसून टाकता येणं शक्य नाही. तुमचा कंपनीतला आणि तुमच्या सहकाऱ्यांबरोबरचा इतिहास नेहेमीच तुमच्याबरोबर राहील.

पण कामासंबंधी निर्णय घेताना तो मूळ मुद्दा ठरू नये. आतापर्यंतची सगळी माहिती एका फ्लॉपीत टाकून ती कुठेतरी बंद करून ठेवा, जेव्हा गरज लागेल तेव्हा तिचा उपयोग करण्यासाठी; पण आता तुम्हाला जो नवीन हुद्दा मिळालाय, त्याचा एका नवीन दृष्टिकोनातून विचार करा. शिखरावरून दिसणारं विहंगम दृश्य वेगळं असतं, नाही का?

तेच ऑफिस, तेच लोक, अशा वातावरणात तुम्ही कित्येक वर्षं काम करण्यात घालवली असतील, पण एकदा का तुम्ही अधिकाराच्या जागेवर गेलात, की रातोरातदेखील सत्तेचा तोल बदलू शकतो. त्यामुळे लोकांबरोबर काम करण्याची समीकरणं नव्याने मांडावी लागतात. तुम्ही आता तुमच्या सहकाऱ्यांचे 'बॉस' आहात आणि त्यांना ते स्वीकारायला वेळ लागू शकतो.

परिवर्तनाचा हा काळ जेवढा ताणविरहित होईल तेवढा करायचा प्रयत्न केला जावा, त्यांच्यासाठी नि तुमच्यासाठीसुद्धा. आक्रमक होऊन सुरुवात करू नका. सगळ्यांना माहीत आहे तुम्ही 'बॉस' आहात, तुमचा हुद्दा सिद्ध करण्यासाठी तुम्हाला प्रत्येकावर वरचष्मा गाजवायची गरज नाही. म्हणून जरा सावकाश, लोक कसे काय वागताहेत, त्यांच्या प्रतिक्रिया काय आहेत, ह्याचा शोध घ्या. तुमचा लोकांनी तिरस्कार करावा, किंवा तुम्हाला नाकारावं, असं वाटत नसेल तर थोडा अवधी जाऊ द्यात.

पुढचं पाऊल टाकताच प्रयत्नपूर्वक एक विशिष्ट अंतर निर्माण करा. तुम्ही

आता त्यांच्यातल्याच एक नाही, तेव्हा आता ते पाठीवर थापा मारणं वगैरे प्रकार थांबवावे लागतील. तरीही तुम्ही मित्रत्वाने वागू शकता, वेळप्रसंगी लंचला जाणं किंवा अशीच एखादी पार्टी ऑफिसच्या लोकांना देणं, हे करायला हरकत नसावी. पण मूळ मुद्दा हा आहे की तुम्ही आता त्यांच्या समान पातळीवर नाही, हा संदेश त्यांना मिळाला पाहिजे. तुमचं स्थान दर्शवण्यासाठी शिष्टपणा दाखवण्याची गरज नाही, पण तुमचा दर्जा इतरांपेक्षा वरचा आहे, ह्याबद्दल कोणाच्या मनात संशय असू नये.

'अतिपरिचयात् अवज्ञा' ही उक्ती लक्षात ठेवून स्टाफशी फार जवळिकीने, वैयक्तिक पातळीवर येऊन वागणं टाळाल, तर तुमचा आदर राखला जाईल. त्यांच्या समोर दारू पिऊन तुमच्या वैवाहिक जीवनातल्या प्रश्नांवर बरळण्याचं टाळा. अतिउत्साहाच्या भरात तुमच्या नृत्य कौशल्याचं प्रदर्शन करण्यासाठी टेबलावर नाचणं आणि कोणाचंही चुंबन घेणं, कुठेही, केव्हाही साफ वर्ज्य!

तुम्ही जर बॉस म्हणून एखाद्या नवीन कंपनीत काम सुरू करत असाल, तर नियम बदलतात. बाकीच्या ऑफिस स्टाफला तुम्ही पूर्णपणे अपरिचित असणार, त्यामुळे ते तुमच्याबद्दल अधिकच उदासीन असतील. तुमची 'एंट्री' कशी काय घेणार आहात? सगळं बदलायचा निश्चय करून तिथल्य आधीच्या स्टाफची 'गच्छन्ति' करणार आणि तुमचे लोक तिथे आणणार? तुम्ही अशा एक कठीण 'दिवा' ठरणार आहात का, की जिच्याबरोबर काम करणंच मुष्किल असेल? तुम्हाला त्यांच्यापेक्षा चांगलं कळतंय हे दाखवायला सगळी उलथापालथ करून टाकणार आहात का?

अशा प्रकारच्या असुरक्षिततेच्या भावना जर आतल्याआत खदखदत असतील, तर तुमच्याबरोबर कसं वागायचं, तुमच्या प्रतिक्रिया काय असतील, तुमच्या मनात काय विचार चालले आहेत आणि त्यांचं चूक की बरोबर हे कोणालाच उमजणार नाही.

भीतीच्या छायेत काम करणाऱ्या लोकांकडून कामात सफाईदारपणा आणि कार्यक्षमता मिळू शकत नाही. त्यांना निर्णय घ्यायची भीती वाटत राहील आणि तुमच्या निदर्शनाला काहीही अप्रिय गोष्टी आणण्याचं धाडसदेखील त्यांच्याकडून होणार नाही. न जाणो तुम्ही निरोप्यालाच गोळी घातलीत तर? म्हणून मग काहीच घडत नाही.

अशा परिस्थितीत तुमची पहिली जबाबदारी ठरते ती लोकांचा विश्वास संपादन करणं. कृतीने, शब्दांतून, वर्तनातून. सगळ्या स्टाफची एक सभा घ्या, त्यांच्याशी बोला, तुम्हाला काय साध्य करायचंय ते स्पष्ट करा आणि ते त्यांच्या मदतीने करायचंय, हे देखील स्पष्टपणे सांगा. असं केल्याने तुम्ही एक 'बिनचेहऱ्याचे

ओगर' म्हणून त्या कंपनीत सगळं काही नष्ट करायला आलेल्या नाहीत, ह्याची त्यांना खात्री पटेल.

शब्दांचा वापर करताना, 'मला पाहिजे', 'मला आवडेल' असं न म्हणता, 'आपण केलं पाहिजे', 'आपल्याला आवश्यकता आहे' असे शब्दप्रयोग करायला शिका आणि तसा सातत्याने प्रयत्नही करत राहा. गरज असेल तेव्हा 'आपण केलंच पाहिजे' असंही म्हणालात तर हा एक सांघिक प्रयत्न आहे ही तुमची धारणा त्यांना समजेल. प्रत्येकाला हेही समजवा की, तुम्ही सूत्रं सांभाळणार आहात, हातात चाबूक मिरवणार नाही. (वेल, निदान अद्याप तरी नाही!)

तुमच्याकडून त्यांना असा संदेश जायला पाहिजे, की तुमचं उद्दिष्ट आहे काम करून घेणं आणि जर ते तुम्हाला अपेक्षित दर्जाचं काय करतील, तर तुम्हाला त्यांच्याबरोबर काम करायला आनंदच वाटेल. तुमचे कोणी लाडके लोक त्यांच्याकडून ते हिरावून घ्यायला तिष्ठत उभे वगैरे नसून, तुम्ही त्यांनाच एक योग्य संधी द्यायला तयार आहात; पण त्यांनी स्वत:ला सिद्ध करावं आणि जर तुम्ही त्यामुळे प्रभावित झालात, तर सगळं काही ठीक होईल.

ऑफिसमध्ये असमाधान आणि निराशेचं वातावरण निर्माण होऊ नये असं वाटत असेल तर प्रत्येक गोष्टीवर टीका करणं टाळा. आतापर्यंत त्यांनी जे काही घडवलं असेल, त्याबद्दल त्यांना नक्कीच अभिमान असणार. तुम्ही जर ते निरर्थक आहे आणि सगळं बदलायला पाहिजे, अशी भूमिका घेतलीत, तर लोकांना ती छुपी टीकाच वाटेल. ऑफिसच्या रचनेपासून ते कार्यक्षमतेच्या पातळ्यांपर्यंत जर तुम्ही त्यांच्या अंगावर गेलात, तर लोक नाखूष व्हायला वेळ लागणार नाही.

एक महिना थांबा. फक्त निरीक्षण करा. लोक कसं काम करतात, कोण ढिसाळपणा करतंय, कोण मन लावून काम करत नाही, ह्यावर जवळून लक्ष ठेवा. कुठे काय कमी पडतंय हे शोधून काढण्यासाठी सिस्टिम्सची परीक्षा करा, पण त्याचबरोबर बलस्थानांची प्रशंसादेखील करा. एकदा का तुम्हाला तुमच्या नवीन ऑफिसमध्ये काय करायला पाहिजे ह्याचा अंदाज आला, की मगच तुम्ही बदल घडविण्याची प्रक्रिया सुरू करू शकता.

पण गोष्टी मनाप्रमाणे घडत नसतील तर ज्या लोकांबद्दल तुम्ही समाधानी नसाल, त्यांना सरळ डच्चू द्या, मागेपुढे बघू नका. त्यांना पुरेशी सूचना द्या, तुमच्या ऑफिसमध्ये बोलावून तुम्ही त्यांच्या कामाबद्दल असमाधानी का आहात, ते स्पष्ट करा, त्यांचा कमकुवतपणा सुधारण्यासाठी त्यांना पुरेसा वेळ द्या. पण त्यांनी तसं केलं नाही तर मात्र त्यांची डोकी उडवा. आणि हे जेवढ्या लवकर कराल, तेवढी तुमच्या अधिकारांची मोहर कुठल्याही संदिग्धतेशिवाय तुमच्या कामाच्या ठिकाणी तुम्ही उमटवू शकाल.

तुमच्याशी गलथानपणे वागून चालणार नाही, हे स्पष्ट करा. मग कोणी तशी धिटाई करणारही नाही.

**काम करण्याची प्रणाली**

ऑफिसमध्ये असंतुष्टतेचं वातावरण असेल, तर तिथे काहीच उत्पादन होऊ शकणार नाही. इतकी वर्षं तुमच्या वरच्या बॉसेसनी जे म्हटलं असेल, अगदी त्याच्या विपरित. लोकांना दु:खी करून त्यांना जोमाने काम करायला प्रवृत्त करता येत नाही. उलटपक्षी ते एवढे भांबावून जातात, मानसिकदृष्ट्या इतके असंतुलित होतात, की कधी एकदा ऑफिस सुटतंय आणि घरी जाऊन एक कडक पेग मारतो, असं त्यांना होऊन जातं.

लोकांच्या मनात भीती निर्माण करणं, हा काही त्यांना प्रवृत्त करण्याचा आदर्श मार्ग नव्हे. खरं म्हणजे त्यामुळे काही विशिष्ट परिस्थितीत ते नाउमेद देखील होऊ शकतात. लोक जर अतिशय घाबरलेले असतील, तर ते त्यांचे निर्णयदेखील घेऊ शकणार नाहीत. भीतीच्या छायेत वावरणाऱ्या लोकांची कामगिरी चांगली होऊच शकत नाही. ते नेहमीच स्वत:ची कातडी बचावण्याचं धोरण स्वीकारतात आणि त्यामुळे चुका झाल्या तरी ते त्याची फिकीर करत नाहीत.

काम चांगलं करून घेण्यासाठी लोकांना 'बॉस'ची भीती वाटली पाहिजे, ह्या पुरुषी मूर्खपणाच्या कल्पनेला अजिबात थारा देऊ नका. तुम्हाला खूष करण्यासाठी लोक चांगलं काम करतील, ही शक्यता अधिक, की तुमचा राग टाळण्यासाठी? कामाचं वातावरण जर त्यांना सुखद वाटलं, तर ते अधिक जोमाने काम करण्याची शक्यता वाढते. ते जेवढे अस्वस्थ आणि नाखूष मन:स्थितीत असतील, तेवढाच त्यांच्या कामावर वाईट परिणाम होतो.

ज्या ऑफिसमध्ये कामातून काहीच फलनिष्पत्ती होत नाही, त्या ऑफिसच्या बॉसचीच त्यावरून किंमत होते. तेव्हा तुमचं कामाचं ठिकाण आनंदी असेल याची निश्चिती करा. अशा प्रकारच्या वातावरण निर्मितीमुळे लोकांना काम करायला तर आनंद वाटतोच, ते त्यांच्या नकळत अधिक तास काम करतात, अधिक नेटाने काम करण्याचीही प्रवृत्ती वाढीस लागते.

प्रत्येकाला त्याच्या कामाच्या ठिकाणी स्वत:चं एक वेगळं अस्तित्व, वेगळी जागा असणं, हेदेखील महत्त्वाचं आहे. त्यामुळे त्यांना गर्दीत चिंबल्यासारखं वाटणार नाही. कामाच्या ठिकाणी कर्मचाऱ्यांना एकत्र येता येईल, अशा जागा असणं आवश्यक आहे. त्यामुळे त्यांना आपापसात थोडंफार बोलता येण्याची संधी मिळते, ज्यामुळे मनावरचा ताण कमी होण्यास मदत होते.

ऑफिसला एक चांगली कॅन्टीन असणं अनिवार्य आहे, कारण लोकांना जर उशीरापर्यंत काम करायचं असेल, तर खायला तर पाहिजेच ना? चांगली कडक कॉफी, नाहीतर मस्त चहा, लोकांना एक न संपणारा कामाचा दिवस पार पाडायला तरतरी देतात.

कॅन्टीन ही एक ऑफिसने पुरवण्याची कमीतकमी सुविधा असली तरी त्याच्याबरोबर चांगलं काम वठवून घेण्यासाठी आणखीही सोयी उपलब्ध करून देता येण्यासारख्या असतात. जशी एखादी इन-हाऊस जिम, जी तुमच्या अधिकाऱ्यांना 'तंदुरुस्त' ठेवण्यासाठी अगदी योग्य ठरेल. ते जर फार कठीण वाटलं, तर एखादं टेबल-टेनिसचं टेबल, किंवा बास्केटबॉलची सोय, तुमच्या खुर्च्यांत बसून बसून कंटाळलेल्या स्टाफला आंबलेलं अंग मोकळं करण्याची एक निरोगी संधी देईल. खेळीमेळीच्या वातारणात एकत्र आल्याने त्यांच्यातली मित्रत्वाची भावनादेखील दृढ होऊ शकेल.

ह्या सगळ्या उपायांनी तुमच्या कर्मचाऱ्यांना तुम्ही पटवून देऊ शकाल, की त्यांचं हित तुम्ही बघताय. पण हे फक्त केकवरचं आयसिंग झालं. लोकांना खरोखरच आनंदी ठेवायचं असेल, तर त्यांना हे जाणवलं पाहिजे की त्यांच्या प्रयत्नांना तुमची दाद मिळतेय, ते जे काही त्याग करतायत, त्याचं तुम्हाला कौतुक आहे आणि त्यांच्यातल्या गुणविशेषांची तुम्हाला कदर आहे. ह्याचाच अर्थ तुम्हाला सकारात्मकता ठामपणे वाढीस लावण्यासाठी उपाययोजना कराव्या लागतील.

काम उत्तम प्रकारे करावं, ह्यासाठी लोकांना पुरेसं आकर्षण वाटलं पाहिजे. जे लोक इतरांपेक्षा चांगलं काम करतात, त्यांना त्याबद्दल बक्षीस देण्याची योजना आखली गेली पाहिजे. ज्या लोकांची कामगिरी चांगली आहे, त्यांच्या कामाची दखल सर्वांसमक्ष घेतली गेली पाहिजे आणि त्यांना त्यांचा दाखला दिला जावा. उत्तम काम करणाऱ्या लोकांना, तसंच विभागांना त्याचा फायदा मिळण्यासाठी योजना आखल्या पाहिजेत.

हे साध्य करण्यासाठी बरेच मार्ग आहेत 'एम्प्लॉयी ऑफ द मंथ' निवडून त्याला कर्मचाऱ्यांच्या सभेत रोख रकमेचा पुरस्कार देऊन गौरवता तर येईलच, त्याने अधिक चांगली कामगिरी करावी ह्यासाठी त्याला ते प्रेरित करणारं देखील ठरेल. वर्ष अखेरीला सगळ्या विभागांचा आढावा घेऊन ज्यांनी आपल्या उद्दिष्टांच्या पलीकडे जाऊन काम केलं असेल, त्यांना उत्तेजन म्हणून कुटुंबासकट एखाद्या रिसॉर्टची सहल पुरस्कृत करता येईल आणि अर्थात वर्षाअखेरीचा बोनस - अनमोल अशा कर्मचाऱ्यांना तुम्ही खरंच त्यांची किती किंमत करता हे सांगण्याचा हा एक काळाने पारखलेला हमखास यशस्वी मार्ग आहे.

पण गुणी व्यक्तींचं सर्वांसमोर कौतुक करताना बाकीच्या ऑफिस स्टाफला विसरू नका. त्यांच्याबाबतही तेवढंच संवेदनक्षम असणं गरजेचं आहे. बाजूला

पडल्याची भावना त्यांना जाणवू देऊ नका. तुम्ही इतरांच्या जिवावर काही थोड्या लोकांबद्दल पूर्वग्रहदूषित आहात, असा तुमच्याबद्दलचा त्यांचा ग्रह होऊ नये.

लक्षात ठेवा, आता तुम्ही बॉस आहात, त्यामुळे पूर्वीसारखा तुमचा एक केंद्रीय गट आता नसेल, आता सगळेच लोक तुमचे, सगळेच तुमच्याशी एकनिष्ठ असायला हवेत आणि तुम्ही त्यांच्याशी तसंच वागायला हवं.

### ही खेळी कशी खेळायची?

'बॉस'सारखं वागण्यासाठी तुमच्या भोवताली फारशी स्त्री 'रोल मॉडेल्स' तुम्हाला आढळणार नाहीत. स्त्री बॉसच्या हाताखाली काम करण्याचा अनुभव असलेली एखादी महिला कर्मचारी तुम्हाला अभावानेच आढळेल! आणि समजा आढळलीच, तर तिच्याकडे नेहमीच तिच्या अनुभवाबद्दल सांगण्यासारख्या फारशा सुखद गोष्टी नसतील.

वरचेवर तुमच्या कानांवर हेच पडत असेल की 'स्त्री बॉस'ला बाकीच्या स्त्रिया म्हणजे त्यांच्या स्थानाला एक धमकावणीच वाटत असते; कारण त्या एक 'छुप्या स्पर्धक' म्हणून त्यांना दिसत असतात. त्यात जर त्या स्त्रिया तरुण असतील, तर बघायलाच नको. त्यांच्या खडतर प्रवासाच्या तुलनेत बाकीच्यांना सगळं सहजसुलभतेनेच मिळाल्याची भावना मनात बळावते आणि मग आपण स्त्री-पुरुष भेदभाव करत नाही, हे दाखवण्याच्या अट्टाहासापायी त्या स्वत:चा तोल घालवतात.

बऱ्याच स्त्रियांना पुरुषांकडून रोखलं जाण्याची चक्क भीती वाटत असते हे सत्य आहे. आणि कामाच्या ठिकाणच्या इतर पुरुषांकडून पसंतीची पावती मिळवण्यासाठी मग त्या स्वत:च पुरुषांसारखं वागायला लागतात. बहुतेक त्यांचं वागणं 'टफ' आणि पुरुषी बनतं; म्हणजेच तावातावाने बोलणं, चढेलपणाने वागणं, कामाच्या ठिकाणी एखाद्या जेलरसारखा दृष्टिकोन असणं!

प्रत्येकजण दुसऱ्याच्या हिमतीचा तिरस्कार करत असेल तर अशा वातावरणात काम करायला पुरुषांना अधिक जोम वाटतो, एकमेकांच्या पाठीत सुरे भोसकायला त्यांना काहीच वावगं वाटत नाही आणि ह्या 'अल्ट्रा-कॉम्पिटिटिव्ह' वातावरणात जो अधिक काळ टिकून राहतो, तो जिंकतो. तणावपूर्ण वातावरणात पुरुष जास्त चांगलं काम करतात, कारण त्यांना दाखवून द्यायचं असतं की ते दुसऱ्यापेक्षा अधिक 'टफ' आहेत.

जर तुम्हाला देखील हे लागू पडत असेल, तर ठीकच; पण लक्षात ठेवा तुमचे स्त्री-सुलभ गुणविशेष कामाच्या ठिकाणी उपयोगी आणण्यात कसली आली आहे लाज? स्त्रिया या उपजतच निर्मितिक्षम असतात. संवाद साधण्यात तर त्या सर्वोत्तम

असतातच. सामंजस्याच्या वातावरणात त्यांचं काम अधिकच बहराला येतं. आणि सर्वांत महत्त्वाचं म्हणजे स्त्रिया एकाच वेळी विविध कामं हाताळण्यात हुशार असतात. त्यांना त्याचा चांगला अनुभव असतो, कारण घर, करिअर, मुलं, आईबाप आणि त्यांचा पाळीव प्राणी हे सगळं सांभाळून त्या एक तारेवरची कसरतच करत असतात.

त्यांच्यातील ही अंगभूत शक्ती त्या त्यांच्या कामात कशी वापरतात, हे समजून घ्यायचं असेल, तर त्यांना काम करताना बघायला हवं. दुसऱ्याचं म्हणणं नीट ऐकून घेणं, भावनिकदृष्ट्या त्यांच्या मनात काय चाललंय ते ओळखणं, लोकांनी तणावयुक्त वातावरणातही काम करावं यासाठी योग्य अशी वातावरणनिर्मिती करणं आणि आपापसात वाटाघाटी करताना मध्यस्थाची भूमिका हुशारीने वठवणं, ह्या गोष्टी त्यांना उत्तम जमतात.

तुम्ही स्त्री आहात म्हणून दिलगिरी व्यक्त करत बसण्यापेक्षा त्याचा अधिकाधिक उपयोग करून घ्या. लोकांना बिनचेहऱ्याचे, बिननावाचे 'डफ्फर' अशी वागणूक देण्याऐवजी त्यांची नावं लक्षात ठेवा, त्यांच्या अडीअडचणी, भीती ह्या गोष्टी समजून घेण्याचा मनापासून प्रयत्न करा. त्यांच्या वाढदिवसाच्या दिवशी आठवणीने शुभेच्छा व्यक्त केल्यानेदेखील तुम्ही मिळवत असलेल्या गुणांत अधिकच भर पडेल.

ऑफिसचं वातावरण काम करण्यासाठी सुखद बनवायला तुमच्या नैसर्गिक स्त्री-सुलभ कौशल्यांचा उपयोग करा. ऑफिसमध्ये ठेवलेल्या कुंड्यांतील छोटी झाडं, फुलं ठेवलेल्या फुलदाण्या ऑफिसमध्ये प्रफुल्लित, सूर्यप्रकाशाने उजळलेलं वातावरण निर्माण करतात.

अर्थात अशा प्रकारची वातावरणनिर्मिती हा फक्त अर्धाच भाग झाला. एकसंधपणे आणि एकमेकांशी खेळीमेळीने, सांघिकपणाच्या भावनेने काम करणारी लोकांची फळी निर्माण करावी लागेल. कामाव्यतिरिक्तदेखील जरा वेगळ्या मौजमजेच्या वातावरणात एकत्र येऊन परस्परांशी संवाद साधण्याची संधी जर कर्मचाऱ्यांना दिली, तर त्यांना आनंदच वाटेल.

पण त्यांना माणूस म्हणून वागवतानाच, जेव्हा काही निर्णय घ्यायचे असतील, तेव्हा मात्र त्यात भावनिक गुंता करू नका. एखाद्याची नोकरीवरून हकालपट्टी व्हावी अशीच जर लायकी असेल, तर त्याला बायकामुलं आहेत ही गोष्ट लक्षात घेण्याचं तुम्हाला कारण नाही. कारण तुमचा प्रांत कुटुंबकल्याण नाही, तर तुमची कंपनी चांगली चालणं हा आहे.

## सिस्टर ॲक्ट

**एक 'स्त्री बॉस' म्हणून इतर स्त्री कर्मचाऱ्यांसाठी तुम्हाला काय करता येईल?**

नियम क्रमांक एक म्हणजे स्त्री-पुरुष भेदभाव आणि लिंगभेदाविषयी पूर्वग्रहदूषित दृष्टिकोन ठेवू नका. पुरुष कर्मचाऱ्यांना डावलून तरुण स्त्री कर्मचाऱ्यांनाच घडविण्यासाठी तुम्ही प्रयत्न करता आहात, असं चित्र दिसून उपयोग नाही. स्त्रियांना त्या स्त्रिया आहेत म्हणून बरीच वर्षं फुकट घालवावी लागली आहेत; पण ह्याचा अर्थ असा नव्हे, की पुरुषांच्याही नशिबी आता तेच यावं. स्त्री-पुरुष कर्मचाऱ्यांत कोणताही भेदभाव न करता, काहीतरी विशेष कामगिरी करण्याची क्षमता या निकषावरच तुमचा निर्णय घ्या. सगळ्या कर्मचाऱ्यांना समानतेने वागवणं, हे बॉस म्हणून तुम्हाला करावं लागेल.

ह्याचा अर्थ असा नव्हे की स्त्रियांसाठी तुम्हाला काहीच करता येणार नाही. त्यांना काम करण्यासाठी जास्तीतजास्त अनुकूल वातावरण निर्माण करणं, हे तुम्ही करू शकाल, नव्हे केलंच पाहिजे.

ज्युनिअर किंवा मधल्या पातळीवर काम करत असतानाचे तुमचे दिवस आठवा. घरच्या जबाबदाऱ्यांमुळे तुमच्या पुरुष सहकाऱ्यांसारखी तुम्हाला रात्रपाळी करता आली नसेल किंवा शहर सोडता येत नाही म्हणून बढतीच्या संधीवर पाणी सोडावं लागलं असेल?

द्विधा मन:स्थितीत निर्माण करणारे हे प्रश्न आजदेखील स्त्रियांना भेडसावतात आणि आता तुम्ही सूत्रं हातात घेतल्यावर तुम्ही त्यांच्यावर उत्तर ठरावं, प्रश्न नव्हे. विशेषत: ज्या स्त्री कर्मचाऱ्यांना मुलं आहेत, त्यांच्यासाठी तुम्हाला असं काहीतरी करता येईल, ज्यामुळे त्यांच्यातली गुणवत्ता पुरेपूर वापरली जाईल.

तुमची कंपनी जर मोठी असेल, तर तुम्ही पाळणाघराची सोय उपलब्ध करून देऊ शकता. ते जर शक्य नसेल, तर खेळासाठी एखादी जागा उपलब्ध करून द्या, जिथे मुलांचं मन रमेल आणि त्यांच्या पालकांना उशीरापर्यंत काम करण्यात काही अडचण येणार नाही. महिन्यातून एखादा दिवस कर्मचाऱ्यांना त्यांची मुलं ऑफिसात आणता येतील, असं ठरवून ठेवा.

'सोयीनुसार कामाचे तास' ह्या संकल्पनेची ओळख करून द्या. ज्यांना लहान मुलं आहेत, किंवा आजारी आईवडील आहेत, अशा विशेष परिस्थितीत त्यांच्या कामाचे तास वेगळ्या प्रकारे ठरवता येतील. तरुण मातांना वीक-एंडला कामाच्या ठिकाणी येण्याचा प्रवास करावा लागू नये, म्हणून घरून काम करण्याची मुभा द्या. ज्यांना लहान मुलं आहेत, अशा तरुण पुरुष कर्मचाऱ्यांनादेखील ही सवलत

द्यायला हरकत नाही. उलट त्यामुळे त्यांची घरात बालसंगोपनासाठी मदत तर होईलच, शिवाय स्वत:च्या मुलांबरोबर नातेसंबंधही दृढ होतील.

एखादी मौल्यवान स्त्री कर्मचारी केवळ तिच्या नवऱ्याची बदली दुसऱ्या शहरात होतेय म्हणून गमावू नका. तिचीही बदली करणं शक्य नसेल तर अशी काहीतरी योजना आखा ज्यामुळे ती तुमच्या कंपनीत काम चालू ठेवू शकेल. सल्लागार म्हणून किंवा अंशकाल काम करणारी कर्मचारी, जी फारतर महिन्यात चार आठवड्यांच्याऐवजी दोन आठवडे काम करेल, असाही पर्याय काढता येईल. अशा प्रकारे तुम्ही आत्तापर्यंत तिला तयार करण्यात जे श्रम घेतले आहेत, त्याचा फायदा पुढे चालू तर राहीलच, तिच्या कामाला निर्माण होणारी स्पर्धा देखील टाळता येईल.

स्त्री कर्मचाऱ्यांना काम आणि कुटुंब ह्यातला तो अवघड तोल साधायला तुम्ही निश्चितच मदत करू शकाल. नावीन्यपूर्ण उपाय शोधून त्यांची कामगिरी तुम्ही सुसह्य करू शकता.

इतर बॉसेससारखं, एखादा कर्मचारी त्याच्या टेबलाजवळ किती तास घालवतो, ह्या निकषावर त्याची पारख करू नका. त्यांनी काम करताना काय साधलंय, हे विचारात घ्या. एखाद्या स्त्री-कर्मचाऱ्याचं नुकतंच लग्न झालं असेल, तर लवकरच ती गरोदरपणाच्या सुट्टीवर जाईल, या भीतीने तिची बढती रोखू नका. हल्लीच्या हाय-टेक वातावरणात नूतन मातांना घरून काम करणंदेखील शक्य आहे, पण ते तुम्हाला जमवून आणावं लागेल.

प्रत्येकाच्या इच्छित प्राधान्य यादीत असलेल्या सर्वांत वरच्या स्थानावर दोन गोष्टी असतात; काम करण्याचं समाधान आणि आनंदी कुटुंब. म्हणूनच तुमच्या कर्मचाऱ्यांना सर्वांत चांगलं बक्षीस तुम्ही कोणतं देऊ शकता? त्यांच्या वैयक्तिक आणि व्यावसायिक जीवनामध्ये परिपूर्ण समतोल. तुम्हाला जर हे जमलं, तर तुम्ही यथार्थपणे 'वुमन ऑन टॉप' हा किताब मिळवला आहे असं म्हणता येईल.

■ ■ ■

www.ingramcontent.com/pod-product-compliance
Lightning Source LLC
LaVergne TN
LVHW031611060526
838201LV00065B/4819
* 9 7 8 8 1 8 4 9 8 1 8 9 6 *